Imitima y'Abacu

Inkuru y'igitekerezo

Yanditswe na

A. Happy Umwagarwa

contact@rainbowpigeonspress.com

Cyari cyarashyizwe hanze bwa mbere mu 2019 n'inzu yitwaga Dog Ear Publishing.
Iyi nkuru yasohotse bwa mbere mu Cyongereza yitwa 'Hearts Among Ourselves'. Yasemuwe mu Kinyarwanda n'umwanditsi wayo A. Happy Umwagarwa.

ISBN: 978-1-5272-7198-2 (paperback)
ISBN: 978-1-8382063-1-4 (ebook)

Iki gitabo gituwe Vivens K.
Umpora iteka hafi, byaba mu minsi y'imigisha,
ndetse no mu minsi y'ibizazane.

Gushimira

Ndashimira abakozi bose ba Dog Ear Publishing bamfashije kugira ngo iki gitabo kigere ku basomyi.

Ndashimira cyane abakobwa banjye Bliss na Crissy, kubera inseko n'ibitwenge byabo bitera umutima wanjye kugubwa neza, bigatuma ntita ku ngorane zose z'ubuzima.

Ndashimira cyane umugabo wanjye Vivens kubera urukundo ankunda, ndetse n'inkunga ahora antera ngo nkomeze kuryoherwa n'ubuzima.

Ndashimira kandi ababyeyi banjye batakiri kuri iyi si, Mama Thérèse ndetse na Data Canisius, kubera urukundo rwabo rutagira iherezo.

Ndashimira abavandimwe banjye John, Peace, Queen na Strong kubera umurunga w'amaraso n'urukundo biduhuza.

Ndazirikana basaza banjye Touring JP na Lucky JC, batakiri kuri iyi si, ariko kandi bahora iteka banyibutsa ko amazina yabo adakwiye kwibagirana.

Ndashimira inshuti zanjye magara, ntibagiwe amazina, ahubwo mpisemo kuyazigama. Kumpora hafi kwabo kwanteye kuba uwanezerewe nk'uko Data yanyise.

Ndazirikana abagikururwa inyuma n'impitagihe u

Rwanda rwaciyemo kandi bakagira impungenge y'inzagihe ruganamo.

Ndabashimira ko banga bagakomeza gutwaza bagana imbere.

Ndazirikana kandi ndashimira abazasoma iki gitabo bakankunda kurushaho, bakanyanga kurushaho, bakanshaka, bakamvugisha, maze twazamara kuyacoca, tukazahoberana tubwirana tuti, 'impore.'

Ndabashimiye mwebwe murimo gusoma iyi paji nonaha.

Umujyi wanukagaga nk'ishyamba riboze. Imbwa, inkona, sakabaka, byose byari byaranyunyuje amaraso y'inzirakarengane zacu. Abasirikare bari bakwirakwiye hose. Ikinyarwanda cyari cyatakaje ubugi bwo gusobanura amagambo. Uwavugaga neza Ikinyarwanda, byamwambikaga icyapa cy'uwahoze i Rwanda, yaba atari Umuhutu wakoze ibara, akaba ari Umututsi wacitse ku icumu ry'ubwo bwicanyi. *"Wewe ni mtu wa aina gani?"* bisobanura ngo, *"wowe uri muntu bwoko ki?"* ni cyo kibazo cyabazwaga n'abasirikare bari ku mihanda ya Kigali, n'imbunda ku ntugu. Nanyeganyezaga iminwa nkaho ntari nzi igiswayire. Navugaga igiswayire cyo mu Biryogo, cyangwa se amoko y'igiswayire atandukanye, nubwo ababyeyi banjye, batari abaswayire, batajyaga bemera ko tuvuga igiswayire igihe cyo gusangira amafunguro ya nimugoroba. Sinashoboraga gusubiza ikibazo cy'abo basirikare, kuko nanjye ubwanjye ntari nzi uwo ndi we. Nari mpagaze njyenyine nta muryango. Nta muntu nari nsigaranye uretse Devota, wahoze ari umuturanyi, ariko wari warahindutse mukuru wa njye ntigeze.

Kubana na Devota byasaga nko kubana n'igihano.

Yariraga ubudahora. Yari atwite inda y'Umuhutu Abdullah wari waramufashe ku ngufu. Nagombaga kumutega amatwi ubwo yambariraga uburyo Abdullah yahataga intindi ye yareze nk'urukwi rutamirije umwanda mu mubiri we ubobereye w'isugi, mu gihe cy'amezi atatu Devota yamaze mu nzu ye, igihe Abdullah n'izindi mpirimbanyi z'Abahutu bahigaga ubugingo bw'Abatutsi. Wenda nanjye ni wo musaraba nari kwikorera iyo Devota ataza kuba yarankuye mu ruzi rw'amaraso ya Data na barumuna ba njye, nyuma yo kurokoka urufaya rw'amasasu rwarashwe umuryango wa njye. Kugira ngo areshye Devota, Abdullah yari yaranjyanye ku bitaro bikuru bya Kigali, aho namaze amezi ya Mata, Gicurasi na Kamena 1994.

Muri Mutarama 1995, nibwo navuye mu Biryogo. Data wacu Kamanzi, wari Koloneri mu ngabo nshya, yanjyanye kubana na we mu Kiyovu bitaga icy'abakire. Kera hahoze hatuwe n'ab'ibukuru babaga biganjemo abayobozi bakuru b'igihugu ndetse n'abacuruzi bakomeye, ariko nyuma y'intambara, hari harahindutse nk'ikigo cya gisirikare. Abasirikare bakuru batari bashoboye kuhaba bari barashyize imiryango yabo muri ayo mazu meza ya kijyambere. Abo Banyarwanda bari baragarutse mu gihugu bavuye i Bugande, i Burundi, muri Zayire, ndetse no mu bindi bihugu, aho bari baramaze imyaka myinshi mu buhungiro. Bavugaga indimi nyinshi hamwe n'Ikinyarwanda kitujuje ubuziranenge.

Urugo rwa Data wacu Kamanzi rwari rwuzuye ingimbi z'abasirikare ziraburaga cyane bitaga ba Kadogo, bubahaga cyane Data wacu bakamukubitira amasaluti ya *"Ndiyo, afande."* Kubera ko ari njye mukobwa wenyine wabaga muri urwo rugo, nta zindi nshuti nari mfite uretse abazimu ba Data na barumuna ba njye bangendereraga mu nzozi z'amanywa ndetse no mu nterabwoba z'ijoro. Nagombaga kubaho bitari uguhangana gusa n'iminsi. Nagombaga kwakira ubuzima bwa njye bushya, niba bwari n'ubuzima.

Ku cyumweru, kugira ngo mpunge irungu ryari ritamye muri urwo rugo, nasabye Data wacu Kamanzi uruhushya rwo kujya mu misa kuri Katedrali yitiriwe Mutagatifu Mikayire.

"Shema agomba kuguherekeza," Data wacu abivuga yihuta asohoka mu nzu.

Shema yari umwe muri ba Kadogo, akaba umutoni kuri Data wacu. Kuva nagera muri urwo rugo, Koloneri we yari yaramuhaye inshingano zo kunyitaho, cyangwa kuncungira umutekano. Ariko indoro ye yari yaratumye ntabasha kumugira inshuti twaganira. Uwo munsi rero, Koloneri Kamanzi yari anjugunyiye umurimo wo kumenyesha itegeko rye uwo mu Kadogo w'amenyo maremare yererana ndetse n'ishinya yirabura.

Nuko, isoni zindyagagura mu ntoki, nyereza ijambo ku rurimi nti, "Shema, Data wacu yasabye ko umperekeza kuri Katedrali yitiriwe Mutagatifu Mikayire."

Shema azamura ukuboko, akubita intoki ku gahanga nk'utera isaluti nk'izo yajyaga aterera Koloneri Kamanzi. Sinamenye igisobanuro cy'icyo kimenyetso. Icyo nari nzi ni uko atashoboraga gusuzugura amategeko ya Koloneri Kamanzi.

Maze gukubitamo ikanzu yanjye itukura, ndasohoka nti, "Tugende."

Ankurikira yihuta maze ashyikira intambwe za njye. Twari ducecetse. Amajwi yaririmbaga mu matwi yari ay'inyoni zari zitatse ibiti birebire byo mu Kiyovu.

Tumaze gutera nk'intambwe ijana, Shema asa nk'ukoroye. Ati, "Hari icyo nshaka kugusaba. Ndakwinginze ntiwange."

Kugendana na Shema ubwabyo byari byanteye gushaka

guhekenya inzara z'intoki, kumuvugisha byo byari kuntera kubira ibyuya mu biganza. Narihanganye nihagararaho sinamwereka intege nke za njye.

Maze nti, "Uti iki?"

Abyinisha imboni hirya no hino, ati, "Kuva waza kuba hano sindabona amenyo yawe. Wambabariye ukayanyereka. Ndakwinginze."

Ndamwenyura nti; "Wayabonye."

"Urakoze," Na we aramwenyura. "Uranyemerera se ko nituzajya tugendana tuzajya tuganira, tukanamwenyurira ubuzima?"

"Kuganira byo yego, ariko kumwenyurira ubu buzima byo ntibishoboka. Nta cyiza cyo kubaho muri ubu buzima."

"Ni byo, ariko njye nahisemo kumwenyura ngo ubuzima bw'iyi si buntinke."

Nti, "Ubuzima ntibwigeze buntinya. Bwaranteye burambabaza."

Ati, "Nanjye ni ko bwangendekeye. Ariko njye nahisemo kubumwenyurira ngo mbwereke ko nta cyo mbaye."

Ndamubaza nti, "Nawe se ubuzima bwarakubabaje?"

Ati, "Bwantwaye Mama. Ndamuhamagara ntanyitabe. Abahutu bamwicanye n'abavandimwe ba njye batanu."

"Yooo, Ihangane. Hanyuma se Papa wawe?"

"We bamwishe mbere mu 1990. Yamaze amezi atandatu muri gereza yicwa urubozo, avamo afite ibikomere byinshi ku mubiri no ku mutima, ku buryo mu minsi mike yahise yitaba Umuremyi."

Isura n'inseko bya Shema byari bitwikiriye agahinda. Numvise umutima wa njye utewe inkunga no kuba twembi twari dufite icyo duhuriyeho. Twembi twari twararokotse itsembabwoko ryakorewe Abatutsi.

Nti, "Agahinda kawe ndakumva."

"Noneho urumva impamvu mpitamo kumwenyura. Si

byo? Mba nshaka kwerekana amenyo. Igitwenge kivuye ku mutima nzagiseka igihe iyi si izaba itakirangwamo Abahutu cyangwa abasa na bo."

Ndabaza nti, "Igihe nta Bahutu bazaba bari muri iyi isi? Bazaba bagiye he?"

"Nifuza ko isi yanjye idahura na rimwe n'iyabo."

Ndahigima nti, "Ikibazo ni uko ntaho bazajya. Tuzakomeza tubane na bo."

"Karabo, ibyo badukoreye ni ishyano. Reba nkawe, iyo bataza kwica Mama na Papa wawe, ubu se uba ubana na Koloneri Kamanzi?"

Ayo magambo yateruye igufa ryo mu nda ya njye arijugunya mu gituza, ariko ndikomeza ngo adasoma ugushoberwa ko mu maso ya njye.

Nti, "Ibyo reka tubyihorere. Komeza unyibwirire uko tuzajya tumwenyurira ubuzima."

"Ni byo. Reka tujye tumwenyura twereke Abahutu amenyo."

Yakomeje anganiriza byinshi ku muryango we, ariko acishamo n'ibiparu ngaseka ngatembagara. Uwo wabaye umunsi wa mbere ngirana ikiganiro cyiza na Shema, ariko ntiwari uwanyuma. Guhera icyo gihe, Shema ntiyongeye kuba umwe muri ba Kadogo barindaga Data wacu, ahubwo inshuti twari dusangiye byinshi. Ariko hari ikintu kimwe cyankomangaga ku mutima, *ese byari kugenda bite iyo mubwira byose ku muryango wanjye?* Naribazaga bikanyobera.

Ku wa kabiri w'icyumweru cyakurikiye, nari nicaye mu ruganiriro, numva radiyo. Shema ambaza niba yazana kaseti y'indirimbo z'urukundo z'igifaransa. Ndemera. Uwo munsi, umutwe warandyaga cyane. Shema yashyize kaseti muri radiyo, maze ansaba kurambika umusaya ku bibero bye. Yerekeza akaboko kamwe mu musatsi wanjye, akandi kajya kundamburira ibitsike. Ntibyari umuti w'umutwe gusa, ahubwo byari nk'ikiyobyabwenge kinezeza umubiri wose. Ijwi rinize riherekeza radiyo, riti,

"Ariko Shema, uburyo Imana igukunda,
Ube ukiva mu ishyamba,
Mu gihe wari ukiririra abawe,
Imana ikohereza iroza ritukura.
Reka ngutetesha Karabo ka njye,
Nzakurinda inzuki zishaka kurya ku bwiza bwawe,
Nzakurinda izuba rityaye rya saa cyenda,
Nzakurinda umwijima w'ijoro utera ubwoba,
Maze   nkurinde   n'izuba   ry'agasusuruko   rigutwika
igihogo . . ."

Ndamubaza nti, "Shema, ibyo ni ibiki uririmba?"

Maze n'inseko yankirigitaga mu gituza, aransubiza ati, "Naririmbaga iyo ndirimbo. Ntabwo nakuvugishaga."

"Ko waririmbaga se mu Kinyarwanda? Iyo ndirimbo iri mu Kinyarwanda?"

"Oya iri mu Gifaransa. Nasemuraga. O, ntumbwire ko utazi Igifaransa."

"Nta cyo nzi. Komeza unsemurire. Amagambo yawe aryoheye ugutwi kurusha aya Fréderic François."

Udusharanyarazi   twansimbukaga   mu   mutima, tukankirigita mu nda, ndetse no mu matako, maze nkibaza niba ari ko gukunda umuhungu bimera. Nashatse kwikura kuri ibyo bibero bye birananira. Mpumiriza amaso nkomeza kwiyumvira utwo turirimbo tw'urukundo tw'Abafaransa, mpa Shema rugari ngo akomeza yagaze imisatsi n'ibitsike. Nasaga nk'uri mu busitani bwo mu bwihisho bw'i Parisi. Nahisemo kubabarira intege nke zanjye. Kutagira Shema muri urwo rugo rwatamaga irungu rwa Data wacu Kamanzi, rwari rwuzuye abasirikare, byari kuzantera ibisazi. Shema yatemberezaga intoki ze mu maso yanjye nk'aho yagenzuraga niba nari nujuje uburanga bwa Bwiza bwa Mashira, maze akagera ubwo amanuka gahoro gahoro ku ijosi, nkabura intege zimubuza kunyogayoga igituza.

Hashize akanya, sinzi niba navuga ngo ku bw'amahirwe make, urusaku rw'imodoka ya Data wacu Kamanzi ruraturogoya. Shema arahaguruka, akura kaseti muri radiyo, maze yirukira hanze kwakiriza Koloneri we amasaluti. Nanjye mbaduka muri iyo ntebe, nirukira mu cyumba. Nasaga nk'ubitse ibanga riryohereye nk'ubuki. Ijoro ryose nararanye na Shema mu nzozi. Narotaga ibyo bihe byarogowe byenda kutugeza ku guhuza iminwa. Nahise nkumbura kongera kurambika umusaya ku bibero bya Shema, maze ngo nibagirwe niba isi yizunguruka cyangwa izunguruka izuba.

Bukeye bw'aho, irungu ryongera gutama mu rugo rwa Data wacu Kamanzi. Shema ntiyamvugishaga, ndetse n'igihe amaso yacu yakubitanaga, yahitaga areba hirya. Nari nifashe ntashaka kuba ari njye utangira kumuvugisha. Umusore ni we wagombaga gutera intambwe ya mbere, ariko byasaga nk'aho atabishaka. Sinashoboraga kwihanganira umunsi wose ntavuganye na Shema. Niba atarashakaga kunkuyakuya mu misatsi, nta cyo byari bitwaye. Ariko yagombaga kumenya ko nari mukeneye nk'inshuti cyangwa musaza wanjye ntigeze ngira. Shema ni we muntu wenyine wari uzi gushyira ibirungo mu buzima bwanjye. Naje gucura umugambi wagize icyo utanga. Nasabye Data wacu Kamanzi uruhushya rwo kujya gusura Devota. Hanyuma, nk'uko byari bisanzwe, Data wacu yahamagaye Shema amutegeka kumperekeza.

Tugeze hanze y'urugo, mbaza Shema nti, "Kuki utamvugishije uyu munsi?"

Arasubiza ati, "Nari mfite akazi kenshi."

"Cyangwa se... wabitewe n'ibyabaye ejo..."

Yerekeza amaso mu kirere, maze arabaza ati, "Ejo? Ejo habaye iki?"

Nti, "Nta cyo."

Shema ntiyashoboraga kumara iminota myinshi agifunze umunwa. Mu nzira tujya i Gikondo, yagiye anterera inzenya, zimwe z'ukuri, izindi z'impimbano.

Devota yari yarabyaye umwana w'umukobwa. Yari yaramwise Mbabazi. Kubera abashyitsi benshi bari iwe, sinabashije kuganira na we twiherereye. Yashoboraga kujijisha abandi, ari ko njye nari muzi bihagije. Nta byishimo by'umubyeyi yari afite. Umwana yamaraga iminota myinshi arira, Devota akamwonsa amasegonda make gusa, akamusubiza ku gitanda adahaze. Nta cyo nashoboraga kuvuga imbere y'abo bantu bose harimo na Shema, ariko umutima wa njye wakomezaga kunyibutsa ibyabaye kuri Devota, nk'uko yari yarabinganiriye ubwo yankuraga ku bitaro bikuru bya Kigali muri Nyakanga 1994. Devota yasomaga mu maso y'ako kamalayika firimi y'iminsi yamaze mu nzu y'umwicanyi-mukinzi Abdullah. Yibukaga uko yikoreye umubyimba wa Abdullah ubwo yahataga intindi ye yanduye mu mubiri we w'isugi, kandi akibuka n'ibitutsi n'inshyi byaherekezaga iryo shyano. Wenda byari kuba byiza iyo Devota aba yaremeye gukuramo iyo nda, ariko ntiyabyemeye kubera imyizerere y'iyobokamana.

Bigeze ahagana saa kumi n'ebyiri z'umugoroba, dusezera Devota turataha.

Tugeze nko muri metero ijana tugana kwa Data wacu Kamanzi, Shema arampagarika, ati, "Karabo, wakwemera ko ngusezera uko bikwiye, nkakwifuriza ijoro ryiza? Nitwinjira mu rugo, nshobora kutaza kubishobora."

Nti, "Ngo? Yego."

Shema anzengurutsa amaboko ye, ibiganza binkuyakuya

umusatsi. Arambika umutwe we ku rutugu rwanjye, nanjye ndambika uwanjye mu gituza cye. Twamaze nk'iminota itanu duhoberanye. Umutima we wateraga umuziki, maze ingingo ze zigasohora umubavu uhumura neza. Yashyize ibiganza bye ku matama yanjye, antumbera umwanya muremure, maze nk'uko inyoni zibigenza, akubita iminwa ye ku yanjye, ati, *"Je t'aime."* Igihe ngishakisha icyo nsubiza, amfata ukuboko ati, "Tujye mu rugo."

Ntibyari ikibazo cyari gikeneye igisubizo, ahubwo ijambo yari ambitsemo ngo ngende ndizirikana. Nta kindi twavuganye kugera tugeze mu rugo, nkirukira mu nzu nini, na we akajya mu nzu ntoya yo hanze yabanagamo n'abandi basirikare.

Data wacu Kamanzi yari yicaranye na nyina mu ruganiriro. Nabasuhuje nihuta ngana mu cyumba cyanjye. Nari mfite byinshi mu mutwe byo gutekerezaho. Nibazaga ibyo nari ndimo na Shema bikanyobera. Nkibaza nti, *Ni iki kintera kwitwara nk'umukobwa w'intege nke?* Wenda byari urukundo, ariko mu ndiba z'ubwonko bwanjye nari nzi neza ko nta rukundo rwakubakirwa ku kinyoma. Wenda Shema yari yarakuruwe n'uko twembi twari Abatutsi bacitse ku icumu. Nari nshobewe. *Ese ndamutse mubwiye ko Papa ari we wenyine wishwe, navuga ko Mama aherereye he?* Nararize, ndangije nkurura umusego wanjye utukura, maze ngerageza gushaka ibitotsi.

Mu nterabwoba z'ijoro, nongeye kubona abicanyi binjira iwacu bahamagara Papa bati, "Kalisa, Kalisa, wa nyenzi y'izuru rireshya n'umutonzi w'inzovu urihe?" Muri bo harimo benshi mu baturanyi bacu bo mu Biryogo. Bari bafite imipanga, abandi bafite ubuhiri, na bake bari bafite imbunda. Bari mu myenda y'Interahamwe idoze mu bitenge by'amabara y'icyatsi, umutuku, umuhondo ndetse n'umukara. Ntibasaga nk'abantu. Amaso yabo yasaga nk'ay'intare zitontoma zitera ubwoba ishyamba ryose zikaryirukanamo impala n'imparage. Nongeye kwinjira muri firimi y'igihe batwicaga. Nari ndyamye mu maraso menshi, mbabara cyane mu gituza, hafi yo mu kwaha. Hashize amasaha, ndakanguka. Data wacu Kamanzi na mukase wa Papa bari mu cyumba cyanjye. Ni bo bambwiye ibyari byambayeho, amagambo nari nateshagujwe, ndetse n'amazina nari nahamagaye muri iryo joro. Nari nahamagaye Mama ariko ntiyanyumva. Nari nahamagaye Papa. Nari nahamagaye barumuna banjye. Nari nahamagaye Devota.

Mukase wa Papa, nyina wa Data wacu Kamanzi yatashye ku wa gatandatu. Muri iyo minsi itatu yamaze kwa Data wacu, sinigeze nshobora kuvugisha Shema, kubera ijisho ry'igitsure cy'uwo mukecuru.

Uwo munsi nari ndi mu mihango mfite uburibwe bukabije mu nda no mu mugongo. Data wacu Kamanzi, utari uzi icyo ndwaye, ategeka Shema kunyitaho. Nari ndyamye ku gitanda mu cyumba.

Bigeze nka saa sita z'amanywa, umuntu akomanga ku rugi. Numva avuze ko ari Shema. Yari anzaniye isupu igizwe na epinari zivanze n'amafi.

Ndamubwira nti, "Shema, mbabarira sinshaka kurya."

Ati, "Ugomba kurya. Umva, niwemera kunywa iyi supu, ndagushyiriraho indirimbo z'urukundo z'Igifaransa, maze nkuririmbire." Anyicira ijisho yongeraho ati, "Tubyemeranyijeho? Niwanga, ndahita nsohoka."

Sinashoboraga guhakanira Shema. Yashyizemo kaseti y'indirimbo z'Igifaransa, afata ikiyiko, maze angaburira nk'ugaburira uruhinja. Uko amaso yacu yakubitanaga twaramwenyuraga. Sinabashije kumara iyo supu. Arahaguruka ngo ajyane akabakure mu gikoni.

Nti, "Ugaruke nk'uko wansezeranyije."

Ati, "Oya mwamikazi wanjye. Reka ibyo kuririmba tubishyire ejo."

"Oya. Nutagaruka, ntibinezeza. Hari icyo nshaka kukubwira."

"Yego, mwamikazi."

Yaragarutse, afunga umuryango, maze yicara ku gitanda. Ndambika umusaya ku bibero bye, maze twiyumvira indirimbo z'urukundo z'Abafaransa. Nuko ankuyakuya imisatsi n'ibitsike ariko andirimbira *'Laisse-moi t'aimer'* ya Mike Brant. Atembereza intoki ze mu misatsi kugera ku ijosi. Nyuma y'iminota mike, azamura amaguru maze andyama iruhande. Inkuyakuyo ze zakandaga uburibwe bw'umubiri wanjye. Nta wundi muti nari nkeneye. Ibiganza bye byageze mu mabere maze bishakisha imoko. Amashanyarazi yahuranyaga umubiri wanjye wose, ariko ubwonko bukagira impungenge. Sinashoboraga kumuhagarika. Iminwa ye yashyikiriye iyanjye. Uducandwe twe twari turyohereye nk'ubuki buvanze na vanila. Yarakomeje agera ku mukondo. Maze, buhoro, nsubiza amaboko ye haruguru ngo yongere atangire urugendo. Hagati y'amaguru ntihari hamwiteguye.

Nuko, ururimi rwaheze mu kanwa, amaso yahindutse umutuku, umubiri usohora umuhumuro wa kigabo, Shema andambika ibiganza bitoshye mu maso, ati, "Karabo, ndagukunda. Ndagukunda cyane."

Yansabye niba namubera umukunzi. Sinasubiza. Amaso yanjye ndetse n'umubiri wanjye byagaragazaga icyo umutima wanjye warotaga. Shema yari anyituriye mu nguni z'ibanga z'urukundo.

Bigeze mu ma saa tatu z'ijoro, Data wacu Kamanzi

yinjira mu nzu ahamagara izina ryanjye. Akomanga ku rugi, sinakoma. Agerageza gufungura, asanga urugi ruradadiye. Aragenda. Nyuma y'iminota mike aragaruka. Na bwo sinamwitaba. Aragenda ntiyagaruka. Shema yagumye ku gitanda cyanjye dutegereje ko Data wacu Kamanzi ajya kuryama. Ntitwabashaga kuvugana ngo Data wacu atatwumva. Icyo gihe cy'ituze cyahaye umwanya imitima yacu wo kwegerana birushijeho.

Bigeze saa tanu n'igice, tubaza mu idirishya umwe mu basirikare niba Data wacu yari yagiye kuryama. Yatubwiye ko Data wacu yari yamaze kwinjira mu cyumba cye. Nabanje gusohoka mu cyumba nk'ugiye mu gikoni kunywa amazi. Mbonye nta muntu uhari, ndakorora. Shema arabyumva, arasohoka, ansoma ku matama, maze ajya hanze mu nzu y'abasore.

Umuriro w'urukundo nari mfitiye Shema wagurumanaga mu mutima, ariko umutwe wanjye wo wari utewe impungenge n'ibanga nari naramuhishe. Ijwi rivuga buhoro ryanyongoreraga mu matwi y'umutima ko rimwe na rimwe ari byiza kujyana n'umuvumba. Nibyo nahisemo. Ntabwo nari gushobora guhagarika ayo mashanyarazi y'urukundo yankirigitaga imbavu z'umutima.

Hashize ibyumweru bike, amashuri arafungura. Data wacu Kamanzi yari yaramboneye umwanya mu ishuri ryitiriwe Mama Tereza. Ubuzima bwanjye bwagendaga buhinduka buba bwiza. Nari narasezeranyije Papa ko nziga amashuri nkaminuza. Ariko rimwe na rimwe, hari ubwo nabaga nicaye mu ishuri, nsa nk'udahari. Umuhungu twari twariganye mu mashuri abanza witwaga Sugira na we yari yaraje kuri iryo shuri. Sinakundaga kumuvugisha kuko ntari mwizeye. Mu mashuri abanza, igihe mwarimu yajyaga asaba abanyeshuri guhaguruka bakurikije indangabwoko za bo, Sugira yahagurukaga mu Bahutu. Nibazaga ko wenda iwabo baba barishe. Ntabwo nari gutinyuka kugira inshuti umwana uvuka ku bicanyi. Yansuhuzaga buri gitondo, ariko njye, igihe cyonyine namuramutsaga n'iyo habaga hari ibyo ntasobanukiwe mu ishuri nashakaga ko yansobanurira. Twamwitaga *Genie*, bisomwa ngo jeni, bigasobanura umunyabwenge bihebuje. Imibare na siyansi yabinywaga nk'amazi.

Ntibyatinze ngo icyaha cy'inkomoko kinkurikirane. Umunsi umwe, nari ndi mu ishuri, maze nshaka ikayi yanjye y'imibare, ndayibura. Inshuti yanjye Kazuba ambwira ko Kayitesi ari we wayifashe. Nsaba Kayitesi kuyinsubiza.

Atera hejuru ati, "Njyewe? Inzira zanjye zahuriye he n'ikayi yawe?"

Nti, "Bambwiye ko ari wowe wayifashe."

"Ubwo se urashaka kuvuga ko ndi umujura? Ariko mwa bantu mwe ntimugira isoni."

"Reka ndebe mu gikapu cyawe."

Kayitesi ahindukirira ishuri ryose, maze yongera kuvugira hejuru ati, "Mundebere iyi nterahamwe yiyita Karabo. Aranyita umujura. Ariko mwa bantu mwe muzageza he kudutoteza?"

Mbere y'uko musubiza, Sugira ahaguruka kumburanira. Ati, "Ibyo uvuga ni ibiki? Ni gute ushobora gutinyuka kwita Karabo interahamwe?"

Kazuba na Mutoni nabo bamfasha kwamagana Kayitesi.

Kazuba ati, "Niba utari ubizi, Karabo wita interahamwe ni Umututsi wiciwe umuryango wose mu bwicanyi bwakorewe Abatutsi."

Kayitesi, nk'aho yari mu cyumba cy'urukiko, araburana ati, "Ibyo mvuga ndabizi. Noneho nimubaze Karabo niba Mugabo na Ngabire atari babyara be. Papa wabo yari umukuru w'abicanyi i Nyamirambo na Nyakabanda. Karabo yabeshye abantu bose yiyita Umututsi wacitse ku icumu. Rimwe na rimwe turyumaho, ariko ntibiba bivuze ko tutazi ukuri ku bantu nka Karabo."

Abamburaniraga bose ngo cwe. Numvaga gusa urusaku mu ishuri, "Kayitesi, tubwire. Ngo ni nde wigize uwo atari we?"

Kayitesi ntiyari azi neza uwo ndiwe, ariko nari namaze gutsindwa. Nari kubeshya se ko ntari nzi abo babyara banjye yavugaga? Wenda nari kuburana ngatera hejuru ko ndi Umututsi rwose. Hanyuma? Nari kongeraho se ko hari n'icyo mpfana n'Abahutu bangize imfubyi? Njye ubwanjye sinari nkimenya igice mbarizwamo. Umututsi cyangwa Umuhutu? Wenda sinari kimwe cyangwa ikindi, cyangwa se nta na kimwe nari cyo, ariko icyo nari nzi neza cyo sinari kuba kimwe ngo ndeke ikindi. Narambitse umutwe ku meza maze ndeka amarira aba ari yo asubiza urusaku rw'abanyeshuri. Numvaga ngaragaye ku mpamvu mbi zishoboka zose.

Sugira aranyegera amfata akaboko, ati, "Ngwino tugende."

Ndamubaza nti, "Hehe?"

"Mperekeza ahantu... Ndakwereka."

Agomba kuba yarashakaga kumpisha amaso akwena y'abanyeshuri twiganaga.

Twagiye kwicara mu busitani bw'ibyatsi byuje amahoro, hafi y'ishuri twigagamo. Akura agatambaro mu mufuka w'ipantaro, maze ampanagura amarira. Nitegerezaga izo ndabyo z'amabara n'amasena atandukanye zari zitatse ubwo busitani, ngatangazwa n'uburyo zajyaga zisangira amazi ava mu kirere ndetse n'ava mu butaka, maze zahaga zikanyeganyega ngo zihumeke akayaga keza, ariko ntizikomane ngo zibabazanye. Wenda Muntu na we yari akwiye kwiga igisobanuro cyo kubana mu mahoro adakomana n'ibimukikije.

Mu gihe nkitwawe n'ibyo bitekerezo, ijwi rya Sugira rirankangura. Ati, "Ntunezeze Kayitesi uha agaciro ibyo yavuze. Yagize nabi cyane kukwitiranya n'abishe umuryango wawe."

Sugira ntiyari azi ukuri kose. Yari anzi nk'Umututsi. Twiga mu mashuri abanza, iyo mwarimu yabaraga abanyeshuri akurikije indangabwoko zabo, nahagurukaga mu Batutsi. Mu Rwanda, abana bafataga indangabwoko ya ba se. Nari ntewe isoni n'agahinda no kuba mu nshuti zanjye zose, Umuhutu ntajyaga nitaho, ariwe wari urimo kumpanagura amarira akoresheje ibiganza bye.

Igihe cyo gutaha kigeze, Sugira amperekeza ku modoka ya Data wacu. Ndamushimira, ndamusezera.

Data wacu arambaza ati, "Karabo, wabaye iki?"

"Ndamusubiza nti, "Nta cyo."

"Nta cyo? Hanyuma ayo maso y'ibishirira?"

"Nta kibazo. Nta cyo."

Aranyinginga ngo mubwire icyo nabaye, ariko sinashoboraga kubona amagambo yasobanura ko umutima wanjye watukuraga kurusha amaso yanjye.

Tugeze mu rugo, ndiruka njya kwihisha mu cyumba cyanjye. Ndambika umutwe ku gitanda, maze mpumiriza amaso. Nashakaga kubona umwijima gusa. Nashakaga kubona ubuzima budafite ubugingo. Namaze iminsi itatu nta jambo risohoka mu kanwa kanjye. Umuntu wenyine wajyaga anyegera akansuhuza turi ku ishuri yari Sugira. Rimwe na rimwe, Kazuba na Mutoni bajyaga banyeganyeza iminwa bakamwenyura bya kiryarya. Ntibabonaga umwanya wo kunyegera ngo dutere ibiparu. Basaga nk'aho bari baremeye ibyo Kayitesi yari yaramvuzeho. Amatwi yanjye yakiraga ibyo abanyeshuri twiganaga banzimuraga igihe cyose nabaga ntambutse.

II

Ku cyumweru, sinari mfite gahunda yo kujya mu misa. Shema ansanga nicaye ku ntebe mu ruganiriro, maze ati, "Yezu yakunyoherejeho. Aragushaka uyu munsi."

Nti, "Shema, umbabarire ntutangire za nzenya zawe. Wahuriye he na Yezu?"

"Yambonekeye mu nzozi. Yavuze ngo abarushye n'abaremerewe bamusange aruhure roho zabo. Nkwitegereje, nsanga ari wowe yavugaga. Si byo?"

Ndamusubiza nti, "Byashoboka. Simfite umutwaro umwe gusa, ahubwo mfite umusozi wayo."

Twafashe inzira igana kuri Katedrali yitiriwe Mutagatifu Mikayire. Umupadiri mu ikanzu yera yari ahagaze nk'umumalayika-rusifero imbere y'imbaga y'indyarya z'Abanyarwanda bibeshyaga kuba abatagatifu bagana ijuru. Naraturitse ndarira. Ahari gusubira ku idini rya gakondo byari kubadura uburakari bw'abakurambere. Abanyarwanda bari barasanze ibyoroshye ari ukwambaza Mutagatifu Petero na Mutagatifu Pawulo batari basobanukiwe iby'imigezi yatembaga amaraso n'imitima yari ishegeshwe n'ibikomere.

Tumaze gusangira umugati, Padiri ati, "Amahoro abane na mwe."

Mu nzira dutaha, tutarinjira mu rugo, mbere y'uko musoma musezera, mbwira Shema nti, "Wakoze."

Arambaza ati, "Kubera iki?"

Nti, "Wakoze kunyinginga ngo njye mu misa."

Ati, "Hanyuma se imitwaro? Yooo, wibagiwe kuyiha Yezu ngo ayiguture. Reba, uracyayifite."

"Shema, ndeka. Ntiwumvishe Padiri avuga ngo amahoro abane nanjye? Reka ngende. Wirirwe."

Atangaye ati, "Ngaho genda. Wirirwe."

Nirukira mu rugo. Nagombaga kuvugana na Data wacu. Nari nafashe icyemezo cyari kubabaza Shema. Sinari nizeye ko Data wacu anyemerera, ariko ntibyari kumbuza kubimusaba.

Nti, "Mwiriwe mubyeyi. Hari icyo nifuzaga kuganira namwe."

Arambaza ati, "Byagenze bite mwana wanjye? Maze iminsi nsoma umubabaro mu maso yawe."

Sinashakaga kumubwira uko abanyeshuri bari bankwennye ku ishuri. Nari mfite ubwoba ko yantonteka kurushaho yongera kunyibutsa ko nkwiye kumva ko benshi bafataga nk'amashitani Mama wanjye na bene wabo b'Abahutu. Ariko nta kundi byari kugenda. Nagombaga kumubwira ukuri kose kw'ibyari byambayeho ku ishuri. Ni we wenyine washoboraga kumpa icyo nifuzaga.

Arambaza ati, "Ugize uti, 'umwana mwigana yagukwennye?' Ibyo si byiza. Abayobozi b'ishuri babivuzeho iki? Ntugire ikibazo. Ejo, tuzajyana ku ishuri."

Data wacu yari arakaye. Ntiyifuzaga ko abandi bambwira ibyo we yahoraga ambwira. Kuri we, nari umukobwa wa murumuna we, ariko ku bw'ibyago, wabyawe ku Muhutukazi. Sinari nzi uburyo yifuzaga gukemura icyo kibazo. Hari hashize iminsi bimbayeho, kandi sinashakaga gukoma rutenderi.

Ndamubwira nti, "Ibyiza ni uko mutajya ku ishuri. Nta kibazo mfite. Icyakora singishaka gusubira kuri ririya shuri."

Ati, "Erega ndakumva kibondo. Abahutu bakoze ishyano. Imitima ya benshi irakomeretse. Ntibashaka ikintu icyo ari cyo cyose cyabibutsa Abahutu."

Uwo yari Data wacu Kamanzi. Uko niko yatekerezaga Abahutu.

Ndamusubiza nti, "Iyaba byankundiraga ngo nanjye mbangire uko bababaje umuryango wanjye. Ntibishe Data n'abavandimwe banjye gusa, ahubwo bongeyeho no kuntandukanya n'igituza cya Mama. Abanyita Umuhutukazi batuma ntashobora kwanga Abahutu. Sinabanga kandi buri munsi nibutswa ko amaraso yabo antembera mu mitsi. Ndashaka kuva muri iki gihugu."

Namubwiye ko nashakaga kujya kuba muri Kenya kwa Data wacu wundi witwaga Rutayisire. Muri Kenya niho nibura ntari kujya mpura n'intagondwa z'Abahutu zangize imfubyi, cyangwa intagondwa z'Abatutsi zanshinjaga ibyakozwe na bene wacu b'Abahutu. Data wacu ntiyahise yemera igitekerezo cyanjye. Ariko narakomeje ndamwinginga.

Bigeze aho aremera. Ati, "Ngaho, nzabivugana na Rutayisire."

Icyifuzo cya kabiri cyari uruhushya rwo kujya gusura Devota bucyeye bw'aho. Data wacu yararumpaye ariko yongeraho ko Shema agomba kumperekeza. Narabyanze ndamwinginga ngo andeke nzijyane.

Ati, "Urashaka kwijyana i Gikondo wenyine?"

Nti, "Nta kibazo mubyeyi. Nzafata bisi ica mu Rugunga."

Ansaba ko nategereza umunsi wo kuwa gatandatu kugira ngo azanyijyanireyo. Ndamuhakanira. Nagombaga kuganira na Devota turi twenyine. Ni we wenyine washoboraga kumva agahinda kanjye.

Ku ishuri, ku munsi wakurikiyeho, Kazuba na Mutoni

baranyegereye baramvugisha. Bambwiye ko ntagombaga kwita ku byo Kayitesi yari yaravuze ngo kuko bari bamenye ukuri. Sinabasubije. Bari bamaze guhamya ko bari barankuyeho icyizere. Nibazaga ukuntu bizagenda igihe bazamenya ko mu byo Kayitesi yari yaravuze harimo n'ukuri.

Sugira, wariho afata intebe y'inshuti nziza, ansanga mu kibuga cya basketball, mpagaze nk'umukinnyi udafite abo bakinana. Amaze kundamutsa, ajugunya ikiganza mu gikapu cye kinini cy'ubururu, maze ampereza bombo, ati, "Nyunguta iyi bombo. Reka yongere uburyohe mu buzima bwawe."

Ndamwenyura nti, "Urakoze." Sinari mfite intege zo gutekereza ku gisobanuro cy'iyo ncamarenga.

Nyuma y'amasomo, ku mugoroba, mfata inzira igana i Gikondo kwa Devota. Nagize amahirwe musanga ari wenyine. Musaza we Muhire ntiyari ahari. Uruhinja rwa Devota rwakuraga neza. Rwashoboraga gukurikiza amaso intoki zanjye, ndetse rugasa nk'urumwenyurana inseko itagira amenyo.

Mbaza Devota nti, "Nyibutsa. Harya umwana yitwa Mbabazi? Mbabarira nkunze kwibagirwa."

Ati, "Yego, yitwa Mbabazi."

Nti, "Kuki wamuhaye izina ritakigezweho?"

"Nashakaga ko izina rye rinyibutsa ko nkwiye kubabarira ise Abdullah. Ninzajya mpamagara izina rye, nzajya nibuka ko ijambo 'imbabazi' rikiba mu nkoranyamagambo y'Ikinyarwanda."

Nti, "Devota bite? Uzahanagura ryari amarira atemba ku matama yawe?"

"Karabo, nzarira kugeza igihe nta marira azaba ansigaye mu gihanga. Sinshobora kurera uyu mwana Naramuhyaye ariko sinshobora kumubera nyina. Iyaba nashoboraga kumuha abandi bamukeneye. Simushaka. Sinshaka kurera umwana wabyawe n'Umuhutu w'umwicanyi. Oya, nta byo nshaka."

"Devota, reka kuvuga utyo. Mbabazi ni umwana wawe."

"Yego, naramubyaye, ariko simushaka. Sinari kubyara uyu mwana iyo ntakorerwa ishyano na se. Ni urubuto rw'ikibi cyambayeho. Ikindi kandi, Sinashobora gukomeza gutotezwa na musaza wanjye Muhire. Iyo umwana arize, Muhire antera ubwoba ko aribumwice niba ntashoboye kumucecekesha."

Uko nari nteze amatwi Devota, nitegereza n'umwana wari wikoreye umutwaro w'ibyaha bya se, akikorera n'agahinda ka nyina, sinabashije kwihangana. Nti, "Devota, sigaho. Ntiwongere ndakwinginze. Icyaha Mbabazi yakoze ni ikihe? Ntiwamutwise mu nda yawe? Si wowe wamubyaye? Ijanisha ry'amaraso ya Abdullah afite ringana rite? Ni iki kiguha uburenganzira bwo kumwita Umuhutu aho kuba Umututsi? Uramwita umwana w'Umuhutu, kuki se ataba umwana wabyawe n'Umututsikazi?"

Devota ati, "Karabo, Karabo, nyumva."

Nti, "Oya, nawe nyumva. Mbabazi ntiyari mu bakoze ubwicanyi. Kubera iki ushaka kumwikoreza umusaraba w'ibyaha bya se?"

Ati, "Karabo, mbabarira. Bikugendekeye bite? Kuki urimo kuvugira hejuru? Ntabwo nsobanukiwe ikikubayeho."

"Devota, mbabarira ko mvugiye hejuru. Ntabwo uzi ibyambayeho ku ishuri. Umwe mu bo twigana yabwiye ishuri ryose ko ndi Umuhutukazi, kandi ko umuryango wanjye ari uw'abicanyi. Maze ngize ngo ndahakana, yisobanura avuga ko azi Marume Rwasibo. Ngaho mbwira... Abahutu banyiciye umuryango. Barandashe, ngendana uruguma. None uyu munsi ... Uyu munsi, umuntu agahagarara ku birenge byombi akanyita Umuhutukazi. Ibyo urabyumva?"

Devota aranyegera ansaba kurambika umutwe ku gituza cye, maze ati, "Rekeraho kurira. Abo bakwita Umuhutukazi ntibakuzi neza."

Ndamusubiza nti, "Devota, uranduta kandi ndakubaha, ariko ngomba kukubwira icyo ntekereza. Nta mpamvu ufite yo kwanga Mbabazi. Na we yagiriwe nabi n'ubuhemu bwa se. Ntiyasamwe mu rukundo nk'abandi bana. Yasamwe n'umubiri wa nyina wari warahogojwe n'agahinda, arwana no Kugirango adapfa. Ibyo waciyemo byose ufite Mbabazi mu nda yawe, ubwoba wari ufite, agahinda kari kakunize, byose byamugeragaho, kandi we atari anafite n'ubushobozi bwo gusobanukirwa ibyari biriho kuba. Ntiyafashije se kugufata ku ngufu, cyangwa kwica mukuru wawe. Yari ku ruhande rwawe, asangira nawe agahinda kose. Urabyumva? Ndakwingize umukunde nk'uko agukunda. Umva agahinda ke. Mufashe kandi umwereke ko nta cyo azaba muri iyi si. Mumare impungenge n'ubwoba afite. Mbabazi ntagomba kwikorera umusaraba w'agahinda ka we, cyangwa se uw'ibyaha bya se."

Devota aransubiza ati, "Karabo, ibyo uvuga harimo ukuri, ariko ndakwinginze unyumve. Sinshaka kwanga Mbabazi, ariko nanga interabwoba abyutsa muri njye. Sinshobora kwibagirwa ibyo se yankoreye. Igihe cyose ndebye Mbabazi, nongera gukina firimi y'igihe se yanyuriraga ku ngufu. Sinkiri umukobwa, sindi n'umugore. Abandi babyara ibinyendaro kuko baryamanye n'abakunzi babo mbere y'ubukwe. Babikora mu izina ry'urukundo kandi bakitegura ingaruka za byo. Ariko ndeba unyitegereze, kubera iki njyewe? Kubera iki?"

Mfata agatambaro muhanagura amarira. Maze mubwira ibyo nari naganiriye na Data wacu ndetse n'uko nifuzaga kujya kuba muri Kenya, ahataba Abahutu n'Abatutsi.

Arahigima ati, "Karabo, kuki ushaka kunsiga njyenyine muri uru Rwanda rucuze umwijima?"

Ndamusubiza nti, "Devota, ndakwingize, ntubyange. Sinshobora kugenda utampaye umugisha."

Ati, "Nshuti yanjye, urashaka guhunga igicucu cyawe. Uyu munsi, baravuga nyokorume. Ejo, nyoko nagaruka, uzamwihakana?"

Nti, "Kubera iki ntamwihakana? Ni nde uzi impamvu atigeze aza kunshaka?"

Ati, "Wivuga utyo. Nta nubwo uzi niba akiriho cyangwa yarapfuye."

Bwari butangiye guhumana. Nsezera Devota, ndataha.

Igihe nendaga kugera aho bisi zahagararaga, numva ijwi ry'umugore risakuza rimpamagara mu izina. Ndambuka njya ku rundi ruhande rw'umuhanda. Yari Mukamana twahoze duturanye mu Biryogo, akaba umugore wa Gakiga, Umuhutu wabaga mu mutwe w'abicanyi. Uburakari n'ubwoba byose byaranigaguye.

N'ijwi rirerire, uwo mugore arongera arampamagara, ati, "Karabo."

Abantu bari bahagaze hakurya y'umuhanda bati, "Wa mukobwa we, uriya mubyeyi si wowe ahamagara?"

Mbaza Mukamana nti, "Uranshakaho iki?"

Yambuka umuhanda aransanga. Ati, "Yooo, Karabo, ndishimye ko ukiriho. Bari barambwiye ko mwese mwapfuye."

Nti, "Bari barakubwiye? Cyangwa wifuzaga ko twese twaba twarapfuye? Ihangane rero ndacyariho. Ngaho mva mu maso. Ndeka nigendere."

"Wivuga utyo. Nashakaga kukubwira gusa ko nari ndi kumwe na Mama wawe muri Zayire. Twari twarasezeranye kuzagarukana mu Rwanda. Ariko umunsi wo kugaruka, nagiye kumureba sinabasha kumubona. Sinabajije aho yari yagiye, kuko nari mfite ubwoba ko musaza we yanyica. Mama wawe bari baramwumvishije ko mwese mwapfuye. Musaza we Rwasibo yamubwiye ko ubwe n'amaso ye yiboneye imirambo yanyu."

Naracecetse. Sinari kuganyira agahinda kanjye Mukamana. Umutwe wanjye wari uremereye ijosi. Umutima wanjye washakaga gutoroka igituza. Nasezeye kuri Mukamana ndiruka.

Arangurura ijwi ati, "Hanyuma se barumuna bawe? Nabo baracyariho?"

Sinamusubiza.

Shema yari ahagaze mu marembo yo kwa Data wacu. Ati, "Uvuye he muri iri joro?"

Nti, "Kwa Devota."

Ati, "Bite se ko utansuhuza?"

Ndamusubiza nti, "Shema ndakwinginze. Ndananiwe. Ngiye kuryama."

"Kubera iki urimo urankorera ibi? Nagukoreye irihe kosa?"

"Shema, ntugire ikibazo. Nta kosa wankoreye."

Sinashoboraga kubwira Shema icyari cyanteye agahinda. Sinari kwihanganira kwangwa na we.

Nuko igihe nkimwinginga ngo andeke ngende, arankurura arampobera, arambumbatira cyane, maze ati, "Nubwo ntazi icyaguteye agahinda, ndifuza ko umenya ko ndi kumwe nawe mu bikugoye byose."

Amagambo ye yakuruye amarira yanjye. Ndyama mu gituza cye nk'igihe cy'iminota makumyabiri. Maze gutura imitwaro yanjye yose ku ntugu ze, niruka ngana mu cyumba cyanjye. Nkebutse inyuma, mbona Shema na we amarira yamuzenze mu maso.

Uwo mugoroba sinasangiye ifunguro na Data wacu

Kamanzi. Namubwiye ko umutwe wandyaga. Ambaza icyandizaga ariko sinasubiza.

Mu gitondo, nsaga Data wacu Kamanzi mu ruganiriro, nti, "Sinkishaka kujya muri Kenya. Sinshaka guhunga igicucu cyanjye. Ndi Karabo, umukobwa wabyawe n'Umututsi Kalisa ndetse n'Umuhutukazi Musanabera. Uko ni ukuri ntashobora guhindura.

Aransubiza ati, "Mwana wanjye, uradufite twese umuryango wawe."

III

Shema, wafatwaga nk'umwana mu rugo birenze kuba gusa
umwe mu basirikare barindaga Data wacu Kamanzi, yari
yaroherejwe kwiga mu ishuri ryisumbuye rya Rwamagana.
Data wacu ni we wamurihiraga amashuri. Najyaga nibaza
niba Data wacu, wari umaze kugeza ku myaka mirongo ine
n'itandatu, yari afite igitekerezo cyo kuzashaka umugore.
Yagiraga inshuti nyinshi z'abakobwa, ariko bisa nk'aho
nta mukunzi urimo. Yari yaratwawe n'akazi gusa, atita ku
zindi nkingi z'ubuzima bwe, cyangwa se ahari ntiyifuzaga
kuganira na njye iby'ubuzima bwe bwite.

Kuwa 07 Mata 1998, Data wacu Kamanzi yateguye
igikorwa cyo kwibuka abacu bahinduwe ivu mu
itsembabwoko ryakorewe Abatutsi. Umutwe warandyaga
bikabije. Igituza cyanjye cyasaga nk'ikigiye gusaduka.
Ibibuye biremereye byari bintsikamiye umugongo. Nari
mfite interabwoba z'umunsi Abahutu b'impirimbanyi bateye
iwacu, barangurura izina rya Papa. Iyo abantu bambazaga
uko byagenze uwo munsi, naravugaga nti, "Ndibuka umunsi
batwiciyeho —" Maze hakagira unyibutsa ko nkiriho.
Ukuri ni uko kuva kuwa 07 Mata 1994, nari narasinyanye
amasezerano n'urupfu. Abahutu b'impirimbanyi bari

barajugunye Papa na barumuna banjye mu cyobo rusange hamwe n'izindi nzirakarengane z'itsembabwoko zigera kuri magana abiri. Byari bigoye kubakura muri urwo rwobo ngo bashyingurwe mu cyubahiro.

Nk'uko Data wacu Kamanzi yari yabigennye, nyuma ya misa yo gusabira abacu bapfuye kuri Katedrali yitiriwe Mutagatifu Mikayire, twagiye mu Biryogo gushyira indabyo ku butaka bwari butubikiye abacu. Umwanya w'ijambo wari wateganyijwe ku mugoroba wo kwibuka mu rugo rwa Data wacu Kamanzi mu Kiyovu.

Igihe cy'ijambo kigeze, Data wacu aba ari we ubimburira abandi. Yavuze inkuru y'ibyabaye ku muryango Papa yavukagamo. Byinshi muri byo Papa yari yarabimbwiye mbere yo gupfa. N'ijwi ryari ryaheze mu muhogo, Data wacu yibutse umunsi sogokuru yiciweho mu mwaka w'i 1963, ndetse n'uburyo umuryango wabo wahungiye i Bugande. Babiri muri bo gusa nibo bari barasigaye mu Rwanda, Papa na Data wacu Rutayisire. Mu mwaka w'i 1973, igihe habaga imvururu muri Kaminuza nkuru y'u Rwanda, Data wacu Rutayisire na we yaje guhunga igihugu.

Data wacu Kamanzi yageze aho aceceka umwanya muto, nk'aho yashakaga kubanza gutondeka amagambo, maze akomeza agira ati, "Umutima wa Kalisa wari umuziranenge ku buryo atajyaga yemera ko hari abantu baremanywe urwango mu mitima yabo. None ndebera ibyamubayeho ..." Antunga intoki yongeraho ati, "Reba umukobwa we, nyina ari he?"

Nirukiye mu cyumba cyanjye. Bivugiraga gusa Papa. Bivugiraga gusa umuryango wabo. Nta n'umwe wibukaga ko umuryango bavugaga ari uwanjye. Nibutse inkuru ya Rukundo Papa yari yaranganiriye. Rukundo yari umwe mu bagaragu ba sogokuru. Sogokuru amaze kwicwa, Rukundo, wari Umuhutu, yafashije umuryango wa Papa kwambuka bajya i Bugande. Ntiyari yarigeze agaruka mu Rwanda. Yabanye n'impunzi z'Abatutsi mu nkambi za Nyakivale iyo mu Bugande. Abahungu be babiri, Muhizi na Mugisha bafatanyije urugamba n'Inyeshyamba Nkunda-gihugu. Naribajije nti, *Kuki Data wacu Kamanzi atekereza ko Abahutu bose ari babi? Hanyuma se umuryango wa Rukundo?* Nifuzaga gusubira mu ruganiriro ngo nibutse Data wacu Kamanzi ibya Rukundo, maze mubwire ko yibeshyaga kuri Mama. Ariko sinashoboraga gushyogozanya na Data wacu.

Nimugoroba, ubuzima busubira uko bwari busanzwe. Ijoro ryatashye abashyitsi benshi ndetse na bamwe mu bo mu muryango basezeye. Ariko, hakaba inkumi imwe yasaga nk'idafite gahunda yo gusohoka muri iyo nzu. Uwo yari Jane Birungi, umwe mu nshuti z'abakobwa zajyaga ziza gusura Data wacu Kamanzi.

Hanze mu gicucu cy'urumuri rw'ukwezi, nari ndi kumwe na Shema. Twari dufite uburyo bwacu bwo guhanagurana amarira. Nari mfite ubwoba ko Data wacu yasohoka agasanga iminwa ndetse n'imibiri yacu byamatanye. Ariko, ahari, na we yari arimo gushyushya umubiri we ngo aze kubona uko ahuza urugwiro n'uwo muhoza we.

Bigeze nka saa tanu z'ijoro, nsezera Shema njya kurambika umubiri ku gitanda.

Nabyutse mu gitondo igifu kirimo ubusa. Nagombaga gutegereza Data wacu Kamanzi ngo dusangire ifunguro rya mu gitondo. Nyina ndetse n'abandi bo mu muryango bari bajyanye na Data wacu Rutayisire i Nyanza gushyira indabyo ku gitaka cyari gicumbikiye bene wacu benshi bishwe mu itsembabwoko ryakorewe Abatutsi. Data wacu Kamanzi we ntiyari yabashije kujyayo. Bigeze nka saa tatu n'igice, naretse gukomeza gutegereza Data wacu, nsuka icyayi cy'i Rwanda mu gakombe gato k'umweru. Nyuma,

Data wacu Kamanzi na Birungi baje gusohoka mu cyumba cyo kuraramo. Birungi yari yambaye agakanzu k'ijoro k'umweru kabonerana.

Bombi bamwenyurana isoni, barandamutsa bati, "Waramutse."

Nahishe amaso. Igitinyiro cyari gisanzwe mu maso ya Data wacu cyari cyayoyotse.

Data wacu ati, "Karabo, ikomereze kibondo. Turaza mu kanya."

Nti, "Yego."

Bajyanye mu bwiyuhagiriro. Byasaga nk'isindarukundo. Birungi na Data wacu Kamanzi bamaze umunsi wose bakina nk'inyoni zishondana iminwa. Nyamukobwa yatashye nimugoroba.

Namaze iminsi ibiri ntegereje ko Data wacu Kamanzi agira icyo ansobanurira. Ariko se nari nde wo kubaza ibisobanuro? Naribazaga nti, *Ese njye namubwiye iby'urukundo rwanjye na Shema?*

Kuwa gatandatu nimugoroba, Data wacu yansabye kumusanga mu ruganiriro ngo tuganire. Ati, "Karabo, ngiye gushinga urugo vuba aha. Uramuzi. Ni Birungi. Yari hano ejobundi."

Ndamusubiza nti, "Ndishimye cyane. Nari narategereje umunsi muzashakira umugore."

Ati, "Mu minsi ya vuba uzaba ufite undi mubyeyi. Ntekereza ko utari wishimiye kuba ari wowe muntu-gore wenyine uba muri uru rugo."

Data wacu yari avuze ukuri. Kuba Shema yarigaga i Rwamagana, kure ya Kigali, byari byaratumye nicwa n'irungu. Birungi yari afite uburanga buhebuje. Yari muremure, n'inseko itatswe n'inyinya.

Ubukwe bwatashywe muri Kanama 1998. Bwari bwahuje bene wacu benshi. Abagore n'abakobwa bari bakenyeye kandi biteye imishanana y'amabara. Abagabo bo bari bambaye amakositimu y'abanyaburayi, uretse abasheshakanguhe b'i Nyanza bari bambaye imikenyero y'umukara n'umweru, ngo badahemukira umuco w'i Rwanda. Njye nari nibereye mu gakanzu k'iroza, nafunze imisatsi nyiganisha inyuma. Ubukwe bwo mu kiliziya bwabereye kuri Katedrali yitiriwe Mutagatifu Mikayire. Umugeni n'umukwe binjiye kandi basohoka bashayaya mu nzira ikikijwe n'abasirikare bazamuye inkota zabo hejuru, byasaga nk'ibishushanya igisenge kibakingira icyabahungabanya cyose. Umuziki w'ibyuma byabugenewe wari wakorewe guherekeza intambwe zabo. Inseko isandaye mu maso ya Data wacu yasobanuraga akanyamuneza kari kamwuzuye umutima kuri uwo munsi utazibagirana mu buzima bwe.

Bucyeye bw'aho, Data wacu Kamanzi n'umugore we Birungi bajya kuryoherwa ukwezi kwa buki mu Ruhengeri. Nta kibazo nari ntewe no gusigara i Kigali. Shema yari mu biruhuko. Wenda na twe twari gusubukura umukino w'isindarukundo.

Umunsi umwe twari turimo kuganira kuri Data wacu Kamanzi n'umugore we Birungi, maze Shema ambwira ikintu cyanteye kongera gushidikanya ireme ry'urukundo rwacu.

Ati, "Wabonye uburyo Birungi asa na bike? Agaragaza neza uburanga bw'Umututsikazi nyawe. Asa nk'uko bajya bavuga Abahindiro basaga. Iyo nitegereje mu maso he, mpita ntekereza ubwiza Mama wawe yari afite."

Umutima waransimbutse, ariko nkomeza umwuka ngo Shema ataza kubona ko amagambo avuze anteye kwikanga. Mama wanjye yari mwiza, ariko ntiyasaga na Birungi cyangwa nanjye. Birungi yariraburaga, Mama yari inzobe. Ikindi, Mama yari Umuhutukazi, kandi hariho abajyaga bavuga ko Abahutukazi batagiraga uburanga buhebuje.

Nti, "Kuki utekereza ko Birungi asa n'uko Mama yasaga? Mama ntiyiraburaga."

Ati, "Icyo nzi cyo ni uko yari afite ubwiza buhebuje. Ndacyeka aho wakuye ubwo buranga. Ariko se ndateshaguzwa mu biki? Ntakiri kuri iyi si. Abahutu batagira umutima baramwishe."

Nshobewe nerekeza imboni ku butaka, maze nkura umwanda udahari mu nzara. Ugushishira kwamvunaguraga amagufa y'umutima. Nti, "Uti?"

Ati, "Karabo, nanga Abahutu n'umutima wanjye wose. Sinzigera na rimwe mbababarira, nubwo Leta yakomeza ite gucuranga indirimbo z'ubwiyunge. Sinshobora no guha intoki zanjye Umuhutu cyangwa undi wese ufite icyo apfana na bo."

Amagambo arantoroka anyerera ku rurimi, maze nti, "N'ufite icyo apfana na bo?"

Ati, "Yego, n'ufite icyo apfana n'Abahutu kugeza ku gisekuruza cya munani. Bose ni abagome."

Ndamubwira nti, "Shema, dushobora gukomeza ikiganiro ku Bahutu undi munsi? Ndakwingize."

Ati, "Karabo, rwose mbabarira. Umubiri wanjye wose uravunagurika iyo ijambo Umuhutu ryambukiranyije ubwonko bwanjye."

Shema yahekenyaga amenyo ari nako yikubita mu gituza.

Nti, "Mbabarira gato. Hari icyo ngiye kuzana. Ndagaruka mu kanya."

Nirukiye mu cyumba cyanjye, mvunira urufunguzo mu rugi, maze ndyama ku gitanda mpfumbase umusego wanjye utukura. Nemeranyaga na Shema. Impirimbanyi z'Abahutu zari zarakoreye imiryango yacu ibitavugwa. Nari mbabajwe n'uko Papa yari yarashatse Umuhutukazi.

Naribazaga nti, *kuki Papa yavanze amaraso yacu ya gitutsi n'amaraso y'Abahutu?* Nkongera nkibaza ukuhe kuzimu nari kuzakuramo imbaraga zo kubwira Shema ko nubwo twari dusangiye umusaraba wo kuba twararokotse itsembabwoko, Mama yari Umuhutukazi, washoboraga no kuba akiriho?

Ku wa gatanu, umunsi Data wacu Kamanzi n'umugore we Birungi bagombaga kugarukiraho, bavuye mu kwezi kwa buki, umucungarembo yarampamagaye. Sugira twiganaga yari aje kunsura nk'uko yari yarabinsezeranyije. N'ituze yari asanganywe mu maso ye, wabonaga noneho afite n'isoni. Maze kumuramutsa, namwakirije icyo kunywa gikonje. Ikiganiro cyanjye na Sugira cyarangiriraga mu kuvuga iby'ubuzima bw'ishuri, ndetse n'inkuru z'abanyeshuri twiganaga. Yahoranaga igitabo mu biganza, agacishamo akambwira ku byo yabaga asoma, inkuru zo mu ntambara ya mbere y'isi, ibitekerezo bya Jean-Paul Sartre cyangwa se amateka y'u Rwanda nk'uko yanditswe na Alexis Kagame.

Igihe naganiraga na Sugira, Shema yinjira mu ruganiriro, azamura ibitsike nk'usuhuza Sugira ariko ntiyagira ijambo asohora mu kanwa. Yasohotse adategereje ko mubwira amazina y'uwo mushyitsi. Ijisho rye ry'agasuzuguro ryari ryanyeretse ibyo ari byo, ariko ndirengagiza ngo Sugira atamenya ko atari ahawe ikaze na bose muri urwo rugo.

Hashize iminota mike, Sugira arasezera, maze agana ku muryango, arambaza ati, "Wowe se uzansura ryari?"

Nti, "Simbizi. Mbwira igihe nazazira."

Nanjye nari mfite amatsiko yo kubona iwabo wa Sugira. Nashakaga kumenya neza uwo yari we ndetse n'umuryango wamureze.

Ati, "Ushobora kuzaza ku cyumweru niba nta cyo bigutwaye."

Nti, "Nzaza ku wa gatandatu w'icyumweru gitaha."

Ati, "Ni byiza, nta kibazo."

Naramusezeye nsubira mu rugo.

Shema yari antegereje asa n'inkuba ishaka kwahuranya ikiri mu nzira cyose. Ati, "Iriya ngirwa-musore ni nde?"

Nti, "Ni Sugira, wa wundi twigana. Ni wa muhungu nakubwiye ujya unsobanurira imibare iyo byanshobeye."

Avuga aninura ati, "Ndabyumva. Imibare yigwa neza iyo bayikwigishirije mu ntebe y'uruganiriro rwo kwa so wanyu. Si byo? Karabo, ni iki koko uhuriyeho n'uriya Muhutu? Ntumbwire ko umbanyikanyije na we?"

Nti, "Ngo iki? Umfata se nk'umukobwa ushobora gutendeka abahungu? Niba ushaka kunyumva, ndakumenyesha ko indangabwoko ya Sugira, iyo ari yo yose, idakuraho kuba ari umunyeshuri twigana."

Nshenguwe umutima n'amagambo ya Shema, nirukira mu cyumba cyanjye. Sinifuzaga kongera kujya mu kiganiro cy'Abahutu n'Abatutsi.

Hashize amasaha make, Shema ansanga nicaye mu ruganiriro, nywa icyayi, ndeba televiziyo, ansaba imbabazi, maze amahoro arongera arahinda.

Hashize icyumweru, kuwa gatandatu, umunsi wo gusura Sugira uragera. Nabeshye Data wacu ko nifuzaga kujya kwa Devota. Ntiyari kumpa uruhushya rwo kujya gusura umuhungu wo mu muryango atari azi. Nurira bisi yaganaga Kicukiro. Inzu y'iwabo wa Sugira ntiyari kure yo ku isoko. Mpageze nkomanga ku rugi. Umucungarembo ambaza uwo nshaka. Musubiza ko nje kureba Sugira. Ansaba gutegereza. Imodoka ya benzi ya se wa Sugira yari iparitse muri urwo rugo.

Hashize iminota mike, Sugira araza, ampereza umukono, maze antumira kwinjira mu nzu. Ababyeyi be bari bicaye mu ruganiriro. Barahaguruka.

Ise wa Sugira ati, "Urakaza neza. Twari tukwiteguye. Sugira yari yatubwiye ko ategereje umushyitsi w'imena uyu munsi."

Nigira imbere kuramutsa nyina wa Sugira.

Ati, "Urakaza neza iwacu Karabo. Yezu akuzwe."

Amaso nayarebesheje hasi ku itapi y'amabara y'imparage yari itatse uruganiriro rw'iyo nzu, ndasubiza nti, "Iteka ryose."

Arahindukira acyebura Sugira ngo anyakirize icyo kunywa. Yampaye umutobe w'inanasi. Ababyeyi ba Sugira bakomeje kunganiriza. Bambajije amakuru y'ababyeyi banjye, mbabwira ko mbana na Data wacu, kandi ko araho. Nyuma y'iminota mike, ababyeyi ba Sugira baje gusohoka umwe nyuma y'undi, badusiga twenyine.

Mbwira Sugira nti, "Ufite ababyeyi b'imfura."

Ati, "Urakoze." Ntiyagira irindi jambo yongeraho.

Twaganiriye inkuru zo ku ishuri n'iz'abo twiganaga. Hashize nk'igihe cy'isaha, mubwira ko ngomba gutaha mbere y'uko bwira.

Ati, "Reka mpamagare Papa na Mama."

Ise wa Sugira yansabye ko yangeza iwacu mu Kiyovu. Ariko amaze kwatsa imodoka, yibuka ko hari icyo yari yibagiwe. Ati, "Karabo, hari ikibazo tubanje kujya ku kibuga cy'indege mbere y'uko nkujyana iwanyu? Tugiye kwakira se wa batisimu wa Sugira ugarutse mu Rwanda nyuma y'imyaka myinshi aba hanze."

Ndemera, dufata inzira igana ku kibuga mpuzamahanga cy'indege cya Kigali.

Twarindiriye nk'iminota cumi n'itanu mbere y'uko se wa batisimu wa Sugira atunguka. Nagize ngo amaso yanjye arasaze. Nashatse kurigita ngo nihishe birananira. Se wa batisimu wa Sugira yari musaza wa Mama, Gasana. Ntabwo nari kubicyeka rwose. Gasana yari yaragiye kwiga mu Burusiya igihe u Rwanda rwacumbaga umuriro w'itsembabwoko ryakorewe Abatutsi.

Abwira se wa Sugira ati, "Kamana, mbere y'uko nkuramutsa, banza umbwire aho wakuye umwana wa Musanabera."

Undi ati, "Musanabera wuhe se? Uravuga nde? Ntabwo nsobanukiwe."

"Musanabera mushiki wanjye, wa wundi wari warashakanye na Kalisa. Bari barambwiye ko nta mwana wabo n'umwe warokotse. Cyangwa ndarota? Ndabinginze nimumbwire."

"Sinzi ibyo uvuga. Uyu mwana w'umukobwa ni inshuti ya Sugira. Barigana. Nkubwije ukuri, sinari nzi ko ari umwishywa wawe."

Marume Gasana ati, "Yooo, Mana yanjye. Iki ni igitangaza. Yezu yahuje inzira z'abana banjye bombi." Nuko arampobera.

Nubwo nta marira yamutembaga ku matama, numvaga ingoma z'agahinda zidunda mu gituza cye. Sinari nsobanukiwe n'ibyari bimbayeho. Nasaga nk'ureba firimi.

Nyina wa Sugira abaza Marume Gasana ati, "Ese twe ntuturamutsa? Hobera umuhungu wawe wa batisimu."

Marume Gasana arahindukira aramutsa umuryango wa Kamana. Nanjye nsuhuza umugore n'abana be. Wari umwe muri ya minsi umutima wanjye n'umutwe wanjye byajyaga impaka ntibihuze. Umutima wari unezerewe, ariko umutwe wo wari utewe impungenge n'impitagihe, indagihe ndetse n'inzagihe. Impitagihe yamburiraga mu matwi ko ntakwiye kwizera uwo ari we wese wo mu muryango wa Mama. Indagihe yanyerekaga amaso meza ya babyara banjye ndetse ikanyibutsa n'ubushyuhe nari numvise nguye mu gituza cya Marume. Inzagihe yarankanuriraga ikantera ubwoba. Kamana yambajije niba narashakaga gusubira iwe ngo nganire na Marume Gasana iminota mike. Ndamuhakanira, musaba kunjyana iwacu. Namusezeranyije ko nzagaruka ikindi gihe. Nuko twinjira mu modoka maze twerekeza mu Kiyovu. Marume Gasana yambajije aho nabaga, mubwira ko nabanaga na Data wacu Kamanzi.

Ati, "Ni byo koko. Nari narumvise ko abavandimwe ba Kalisa babaga i Bugande. Nzaza kubasura vuba aha."

Marume Gasana yasaga nk'aho atandukanye na mukuru we Rwasibo, wari warayoboye ubwicanyi bwakorewe Abatutsi i Nyamirambo. Yari atuje. Nifuzaga kumubaza niba yari afite amakuru ya Mama, ariko ngatinya kumubaza ari kumwe n'abo bantu bose. Tugeze mu rugo, ambaza niba yakwinjira agasuhuza Data wacu Kamanzi. Ndahakana mubwira ko adahari. Cyari ikinyoma. Sinari nzi uburyo Data wacu Kamanzi yari kumwakira. Kamana amaze guparika imodoka, twakomeje kwicaramo iminota mike.

Marume Gasana ati, "So yari umugabo w'imfura. Yakiranaga urugwiro uje wese amusanga. Nta we yirengagizaga. Urupfu rwe rwarambabaje cyane."

Nta cyo nasubije. Nari mfite ibibazo byinshi, ariko ntiwari umwanya ukwiye wo kubibaza. Nti, "Muzaza kudusura ryari?"

Ati, "Nibishoboka icyumweru gitaha. Amarembo nayabonye."

Nabasezeyeho bose maze nsohoka mu modoka.

Data wacu Kamanzi n'umugore we Birungi bari bicaye mu ruganiriro.

Data wacu ati, "Uvuye he muri iri joro? Umuco wadukanye ni bwoko ki?"

Mbaha ikindi kinyoma nti, "Mumbabarire. Umwana wa Devota ararwaye."

Data wacu Kamanzi ati, "None se usigaye uri umuforomokazi we?"

Yambwiye ko atari yishimiye umuco wo gutaha mu gicuku nari nadukanye. Amaso ya Birungi yanyerekaga ko yemeranyaga n'umugabo we.

Maze mpindukiye, mbona Shema. Yari yakurikiye ikiganiro cyanjye na Data wacu Kamanzi. Aho kujya mu cyumba cyanjye, ndasohoka ngo muvugishe. Nubwo ntashoboraga kumubwira ibyari byambayeho uwo munsi, numvaga nkeneye kumwegera kuko ari we wenyine washoboraga kugarurira umutima wanjye amahoro.

Shema arambaza ati, "Nanjye se uje kumbeshya?"

Nti, "Ndakwinginze ntega amatwi ..."

Ati, "Subira mu nzu. Ugomba kuba unaniwe nyuma yo kwirirwana amanywa yose n'uriya mukunzi wawe w'Umuhutu, wiyita Sugira."

Shema antera umugongo arigendera. Umwe mu bakozi bo mu rugo yaratwitegerezaga. Nuko niruka ngana mu cyumba cyanjye, mfata umusego wanjye utukura, ndawuhobera, ndawukomeza, maze nywutura umunaniro w'umutima wanjye. Umutwe wanjye wari uremerejwe n'ibyo amaso n'amatwi byari byawugaburiye. Nari mfite ibibazo byinshi bidafite ibisubizo. Nibazaga niba Marume Gasana yari afite amakuru ya Mama. Nibazaga uburyo nari kuzabanira ababyeyi bombi, Data wacu Kamanzi na Marume Gasana. Nkibaza nti, *Ese aho Data wacu Kamanzi azumva ko nubwo bene wabo na Mama ari Abahutu, ariko ari bene wacu?* Ubwonko bwanjye ntibwashoboraga gutekereza uko bizagenda Shema amenye ko mfitanye isano n'Abahutu. Ibyo bibazo byose byabyinaga sakanyosa mu mutwe wanjye, maze ubwonko bukabyinana na byo.

Umunsi wakurikiyeho wanukaga uburakari. Mu maso ya Shema hari hashushanyije imirongo y'umujinya. Ifuhe ryari ryamunize.

Bigeze mu ma saa munani, niyemeza gutera intambwe igana ubwiyunge. Njya mu cyumba cya Shema, mu nzu yo hanze. Ntiyari arimo. Nibazaga ko wenda atari kunyirukana ansanzemo. Yagombaga kwicara tukavugana.

Ntihashize umwanya munini mbere y'uko yinjira akansanga mu cyumba cye, maze ati, "Karabo, urakora iki hano? Ndakwinginze nsohokera mu cyumba."

Naracecetse. Nzamura amaguru, nyarambika ku gitanda, maze niyorosa amashuka ye y'ubururu, yatangaga impumuro y'umutuzo. Nari nazanywe n'amahoro. Sinari ngamije intambara.

Nti, "Ntaho njya nuticara ngo utege amatwi icyo nshaka kukubwira."

Arihuta agana ku rugi, ati, "Ngaho, guma aho, niba ari cyo ushaka."

Ndasimbuka nsingira urufunguzo maze nduvunira mu rugi, nuko nti, "Shema, ndakwinginze, mbabarira. Reka gukomeza kunshengura umutima. Sinshobora kumara irindi segonda ntavuganye nawe. Urabizi ko ngukunda—"

Ati, "Ugize ngo urankunda? Cyangwa ntuzi icyo urukundo ari cyo? Hanyuma uriya muhungu wundi? We umukunda bingana iki?"

Ndongera nti, "Shema, Nda ... Ndagukunda ... Nda—" Agahinda kaniga umuhogo, mbere y'uko ndangiza interuro.

Shema aba aranshitse bunyamaswa, anyegereza igituza cye, maze iminwa ayirumisha iyanjye, ari nako ibiganza bye bijya gufungura ibipesu by'ishati nari nambaye.

Nti, "Shema, sigaho. Uri mu biki?"

Yari yabaye nk'ikiragi. Amaboko ye yabaye nk'inkwi z'ingiga. Ntiyasaga nka Shema nari nsanzwe nzi. Ntabwo byari isindarukundo twari tumenyereye. Yahumekeraga hejuru nk'utwawe n'umujinya. Afungura ibipesu by'ishati yanjye maze ayijugunya hasi ku isima. Akura mu ipantalo urugingo rwe rwari rwareze nk'icyuma. Ntabwo ari ko najyaga ndota imibonano yacu ya mbere. Nagerageje kumwiyaka arananira, amaboko yanjye ntiyari urutare nk'aye. Sinashoboraga gusakuza ngo abo hanze batanyumva.

Maze ndamubwira nti, "Ntugire ikibazo. Icyo ushaka urakibona. Reka ngufashe gukuramo ipantalo."

Nsa nk'uweguka gato, manura ipantalo ye kugera mu ntege, mba nkuruye amabanga ye ndayababaza. Yigira inyuma ngo anyereke uko nkuyakuya utwo dupira ntwitondeye. Mbadukana ishati yanjye yari hasi, maze niruka ngana ku rugi.

Ngeze hanze, ngwa kuri Birungi hafi y'umuryango, ndimo mfunga ibipesu by'ishati.

Ati, "Karabo, wari he? Ni iki wakoraga mu nzu y'abasore?"

Ndiruka njya mu cyumba cyanjye, urugi ndarudadira. Nari mfite isoni zirenze izishoboka. Aho kugira ngo niyunge na Shema, nari namubabaje birushijeho.

Bucyeye mu gitondo, nasohotse mu cyumba Data wacu Kamanzi yamaze kugenda. Njye na Birungi twiriwe dusa nk'abakina kwihishanwa. Ariko, hari ikintu kimwe cyari kinteye guhangayika; sinumvaga umuhumuro wa Shema muri urwo rugo. Ahari nari kubaza abandi basirikare, ariko nari mfite isoni z'ibyari byaraye bibaye.

Nimugoroba, Data wacu Kamanzi avuye ku kazi, aza ahamagara izina ryanjye. Anshika ukuboko, arankurura, maze ati, "Uri indaya? Nta soni ufite? Kiriya kinyendaro mupfana iki?"

Amagambo ye yahukiranyije amagufa y'igituza cyanjye nk'amacumu atyaye. Birungi yari yamubwiye ko nakoze imibonano na Shema. Yari yanamubwiye ko bitari ubwa mbere. Umukozi wo mu rugo yari yemeje ko nari umukunzi wa Shema kuva kera. Umuyaga wa serwakira wambukiranyije umutima wanjye ubwo Data wacu Kamanzi yari ambwiye ko yirukanye Shema mu rugo rwe.

Mvugira hejuru nti, "Mubyeyi, Shema ararengana. Nta cyo yigeze akora."

Na we ansubiriza hejuru ati, "Sigaho. Nawe nturi igitangaza. Nudahindura iyo mico, nawe uzansohokera mu rugo. Sinshobora kubana mu nzu n'indaya."

Nirukira mu cyumba cyanjye. Naribwiraga nti, *Yego koko ahari nitwara nabi, ariko sindi indaya. Indaya igurisha umubiri wayo ku bagabo batandukanye. Njye nkunda Shema, singurisha umubiri wanjye.* Nari mbabajwe n'uko ntari namwemereye ngo tubikore. Birungi ntiyari kuba yamfashe mfunga ibipesu by'ishati. Nibukaga ibihe byiza nari naragiranye na Shema, igitekerezo cy'uko urukundo rwacu rwari rurangiriye aho kikanshinyikira nk'aho isi yose inteye umugongo. Nta wundi muntu-gabo wari kuzabona ikimero cyanjye.

—➤

Ku munsi wo ku cyumweru, nka saa munani z'amanywa, umwe mu basirikare yinjiye mu nzu, maze abwira Data wacu ko hari abagabo babiri bitwa Kamana na Gasana bari baje kudusura.

Data wacu ati, "Ntabwo mbazi." Igihe umusirikare ahindukiye ajya kubabwira ko nta kaze bahawe, yisubiraho ati, "Nta kibazo, bareke binjire."

Marume Gasana yari yubahirije isezerano rye, ariko

nari mfite ubwoba. Nibazaga uburyo Data wacu abigenza amaze kumenya ko uwo mushyitsi ari musaza wa Mama.

Amaze kubaramutsa no kubereka aho bicara, Data wacu Kamanzi ati, "Mumbabarire sinabamenye. Ese turaziranye?"

"Marume ati, "Ndacyeka tutaziranye. Njye nitwa Gasana. Inshuti yanjye yitwa Kamana. Nkaba ndi muramu w'umuvandimwe wanyu Kalisa."

Data wacu ati, "Ni byo. Ntabwo nari nzi umuryango Kalisa yashatsemo. Ni nde wabayoboye hano?"

Undi ati, "Njye nari i Burayi mu ishuri. Sinari mu Rwanda mu gihe cy'intambara. Hashize icyumweru ngarutse. Natunguwe no kubona inshuti yanjye Kamana aje kunsanganira ku kibuga cy'indege ari kumwe n'umukobwa wa Kalisa."

"Uti iki? Ngo Karabo yaje kukwakira ku kibuga cy'indege?"

Kamana ati, "Ntiyari azi uwo tugiye kwakira."

Marume Gasana abwira Data wacu Kamanzi uko twahuye ku kibuga mpuzamahanga cy'indege cya Kigali.

Hashize iminota mike Data wacu Kamanzi arampamagara ngo nze ndamutse abashyitsi. Ati, "Aba bantu urabazi?"

Nti, "Yego."

Ati, "Ni bande?"

Mubwira abo ari bo n'uko twahuye. Yansabye kubaha icyo kunywa. Mpa byeri abashyitsi, ariko Data wacu Kamanzi ahitamo kwinywera amazi. Nacyetse ko atifuzaga gusangira byeri n'abo bantu batari baziranye."

Data wacu abaza Marume ati, "Ese ufite amakuru ya mushiki wawe?"

Undi ati, "Oya. Bambwiye ko yajyanye na mukuru wanjye muri Congo."

Amagambo ya Marume yasimbukiye mu matwi yanjye. Nta makuru ya Mama yari afite. Bakomeje kuganira. Byari ibiganiro gusa by'imvura iragwa.

Hashize akanya, Marume Gasana ati, "Nanejejwe no kubona umukobwa wa Kalisa. Bari barambwiye ko nta mwana we n'umwe warokotse."

Data wacu Kamanzi arasubiza ati, "Nta we ushobora gutsemba abantu ngo abamareho. Abishe Abatutsi baririmbaga ko u Rwanda ari urwabo bonyine, ariko baratsinzwe. Reba Karabo, umukobwa wabo, ariko bakaba barishe se n'abavandimwe be."

Marume yaracecetse. Yari umwe mu bo Data wacu Kamanzi yavugaga. Yari agize ati, 'Umukobwa wabo'. Kuri Data wacu, nubwo nabarwaga nk'Umututsikazi kubera Papa, nari kandi n'umwuzukuru w'Abahutu.

Data wacu Kamanzi amaze guherekeza abashyitsi akabageza ku irembo, yagarutse arangurura izina ryanjye. Ati, "Karabo, ngwino hano. Ni nde waguhaye uburenganzira bwo kuzana Abahutu bene wanyu iwanjye?"

Nti, "Mubyeyi—" Nari ntewe umushyitsi n'icyo kibazo. Nibazaga impamvu yari yabakiriye iwe niba atarabashakaga.

Arakomeza ati, "Tega amatwi kandi uyatege neza. Abahutu bene wanyu nta kaze bahawe muri iyi nzu. Ubutaha, nibagaruka, uzazinga ibyawe ujye kubana na bo."

Nkuko byari bisanzwe, nirukiye mu cyumba cyanjye, maze mpobera umusego wanjye utukura ndawukomeza, nuko nywusukaho amarira yanjye. Data wacu Kamanzi yangaga Abahutu, ariko ntiyagombaga rwose kuvuga ngo bene wacu b'Abahutu ntibemerewe kwinjira mu nzu ye. Nibukaga kandi ko yari yaramburiye ko azanyirukana nk'uko yirukanye Shema.

IV

Ubwo nari nararangije amashuri yisumbuye, narakoze n'ikizamini gitangwa mu gihugu cyose, mbere y'uko njya mu biruhuko.

Umunsi umwe, muri Mutarama, umwaka w'i 2000, Data wacu Kamanzi, avuye ku kazi, atahana mu rugo inseko y'amenyo mirongo ine.

Ati, "Karabo, ngufitiye amakuru meza."

Nti, "Eee, byagenze bite?"

"Leta yakohereje kwiga muri Kaminuza y'Umujyi wa Kigali. Uzaminuza mu bumenyi mu bya politiki. Ngwino rero umpobere, ngushimire."

Ibyishimo byaransabye, maze nkoma induru, mugwa mu gituza. Nari nejejwe no kwambika Data wacu ishema ry'umubyeyi. Ndetse nezezwa n'uko bari banyohereje kuminuza mu byo nari narahisemo. Nasabye Data wacu Kamanzi ko yanyemerera, bucyeye bwaho, nkazajya kubwira Devota iyo nkuru nziza.

Ati, "Uruhushya ndaruguhaye. Ariko, nonaha hari ikindi nshaka. Genda wambare ikanzu yawe nziza kurusha izindi. Hari aho nifuza kukujyana."

Nirukira mu cyumba cyanjye, umutima ubyinishwa

n'ibyishimo. Nambara ikanzu ndende y'umukara Data wacu yari yaranguriye i Kampala. Nsohotse, uburanga bwa Birungi, mu ikanzu ndende y'ubururu yagenewe gusohokanwa ninjoro, bumpuma amaso. Mu modoka y'ijipe, tugana kuri resitora yitwa Africa Luna.

Twicaye hafi y'ikizenga cyo kogeramo gikikijwe n'imitako y'ibiti by'imikindo bifite amababi ateye ubwuzu. Nari nkumbuye ibiryo by'abataliyani, maze nsaba lazanya. Birungi, witwaraga nk'umunyafrika kurusha Afrika ubwayo, we yasabye umunyigi n'inkoko n'imboga z'ibyatsi bitogosheje. Data wacu Kamanzi na we yasabye nk'iby'umugore we. Nta mwanya yari afite wo kureba kuri ako gapapuro kari kanditseho urutonde rw'amafunguro. Icyari kimuraje inkera kwari ukumpa impanuro za kibyeyi.

Ati, "Mwana wanjye, ubu umaze kuba inkumi. Ugomba gusobanukirwa neza iyi si. Ugomba kwirinda abagome, ukabana gusa n'imfura. Ugomba kuzibukira abahungu batagamije ikindi uretse kugutesha umurongo ukuganisha ku ntego yawe. Ugomba kwita ku masomo yawe. Uranyumva?"

Nti, "Yego."

Nari nejejwe n'uko Data wacu Kamanzi yari yafashe umwanya wo kumpa impanuro z'ubuzima.

Nyuma y'amafunguro, mbere y'uko dusohoka muri iyo resitora, Birungi ajugunya intoki mu gakapu ke, maze akuramo akantu agahereza Data wacu Kamanzi.

Data wacu ati, "Mwana wanjye, akira iyi impano twakugeneye."

Iyo yari telefoni igendanwa y'umukara ifite antene imeze nk'icyombo cy'umusirikare mukuru mu barindaga Data wacu. Nahobereye Data wacu Kamanzi n'umugore we Birungi. Dusohoka muri resitora turataha.

Tugeze mu rugo, nirukira mu cyumba cyanjye, ngwa ku gitanda, nsinzira nk'uruhinja.

Bucyeye bw'aho, maze gusangira ifunguro rya mu gitondo na Data wacu Kamanzi na Birungi, nyarukira i Gikondo kwa Devota.

Nagezeyo nkomanga ku rugi, ariko ntihagira unyikiriza. Nta muntu wari muri iyo nzu. Binshobeye, niyemeza kujya kubaza abaturanyi.

Umwe mu baturanyi ba Devota ati, "Ese ntimwamenye ko Devota yarwaye?"

Nti, "Oya. Kuva ryari? Ari he?"

Ati, "Amaze ibyumweru bibiri mu bitaro bikuru bya Kigali. Mwaba mwaramenye se ko na musaza we Muhire bamushyize mu buroko?"

Ndabaza nti, "Kubera iki? Ni iki cyatumye bashyira Muhire muri gereza?"

Ati, "Yakubise umuntu. Ngirango yari yabitewe n'ibiyobyabwenge yari yanyoye."

Nti, "Hanyuma Mbabazi, umukobwa wa Devota, we ari he?"

"Mbabazi ari kwa Kabibi, umuturanyi wacu."

Mbabazi yabanaga n'abantu ntari nzi. Sinashoboraga kwiyumvisha impinga y'agahinda ka Devota, wari wenyine mu bitaro, musaza we umwe wenyine basigaranye ari muri gereza. Ubwonko bwanyibukije firimi y'ibyo Devota yari yaraciyemo mu buzima. Iyo impirimbanyi z'Abahutu ziba zitarishe umuryango we, Devota ntiyari kuba ari wenyine mu bitaro nta murwaza. Muhire, musaza wa Devota, yari umuntu mwiza mbere y'uko atangira kwiyahuza ibiyobyabwenge. Yajyaga avuga ko ibiyobyabwenge byamufashaga gukomeza kubaho yirengagije ubusharire bw'ubuzima. Naribazaga nti, *Ni ikihe cyaha abacitse ku icumu ry'itsembabwoko bakoze? Isi ntirengera abayo.*

Nuriye bisi igana mu mujyi. Ngeze kwa muganga, umutima unsimbuka igituza. Ndibaza nti, *Ni iyihe ndwara yariye Devota ikamumara mu byumweru bibiri gusa?* Yasaga nk'uwari umaze umwaka wose kuri ubwo buriri.

Maze n'uririmi rwasaga nk'urwafashwe mu nkanka, Devota anyeganyeza iminwa ngo amvugishe. Ati, "Karabo, ngiye kugusiga. Ndakwinginze ujye wifata neza. Dore umaze kuba mukuru."

Nti, "Devota, ibyo uvuga ni ibiki? Ntaho ugiye. Abaganga barakora ibishoboka ngo woroherwe."

Ati, "Nshuti yanjye, nta byinshi bakora. Indwara yanjye ntigira umuti."

Ndamubaza nti, "Ugize ngo indwara yawe ntigira umuti?"

Nuko, amarira amuzenga mu maso, arambwira ati, "Oya. Ndwaye gusa igituntu."

Naribwiye nti, *Hari icyo Devota ampishe.*

Arakomeza ati, "Hari icyo nifuza kugusaba. Ngira ku irerero ry'imfubyi ry'ababikira b'i Nyamirambo maze ubambarize niba bashobora kwakira Mbabazi."

Nti, "Kuki bagomba kwakira Mbabazi? Impamvu ni iyihe? Urashaka ko Mbabazi arerwa mu kigo cy'imfubyi?"

Devota ati, "Mbabazi yaragowe. Sinigeze muha urukundo rwa kibyeyi akiri uruhinja, none igihe atangiye kunsekera akampamagara mama, ngiye kumusiga wenyine muri iyi si. Urabyumva?" Devota araturika ararira.

Abaforomo banyibutsa ko amasaha yo gusura arangiye. Ndabinginga ngo bampe umunota umwe ngire icyo nibwirira Devota.

Nti, "Devota, ntiwansize umunsi unsanga ndyamye hasi, nkikijwe n'imirambo y'umuryango wanjye. Nanjye nzakora uko nshoboye ngo Mbabazi ntazabe wenyine. Ikindi kandi, ntaho ugiye."

Ndamusoma ndasohoka.

Ngeze mu rugo, nk'uko byari bisanzwe, nirukira

mu cyumba cyanjye, mpobera umusego wanjye utukura ndawukomeza cyane mu gituza, maze nywutura agahinda kanjye.

Nimugoroba, Data wacu Kamanzi avuye ku kazi, musanga mu ruganiriro ngo tuganire, ndamubwira nti, "Devota ameze nabi. Ari ku bitaro bikuru bya Kigali. Musaza we Muhire ari muri gereza. Umwana we, Mbabazi, abana n'abantu ntazi."

Data wacu arambaza ati, "Devota arwaye iki? Musaza we se yakoze ikihe cyaha?"

Mubwira ibya Muhire byose n'ibyo nari nasomye mu maso ya Devota.

Maze Data wacu Kamanzi ati, "Abahutu bagomba kuba baramwanduje agakoko gatera Sida."

Nti, "Mugize ngo iki? Oya. Oya, ntimubivuge. Devota ntarwaye Sida. Imana ntiyabyemera ko bimubaho."

"Reka tubyizere. Wihangayika, azakira."

Devota yari yambwiye ko arwaye indwara itavurwa. Nijombaguye inzara, maze ndikiriza mbere yo kubwira Data wacu ko Devota yari yansabye kujyana umukobwa we Mbabazi mu irerero ry'imfubyi ry'ababikira b'i Nyamirambo. Nongeraho ko ntashoboraga kugenzereza ntyo umwana wa Devota.

Data wacu Kamanzi arambaza ati, "None se azabaho gute nutamujyana mu irerero ry'imfubyi?"

Nti, "Devota ntiyanjyanye mu irerero ry'imfubyi ubwo nari ndi njyenyine muri iyi si, nta mubyeyi. Yantwaye kubana na we, nubwo na we atagiraga inzu yo kubamo. Sinshobora kujyana umwana wa Devota mu irerero ry'imfubyi."

Ati, "Uzabigenza ute?"

Nti, "Mwangira inama. Nabashimira cyane muramutse mufashije Mbabazi."

Atera ijwi hejuru arambaza ati, "Ngo iki? Ntumbwire

ko ushaka kunzanira ikinyendaro cy'Umuhutu mu rugo rwanjye?"

Nti, "Ikinyendaro cy'Umuhutu? Mbabazi ni umwana wa Devota. Sinitaye kuri se wamubyaye."

Mpita mpaguruka niruka, ngana mu cyumba cyanjye.

Arangurura izina ryanjye ampamagara.

Ndumvira ndagaruka.

Anyitegereza akanya. Maze ati, "Ngaho mva mu maso. Tumuka."

Mubwira ko nibucya nsubira ku bitaro. Ntiyasubiza. Nirukira mu cyumba, ndeka amaso yanjye akora icyo yari ashoboye gukora.

Hashize ibyumweru bibiri, Devota ava mu bitaro. Data wacu Kamanzi ampa uruhushya rwo kujya iwe kumwondora. Nagombaga gukora uko nshoboye ngo yongere agire umusatsi we wiraburaga kandi w'insinga zicucitse, ndetse n'uruhu rwe rusubirane ibara ryarwo ryiza ry'ibihogo.

Nagumanye na Devota igihe cy'ibyumweru bitatu kugeza ku munsi w'icyumweru wabanzirizaga uwo nagombaga kujya kuri Kaminuza.

➤

Ku munsi wa mbere muri Kaminuza, n'imisatsi nari nasokoje kinyafrika, nari nambaye ipantalo y'umukara n'agashati k'umweru. Baduhaye impapuro nyinshi zo kuzuzaho umwirondoro wacu. Baduhuriza mu cyumba kinini maze batubwira amateka y'ishuri ndetse n'uko twari dukwiye kwitwara. Hari abanyeshuri benshi. Mu basore binjiraga mu cyumba, narabutswe uw'isura nari nsanzwe nzi, maze ndibaza nti, *Sugira se nanone? Kuva mu mashuri abanza kugera muri Kaminuza?* Byasaga nk'aho inzira z'ubuzima bwacu zari zarashushanyijwe zibangikanye. Uwo munsi wari uteganyijwemo byinshi ku buryo byari bigoye kubona akanya ko kuramukanya. Ikigo cya Kaminuza cyari cyiza gitatswe n'urujya n'uruza rw'abanyeshuri n'abakozi. Buri wese, na buri cyose, byari mu muvuduko. Sugira yari yaburiye muri ako kavuyo.

Nyuma y'igihe kirekire mushakisha, nza kongera kumurabukwa hakurya, maze niruka musanga, nti, "Uraho Sugira, hashize igihe kirekire. Amakuru yawe?"

Ati, "Ni meza. Ayawe se?"

Ntegereza akanya mbere yo kumubaza niba yari afite amakuru ya Marume Gasana. Nibazaga impamvu atagarutse kudusura.

Sugira ansubirisha ikindi kibazo. Ati, "Hanyuma se wowe? Kuki wamutegereje? Washoboraga nawe gufata iyambere ukajya kumusura."

Nti, "Nibyo. Ariko, sinzi aho atuye."

Sugira yanyoboye inzira igana kwa Marume Gasana. Mfata icyemezo cyo kujya Kacyiru kumusura nyuma y'amasaha y'ishuri.

Ndenze ikigo cy'abapadiri b'abadominikani, nkata ibumoso, maze mbara ingo icumi, mpagarara ku marembo y'icyatsi. Nkomanga ku rugi, umucungarembo araza. Ndivuga mubwira n'uwo nari nje kureba. Ansaba gutegereza akanya. Inzu yabo yari nini kandi igezweho, ikikijwe n'ubusitani burimo amaroza, amaririsi, za kirisantemu, za marigarita n'ibindi bimera bitanga indabyo. Hashize akanya, umugore wa Marume Gasana arasohoka, ansaba kwinjira mu nzu. Amaso yanjye yatemberaga inguni zose z'iyo nzu. Ibumoso bwanjye, hari utugege dukoze mu birahuri, bigatanga ishusho y'isoko y'amazi y'urubogobogo. Nabonaga bishushanya uko ibyumba by'uruganiriro byo mu bihugu byateye imbere byasaga.

Mukagasana ati, "Nyokorume ntarava ku kazi."

Ndabaza nti, "Ku kazi? Yahise se abona akazi? Ntiyashakishije igihe kirekire."

Ati, "Oya, ntibyamugoye. Nta byo wari uzi se? Cyangwa ntujya ureba televiziyo y'igihugu. Bamugize Umunyamabanga uhoraho muri Minisiteri y'Amazi n'Amashyamba."

Nanejejwe n'uko Marume yari yarahawe akazi ko ku rwego rwo hejuru muri Leta. Nibazaga uburyo abo muri Leta bari bamuzi kugeza aho bamwizera bakamuha inshingano zikomeye zityo. Ku mutima nti, *Wenda wasanga ari umuntu mwiza wo kwizerwa.*

Twakomeje kureba televiziyo yerekanaga imikino ngororamubiri ya olimpike. Nari ndangariye impano z'abagore bo muri Aziya. Nyuma y'iminota mike, twumva ihoni ry'imodoka.

Mukagasana ati, "Nguwo nyokorume araje."

Marume Gasana yari yarahindutse cyane. Yasaga rwose nk'umutegetsi wo muri Leta zo muri Afrika.

Ati, "Uraho Karabo, hashize igihe kirekire." Yoroshya ikaravati, ahereza umugore we imaleti, maze arongera ati, "Amakuru yawe? So wanyu yakubwiye uko yanyirukanye mu rugo rwe?" Abivuga ampobera ati, "Yezu akuzwe."

"Iteka ryose." Nongeraho nti, "Mugize ngo Data wacu Kamanzi yagize ate? Yabirukanye iwe?"

Marume Gasana ati, "Naje kubasura. Umusirikare urinda so wanyu aza kumbaza uwo ndiwe. Ansaba kurindira ku irembo. Hashize nk'iminota itanu, undi musirikare araza ambwira amagambo ntazigera nibagirwa."

Ndabaza nti, "Yababwiye ngo iki?"

"Yanyise umuginga, maze ansaba guhindukira ngasubira iyo mvuye, ndetse no kwibagirwa na rimwe igitekerezo cyo kuzongera gukandagiza ikirenge hafi y'urugo rwa Koloneri

Kamanzi. Yarambwiye ngo nindamuka nongeye kuhagaruka, nzahindurwamo isanduku igana ku irimbi."

Nti, "Ngo iki?"

Ati, "Mwana wanjye, ayo magambo yakubise ingoma z'amatwi yanjye maze atuma nibaza impamvu nafashe icyemezo cyo kugaruka mu Rwanda."

Ibyo Data wacu Kamanzi yari yarakoze byari nko guhirika igisabo. Wenda koko ntiyakundaga umuryango wa Mama. Wenda koko yangaga Abahutu. Ariko ntiyagombaga kwirengagiza Marume Gasana, utari no mu Rwanda mu gihe cy'itsembabwoko ryakorewe Abatutsi.

Nti, "Ndabinginze mubabarire Data wacu Kamanzi. Ntabwo ari umuntu mubi. Sinzi icyo yari yabaye."

Umugore wa Marume Gasana ahaguruka nk'ugiye gutanga ubuhamya mu rukiko, maze ati, "Mwumve uyu umwana da! Ivugire wowe wenyine. Igihugu cyacu cyajwemo n'abagome."

Marume amureba igitsure nk'aho yamusabaga guceceka. Maze arongera arampindukirira ati, "Kubwa amahirwe, mu gihe nari ngitekereza ku byo so wanyu yari yankoreye, telefoni yarahamagaye imbwira ko inteko y'abaminisitiri yari yanshyize ku mwanya w'Umunyamabanga uhoraho muri Minisiteri y'Amazi n'Amashyamba. Sinari narigeze ntekereza ko nshobora gukorera iyi Leta. Ntabwo abantu bose b'iyi ngoma ari babi."

Nti, "Rwose. Nshimishijwe n'uko mutaciwe intege n'imyitwarire ya Data wacu."

Ati, "Ubu maze ukwezi mu kazi. Dufite abantu bamwe bakunda igihugu rwose. Ariko nyine, tukagira n'abandi Batutsi b'intagondwa nka so wanyu Kamanzi."

Mukagasana akubita igitwenge nk'icy'indaya ishaje, maze ati, "Ntushukike vuba. Ni ryari Abatutsi bigeze bagira uwo bagirira neza? Ugomba gusa kubakorera nk'Umuhutu w'umugaragu wabo, ariko ntuzigere ugwa mu mutego wabo."

Marume Gasana ntiyahaye urushyi uwo mugore we warumaze kuvuga amagambo yuje ubugome, n'urwango yari afitiye Abatutsi. Naribazaga nti, *Ni gute ashobora gufungura icyo kimoteri cye ngo ni umunwa, agasuka ibyo bigambo, kandi azi ko nanjye ndi Umututsi.*

Aho kumuhana, Marume Gasana yamurebye igitsure, asa nk'umucyaha ngo aceceke, maze aramubwira ati, "Ndakwinginze, wivuga utyo."

Njye numvaga nasingira igikombe cyari gitatsemo indabyo ku meza, maze ngo ngikubite umutwe w'iyo ngirwa mugore wa marume Gasana. Sinari nshoboye kwihangana.

Naramubwiye nti, "Urambabaje gusa. Kugeza ubu, muracyafitiye Abatutsi urwango rugeze aho? Simbyumva."

Marume ati, "Oya, Karabo, ntubifate uko bitari. Yashakaga kuvuga ko no mu Batutsi harimo abagome. Uracyari muto. Hari ukuri ku mateka yacu udasobanukiwe."

Nti, "Icyo ntasobanukiwe ni iki? Nibagiwe se ko umuryango wanjye bishwe bazira ko ari Abatutsi? Ntabwo se nzi ko abishe umuryango wanjye baririmbaga ngo isi n'ibiyuzuye ni iby'Abahutu? Ni iki kindi nkeneye kumenya?"

Ati, "Karabo, ndakwingize, reka iki kiganiro tukirekere aha. Wenda ukeneye kumenya ko Abahutu nabo bishwe n'Abatutsi."

Ndamubaza nti, "Ryari? Hehe? Na nde? Ntabwo ibyo ari ukuri."

Marume Gasana ati, "Sinshaka kubivugaho."

Kuba atarashakaga gusobanura ibyo yari amaze kuvuga byanyongereye umujinya. Maze mfata icyemezo cyo gusohoka muri iyo nzu, hato ntagera aho nkubahuka Marume cyangwa ngafatwa n'ibisazi.

Inzira yose iva kwa Marume Gasana nibazaga amashitani yegukanye imitima y'Abanyarwanda, ngashoberwa.

Kigingi wa bisi avugira hejuru ati, "Ye muko, ko udasohoka muri bisi? Twageze mu mujyi."

Nti, "Twagezeyo? Eh, Reka nsohoke."

Ati, "Ko utishyuye se?"

Nti, "Yeee, mumbabarire. Nimwakire."

Bisi imaze kugenda, nibuka ko namwishyuye menshi, kandi ko atangaruriye. Ndeba hirya ndeba hino, nyoberwa iyo ngana.

Muri uko kuzungera, ndebye mu kundi kuboko k'umuhanda, ndabukwa isura nari nsanzwe nzi, maze ntera hejuru ndahamagara, nti, "Shema, Shema. Umva. Buretse."

Arahindukira, azamura ikiganza byo gupepera, maze akomeza kwigendera. Yari yambaye ikoboyi y'ubururu yishwe n'ico, wagirango yari imaze amezi menshi idaheruka imeswa. Amaso ya Shema yatukuraga nk'ay'umuntu umaze imyaka icumi adasinzira. Umusatsi we ntiwari ukimenya igisobanuro cy'igisokozo.

Maze ngerageje kwambuka umuhanda ngo musingire, ihoni ry'imodoka rirampagarika. Umushoferi ati, "Wa mukobwa we urashaka urupfu?" Yabivuze antunga intoki nk'aho yashakaga kunkurura ngo ampe urushyi.

Niruka kuri Shema, mukurura umupira yari yambaye w'ubururu.

Arambaza ati, "Uranshakaho iki?"

Nti, "Shema, ndakwinginze. Ndashaka kukuvugisha. Uba he? Wavuye kwa Data wacu Kamanzi ute?"

Ati, "Ngo mba he? Aho imfubyi nyazo zirara zikanirirwa.

Mba mu muhanda. Singusubije? Ndakwinginze, noneho ndeka nigendere. Reka kunkurura umupira, abantu batagira ngo hari ikibi ngukoreye." Anshikuza ukuboko nk'aho yashakaga kugushingura mu kwaha.

Nti, "Shema, ndakwinginze. Byakugendekeye bite? Winshengura umutima birushije uko wamenetse. Ni wowe wenyine mfite muri iyi si. Sinitaye kuri Data wacu Kamanzi."

Abantu benshi, bari muri uwo muhanda, bari baduhanze amaso.

Shema ati, "Hanagura ayo marira yawe. Nta we uyitayeho muri uyu muhanda." Nuko ahekenya amenyo, amfata ukuboko, maze ansaba kumukurikira.

Twuriye igorofa kugera ku ya gatatu y'inzu ndende ya Rukiriza. Tugeze hejuru, twicara ku rubaraza rw'imbere y'aho bacuruzaga ikawa.

Ati, "Karabo, hanagura amarira yawe, maze utahe kwa so wanyu. Ugomba kunyibagirwa. Ibyanjye nawe byararangiye."

Nti, "Sinshobora kukwibagirwa. Ndakwingize ntubinsabe. Sinabishobora."

Shema amira amacandwe, yishima mu gahanga, areba ibumoso n'iburyo, maze ati, "Karabo, naragukunze birenze ibyasobanurwa n'amagambo. Urukundo rwawe rwari rwaratwikiriye ibikomere by'umutima wanjye. Igihe cyose warambikaga umusaya mu gituza cyanjye, nibagirwaga ko ndi njyenyine muri iyi si, nta babyeyi, nta bavandimwe. Iyo naguherekezaga ku ishuri, cyangwa nkaguherekeza ku Kiliziya, ntabwo ari ukubera gusa ko Koloneri Kamanzi yabaga yabinsabye. Ni ukubera ko nifuzaga kukubera ingabo igukingira ikibi cyose cyaza gishaka kukugirira nabi. Karabo, ndi umusore. Si umutima wanjye wonyine wari waragukunze, ni njye wese. Umubiri wanjye wari ufite

inyota yawe. None ndeba, reba uko urukundo rwangize."
Yarifashe ngo atarira, ariko ntiyabuza amaso ye guhinduka
ibishirira.

Nuko nshyira ikiganza hejuru y'icye, maze nti, "Shema,
mbabarira ibyakubayeho byose."

Sinari narigeze na rimwe nshidikanya urukundo Shema
yari amfitiye. Nari nzi neza ko ibyo yari yarakoze yari
yarabitewe n'ifuhe. Umutima wanjye, igituza cyanjye, igifu
cyanjye, iminwa yanjye, ubwonko bwanjye, umubiri wanjye,
ubugingo bwanjye, byakundaga Shema. Iyo Shema aza
kumbwira ngo nsige byose mukurikire, sinari kuzuyaza. Nari
naratandukanye na Shema rimwe, sinifuzaga kuzongera.

Shema ati, "Karabo, narakwifuzaga. Umubiri wanjye
wari ufite inyota yawe. Nubwo tutaryamanaga mu cyumba
kimwe, mu nzozi za buri joro, wabaga undi mu gituza.
Nakuyakuyaga iminwa yawe n'umubiri wose, kugeza ubwo
mu gitondo nirebaga ngasanga umubiri wanjye wo wageze
ku byishimo bihebuje. Mfite isoni z'imyitwarire nakweretse
urya munsi. Sinagombaga kugushyiraho ingufu ngo ukore
ibyo utashakaga gukora. Nabitewe n'uko nari mfite ubwoba
bw'uko undi musore yazaguha igituza cye. Ndakwinginze,
mbabarira."

Nti, "Nanjye mbabarira ibyabaye byose."

Ati, "Karabo, haguruka. Ugomba kugenda, ukandeka
rwose. Byararangiye. Sinkiri Shema wakunze. Ubu ndi
imfubyi y'ukuri. Sindi umusirikare cyangwa umusiviri,
ahubwo ndi uwavuye mu gisirikare. Sindi umunyeshuri
cyangwa umukozi, ndi mayibobo. Singira ubuturo.
Nirirwa nzenguruka imihanda ya Kigali. Isi irazunguruka
nkazungurukana na yo, kandi ntava aho ndi. Aha niho
mpurira n'abazimu ba Data, Mama, na bashiki banjye."

Nti, "Buretse gato. Uvuze ngo iki? Ngo wavuye mu
gisirikare? Wavuye no mu ishuri? Kubera iki?"

"Yego. Nasezerewe mu gisirikare. Iby'ishuri byo ntubimbaze. Wumvaga se nyine byaragenze gute? Koloneri Kamanzi ni we wandihiraga. Ni gute se nari gukomeza amashuri?"

Nti, "Yooo, mbabarira. Byose ni njye wabiteye. Ariko ntiwagombaga kureka ishuri. Wari kujya gusaba Leta ikagufasha, nk'uwahoze mu gisirikare, cyangwa se uwacitse ku icumu. Kuki utagiye ku Kigega cyo gufasha abacitse ku icumu ry'Itsembabwoko?"

Ati, "Ikigega kishyura gusa amafaranga y'ishuri. Ese bari kumpa n'ibiryo n'aho kuba? Ntukabe umupfayongo."

Nari mfite byinshi byo kubwira Shema, ariko nari nabuze aho mpera. Ubwo se nari kumubwira ko njye nari narageze muri kaminuza? Nari kumubwira se ko nanjye nashakaga kuva kwa Data wacu Kamanzi? Nta cyo nari kuvuga. Yari kumbaza ibibazo ntashoboraga kubonera ibisubizo. Bwari bumaze guhumana. Ndamusezera. Aramperekeza tugana aho gutegera bisi. Mubwira ko Devota yari yararwaye, na Muhire akaba yari muri gereza.

Arimyoza ati, "Abo ni zo mfubyi kimwe nanjye. Ni ryari iki gihugu kizumva agahinda k'abacitse ku icumu?"

Nti, "Leta yashyizeho gahunda zo kubatera inkunga. Siko ubibona?"

Ati, "Iyo Leta se izi aho mba, cyangwa uko mbayeho? Cyangwa ntabwo wenda ndi muri abo bagomba guterwa inkunga?"

Sinabonye imbaraga zimusubiza. Koko Leta yari kumwishyurira amafaranga y'ishuri, ariko ntiyari gushobora gusimbura ababyeyi n'abavandimwe be. Isoko y'ubuzima bwiza n'imigisha burya ni mu muryango. Iyo umuntu adafite umuryango, bimugora kubona izuba cyangwa ukwezi, byose biba byijimye. Sinari ngitekereza ku rukundo rwacu, nashakaga gusa kumuba hafi. Nashakaga kumubera mushiki we yabuze, nanjye akambera musaza wanjye ntigeze.

Nti, "Shema, singira ababyeyi, singira abavandimwe. Ndakwinginze, ntuntererane. Ndifuza kukuba hafi. Ndifuza ko umba hafi. Mbera musaza wanjye, nkubere mushiki wawe."

Nkura agapapuro n'ikaramu mu isakoshi yanjye, nandikaho nimero za telefoni, maze mubaza na we ize.

Ati, "Nta telefoni ngira. Ntugire ikibazo. Nzaguhamagara. Ncumbitse mu Cyahafi mu kumba mbanamo n'umwe mu nshuti zanjye. Dufite akagodora kamwe gatoya turyamaho twembi, twakwibeshya, umwe muri twe akisanga aryamye hasi. Ntuzigere utekereza kunsura. Nzajya nguhamagara nabonye ibiceri."

Tugeze aho bisi zihagarara, nitura mu gituza cye ndamuhobera maze ndamukomeza cyane. Nuko ninjira muri bisi. Shema yagumye ahagaze ategereje ko bisi igenda. Nasomaga agahinda mu maso ye, ariko twahuza amaso, akamwenyura, ngo anyereke ko nta kibazo afite. Bisi yarahagurutse, ndamupepera, nawe arampepera, arigendera.

Ngeze mu rugo, nsanga Data wacu Kamanzi antegereje. Nari mfite ubwoba ko nashoboraga gushwanyuka nkamubwira ko nari murakariye cyane. Ahari, nashoboraga kwihanganira ko yirukanye Marume Gasana iwe, ariko nari nshenguwe umutima no kuba yari yarajugunye Shema mu muhanda.

Arambaza ati, "Karabo, iki ni cyo gihe abandi banyeshuri bavira ku ishuri?"

Ndamubeshya nti, "Mumbabarire. Nari nagiye gusura Devota."

Ati, "Uwo Devota na we agiye kuba ikibazo gikomeye muri uru rugo. Ese uzamurwaza kugeza apfuye?"

Nta ntege nari mfite zo gusuka ayandi marira. Nari

namaze gufata umwanzuro kuri Data wacu. Nta muntu n'umwe yagiriraga impuhwe. Natekerezaga ko ahari nanjye yari yaranyitayeho kuko yampfataga nk'umukobwa we, aho kuba kubera ko yari yitaye ku muryango nyamuntu.

Nti, "Mumbabarire."

Ati, "Eee, ugiye he utyo?"

"Mumbabarire ndananiwe. Ngiye kuryama."

"Tumuka. Utangiye kunanirana."

Niruka ngana mu cyumba, mfata umusego wanjye utukura, maze nywuhata ibibazo.

V

Bucyeye, njya ku ishuri. Agahinda kari umwambaro bwanjye kuva ku mano kugera ku musatsi. Saa sita zigeze, njya kwicara munsi y'umunyinya. Umuntu araza amfunga amaso n'ibiganza bye.

Nti, "Uri nde? Ndakwinginze mbwira."

Ati, "Fora ndi nde?"

"Uri Sugira. Bite byawe?"

"Ni byiza. Wowe se? Wabaye iki? Usa nk'aho isi yakubanye ngari, ukaba wabuze uko uyigendagenda."

Aranyinginga ngo mubwire icyari cyantesheje umutwe. Mubwira ko nari nagiye gusura Marume Gasana akambwira ko Data wacu Kamanzi yamwirukanye iwe nk'uwirukana umujura. Sugira ambwira ko yari yarigeze kumva ababyeyi be babivuga.

Ndamubaza nti, "Wari ubizi, maze ubona atari ngombwa kubimbwira?"

Ati, "Nyuma y'ibyabaye kuri nyokorume Gasana, ababyeyi banjye bahise bambuza kuzagaruka kwa Koloneri Kamanzi."

"Sugira, byanshenguye umutima. Data wacu Kamanzi nta n'ubwo yubashye ko Gasana ari Marume."

"Wibiha agaciro cyane. Buriya afite impamvu yabikoze. Ngwino. Reka nkwereke aho tujya."

Sugira ntiyashakaga gukomeza icyo kiganiro. Yanjyanye kuri Resitora yo mu kigo. Dusangira ifunguro ry'amanywa mbere y'uko dusubira mu byumba by'amashuri.

Ku wa gatandatu, mbyukana icyemezo cyo kwirirwa mu rugo ngo nereke Data wacu ko nshobora kuba umukobwa witwara neza. Igihe turi ku meza saa sita, telefoni irahamagara. Umutima usimbukana ibyishimo, ngira ngo ni Shema umpamagaye. Nsaba Data wacu n'umugore we imbabazi ko mbataye ku meza, maze njya mu cyumba cyanjye kwitaba telefoni.

Uwari umpamagaye ati, "Ni Kabibi. Nagiraga ngo nkumenyeshe ko Devota yasubiye mu bitaro bikuru bya Kigali."

Ubwoba bwanyahuranyije umutima. Ubwonko bunyibutsa ko Data wacu yacyekaga ko Devota yari yaranduye agakoko gatera Sida. Nsubira mu ruriro, mu maso hambaye ishavu.

Data wacu Kamanzi arabaza ati, "Bigenze bite? Ako gahinda ugatewe n'iki?"

Nti, "Ni umuturanyi wa Devota wari umpamagaye. Yasubiye mu bitaro."

Nongeraho ko nifuzaga kunyarukira ku bitaro. Data wacu acyebuka umugore we, maze azamura ibitsike, bishaka kumbwira ko ampaye uruhushya.

Devota yari yararembye birushijeho. Yari afite umuriro utwika umubiri. Uruhu rwe rwari rwuzuye ibiheri bimeze nk'ibibyimba birimo amazi, ndetse bituragurika. Nubwo ururimi rutabashaka kunyeganyega ngo asohore ijambo, yansabye kumwegera, maze anyereka mu mugongo we. Nkubise amaso icyo gisebe cy'umuvogo cyari gifite umwobo uteye kumokorwa, numva igituza cyanjye gihise cyiyasa. Muganga aba arinjiye.

Nti, "Dogite, iki gisebe ni cyo cyateye Devota umuriro?"

Ati, "Iyi ndwara bayita zona. Yego, itera umuriro. Ariko hashobora kuba hari n'izindi mpamvu. Devota afite na malariya."

Devota yari wenyine. Yari arwajwe n'abagiraneza. Njya ku tubutike twari ku marembo y'ibitaro, mugurira amata n'imitobe, mbere yo kunyarukira i Gikondo kureba Mbabazi.

Mbabazi yari yarananutse, ariko icyo si cyo cyari cyamuteye guhangayika.

Arambaza ati, "Wasuye Mama kwa muganga?"

Nti, "Yego, ariho aroroherwa."

Ati, "Inshuti zanjye zambwiye ko Mama agiye gupfa."

Nti, "Oya Mbabazi. Ntabwo ari ukuri. Abaganga bariho baravura Mama wawe. Azakira vuba."

Muha ibisuguti nari namuguriye. Mpa na Kabibi amafaranga make nari nsigaranye. Maze ngana i Nyamirambo. Nta kundi nari kubigenza uretse kwemera igitekerezo cya Devota cyo kujyana Mbabazi mu irerero ry'imfubyi.

Irerero ry'imfubyi ryari iwabo w'impinja n'abana benshi bitwaraga nk'abantu bakuru. Mu maso habo hari hasize agahinda, kandi ntibari bashamadukiye gukina no gusimbuka nk'abandi bana. Nabwiye umuyobozi w'irerero ibya Devota n'umukobwa we Mbabazi. Bakiraga gusa abana bapfushije ababyeyi bombi. Bari kwemera kwakira Mbabazi iyo Mama we aza kuba yarapfuye cyangwa se iyo abaganga bemeza ko Devota yari arwaye indwara idakira. Ubwonko bwanjye ntibwashoboraga gutekereza ko Devota yapfa, cyangwa yaba agiye gupfa. Nasezeye umuyobozi w'iryo rerero, musezeranya ko nzagaruka.

Inzozi z'agahinda n'ishavu zararanye nanjye burinda bucya. Mu gitondo, nsubira kwa muganga kubwira Devota ibyo ku irerero ry'imfubyi. Yari yorohewe, ariko amaso ye yagaragazaga amahurizo y'ubuzima. Yampishaga mu maso nk'aho yari akurikiye umuyoboro umujyana kure. Nimugoroba ndamusezera. Ubwonko bwanyibutsaga umunsi Devota yari yaransanze ku bitaro bikuru bya Kigali, nyuma y'itsembabwoko ryo 1994, maze nkibaza nti, *Kuki njye musiga muri iki cyumba cy'ibitaro?*

Mu rugo, Data wacu Kamanzi n'umugore we Birungi bari batarava ku kazi. Nirukira mu cyumba, nitura ku gitanda n'agahinda kanjye kose.

Bucyeye bw'aho, njya ku ishuri. Nibazaga niba ntazatsindwa amasomo. Nari narize amashuri abanza n'ayisumbuye mu Gifaransa, ariko muri kaminuza, byose twabyigaga mu Cyongereza. Nageragezaga gukurikira, ariko rimwe na rimwe ugusharira k'ubuzima bwanjye kukanyiba, simenye aho mwarimu ageze.

Saa sita, nk'uko byari bisanzwe, Sugira aza kumbwira ngo tujyane muri resitora. Nari nshonje, ariko ndamuhakanira. Nagombaga kunyarukira ku bitaro. Mbwira Sugira ko nari ngiye gusura inshuti yanjye yari irwariye ku bitaro bikuru bya Kigali. Mubwira uburyo Devota yakijije ubugingo bwanjye mu 1994, kandi ko nawe yari imfubyi itaragiraga uyitaho.

Ati, "Birababaje. Kuki utambwiye mbere? Mama wanjye yakora icyo ashoboye cyose ngo afashe abantu bababaye gutyo."

Nti, "Oya, Sugira, ntugore Mama wawe umuzana mu bibazo bya Devota. Ndakwinginze."

Ati, "Nzi neza Mama wanjye. Ntabwo yabibona nabi. Mama na we yaciye mu bigoye mu buzima. Umuryango we wose wishwe mu itsembabwoko ryakorewe

Abatutsi. Azanezezwa no gufasha uwacitse ku icumu ry'itsembabwoko."

Umutima wanjye wasusurukijwe no kumenya ko Sugira na we yari umwe mu bo bitaga imvange. Numvaga nshatse kumuhobera, ariko ndifata. Yamperekeje ku bitaro gusura Devota. Yari yongeye kuremba. Icyizere nari mfite cy'uko Devota yari kuzakira cyagendaga cyiyoyoka.

Nimugoroba, tujya ku Kicukiro kuvugana na Gatarina, nyina wa Sugira. Kuba nari namenye ko na we yacitse ku icumu, byatumye mubwira ukuntu impirimbanyi z'Abahutu zishe Papa na barumuna banjye, ndetse n'ukuntu Devota yankuye mu ruzi rw'amaraso. Nta na kimwe ntavuze, harimo no kuba ntari nzi irengero rya Mama w'Umuhutukazi. Nyina wa Sugira na we yari yarashatse Umuhutu. Natekerezaga ko we atitaga Abahutu bose abicanyi.

Yansabye kurambika umusaya mu gituza cye, arampobera cyane, maze ati, "Impore."

Nta wundi muntu wari warigeze ambwira iryo jambo rivura imitima, ridashobora gusobanurwa mu zindi ndimi. Igisobanuro cyaryo kirenze kubwira undi uti, 'agahinda kawe ndakumva'. Kubwira undi 'impore' ni ukumwifuriza ko umutima we wongera kugira amahoro n'ituze. Umuryango Papa yavukagamo wari waramfashije cyane, ariko ntibari barabashije guhanagura amarira y'umutima wanjye.

Sugira arapfukama, azamura ibiganza, maze ati, "Mama, ni wowe wenyine wafasha Devota n'umwana we Mbabazi. Ndakwinginze, wemere kumubera nyina muri iyi minsi ishobora kuba ari iye ya nyuma."

Najyaga mfata Sugira nk'umuhungu w'Umuhutu, witonda kandi w'umunyabwenge, ariko uwo munsi yanyeretse akandi gace k'uwo yari we. Gatarina yemeye kujyana natwe ku bitaro umunsi wakurikiyeho.

Uwo mugoroba, naganiriye ntuje na Data wacu Kamanzi.

Twavuze iby'imvura, ibihe, ndetse n'amakuru yavugwaga ku isi. Sinigeze mubwira ibibazo byari binkomereye mu buzima. Sinigeze mvuga kuri Marume Gasana, cyangwa se kuri Shema, yewe sinavuze no ku buzima bwa Devota. Nta mpamvu nari mfite yo kumugora. Hashize umwanya, Birungi adutumira ku meza.

Data wacu yongera imboga ku isahani yanjye, ari ko antera ubuse ati, "Hari hashize igihe tudasangira ifunguro rya nimugoroba. Ni nde musore usigaye wareguriye igihe cyawe cyose?"

Nti, "Ntawe, uretse Devota."

Ati, "Yego, ni byo. Ese arimo koroherwa?"

Nti, "Oya"

Data wacu ati, "Umbabarire nongere mbikubwire. Buriya Abahutu bamwanduje Sida. Ugomba kubara Devota mu bapfuye."

Birungi ashyira ibiganza ku ntugu za Data wacu Kamanzi, maze ati, "Oya mukunzi, wivuga utyo."

Na njye nti, "Devota aracyariho. Inshingano zanjye ni ukumwitaho, ibindi nkabirekera Imana. Tugomba ahubwo gutekereza ku mwana we Mbabazi."

Data wacu ati, "Oya, Karabo, nakubwiye ko ntashobora kwakira mu nzu yanjye umwana w'Umuhutu w'umwicanyi." Acececa amasegonda make mbere yo kongeraho ati, "Devota ni uwacu, ariko Mbabazi si uwacu."

Nti, "Mumbabarire ngiye kuryama."

Urwango Data wacu Kamanzi yari afitiye Abahutu rwari rwaramunyunyujemo umunyu w'umutimamuntu. Yagombaga kumenya ko umutima ucyeye ariwo uranga ubupfura mbere y'uko bwigaragaza ku minwa no ku maso.

Bucyeye, nagiye ku ishuri nk'ibisanzwe. Saa sita Sugira aza kumbwira ko Mama we yaje kudutwara. Twinjira mu modoka ye, tujya ku bitaro.

Gatarina amaze kuramutsa Devota, akura mu gikapu igisorori cyagenewe gutwarwamo amafunguro, maze yarura ku isahani. Yicara ku gitanda, asaba Devota kwiyegeka ku rutugu rwe, maze aramugaburira. Devota yarancyebukaga akanyereka ko yari yatangajwe n'ibyo Gatarina yamukoreraga. Namubwiye ko ari nyina wa Sugira. Gatarina arangije kugaburira Devota, ntitwatinze kwa muganga kuko njye na Sugira twagombaga gusubira ku ishuri.

Mu nzira, nganirira Gatarina uko Mbabazi yari abayeho kwa Kabibi. Mubwira ko Devota yari yaransabye kujyana umukobwa we mu irerero ry'imfubyi, ko ariko numvaga ntabikora.

Aceceka umwanya muto, maze arambaza ati, "Wambwira niba Devota yakwemera ndamutse nifuje gufasha Mbabazi?"

"Nti, "Ahari yakwemera."

"Uzamuganirize, maze umbwire niba yakwemera."

Nyuma y'iminsi ibiri, naganiriye na Devota ko Gatarina yifuzaga kwita kuri Mbabazi. Arikiriza. Mbimenyesha Gatarina. Uwa Gatandatu wakurikiyeho, Mbabazi ajya kuba kwa Kamana na Gatarina.

Ubuzima bwa Devota bwakomezaga kurura uko umunsi utambutse. Indwara yahamagaraga iyindi. Iyo atabaga afite umuriro, yabaga afite impiswi. Buri gitondo, Gatarina yajyaga ku bitaro kuhagira no kugaburira Devota. Mbabazi yari yaratangiye amashuri abanza. Yari ameze neza, anezerewe kandi yishimye. Ni nk'aho Gatarina yari nyirakuru atari yarigeze.

⟶

Kuwa 15 Mutarama 2001, ngiye kuryama, telefoni irahamagara. Byari bigeze saa yine z'ijoro, kandi nta muntu wajyaga ampamagara bwije gutyo. Nari mfite ubwoba ko ari umbikira ko Devota birangiye. Ryari ijwi ry'umusore, wasaga nk'uwasinze. Ururimi rwari rwaheze hagati y'amenyo.

Ndamubaza nti, "Uri nde?"

Ati, "Bebi..., ndagukumbuye."

Nti, "Uri nde?" Mbere yo kugira nti, "Shema, Bite?"

Ati, "Sheri..., Ndagukumbuye.... Waje. Ndagushaka. Ndakwifuza—"

Nti, "Uri he? Shema, Shema—"

Telefoni irikupa.

Umutima waransimbutse kubera iyo telefoni ya Shema, tutabashije kuvugana. Naribazaga nti, *Wenda ari mu kaga.* Nahamagaye iyo nimero yari yakoresheje, ariko ntiyari ikiri ku murongo. Ngendagenda inguni zose z'icyumba nibaza uko mbigenza. Shema nta wundi muntu yagiraga ku isi. *Yari ampamagaye ngo mutabare*, niko nibwiraga. Ijoro ryose sinasinziriye ntegereje ko yongera guhamagara.

Saa kumi n'imwe za mu gitondo, telefoni irongera irajwigira.

Nti, "Shema, uri he? Uri amahoro?"

Undi ati, "Karabo, ni njye, Kabibi. Nagiraga ngo nkubwire ko Devota byarangiye."

Nti, "Inde? Devota? Oyaaaaa, Oya, ntibishoboka."

Ikintu kiremereye kinshwanyaguza urutirigongo, maze ikindi kinigagura umuhogo, kimbuza kuvuza induru. Nikorera amaboko, ngerageza kurira, ariko bwa mbere mu buzima, amarira aransuzugura.

Kabibi ati, "Karabo, wumvise ibyo maze kuvuga?"

Nti, "Yego. Ndaje kwa muganga."

Mfata telefoni mpamagara Sugira, mubwira ko Devota yapfuye.

Data wacu Kamanzi asunika urugi rw'icyumba cyanjye, ati, "Habaye iki?"

Nti, "Byarangiye. Devota aransize. Oya, kubera iki Imana yabyemeye? Devota yari umuryango wanjye. Yari mama, akaba na mukuru wanjye. Ntashobora kunsiga njyenyine muri iyi si."

Data wacu Kamanzi arambika ikiganza cye ku itama ryanjye, nk'aho yibazaga uko yampoza. Ati, "Ihanagure amarira, kibondo. Uradufite. Turi umuryango wawe."

Mvugira hejuru nti, "Oya, ntimwashobora gusimbura Devota. Kubera iki yansize? Hanyuma se Mbabazi umukobwa we? Ni gute yatinyuka kumusiga muri iyi si y'abagome? Na musaza we Muhire? Uyu si wo munsi, si na cyo gihe. Devota ntashobora gupfa."

Niruka ngana hanze gufata bisi ijya mu mujyi. Ngeze hanze, mbona ko nari nkiri mu ikanzu y'ijoro. Nsubira mu nzu nambara ipantalo y'umukara n'agapira k'umukara.

Data wacu Kamanzi ati, "Karabo, ndindira. Reka ngutware n'imodoka."

Nsimbukira mu modoka ye, turagenda. Ntitwavuganaga. Nari nahogoye.

Tugeze kwa muganga, dusanga umubiri wa Devota utwikirijwe amashuka y'ubururu. Nyakuraho, maze nitegereza isura ye yari yumutse kandi ituje. Nshyira ibiganza byanjye ku matama ye akonje, maze ndunama musoma ku gahanga. Nongorera mu matwi ye, nti, "Noneho ndasobanukiwe. Devota, ruhukira mu mahoro. Ntuzongera gushavuzwa n'ubu buzima. Ntuzongera kubabara ukundi. Ntuzongera guhogora. Byose birarangiye."

Sugira n'ababyeyi be Kamana na Gatarina bari bamaze kuhagera. Bari bazanye na Mbabazi. Gatarina yatwikirije umutwe igitambaro cy'umweru. Mu biganza bye yari afite ishapure n'igitabo cy'umukritsu. Yegera Devota. Kamana we yari ahagaze iruhande rwa Data wacu Kamanzi ariko bahishanya amaso ngo batarebana. Hashize akanya, abaforomokazi baza kutubwira ko bashaka gutwara umurambo mu buruhukiro.

Gatarina ati, "Mutubarire muduhe iminota mike yo kuvuga isengesho mbere y'uko mumujyana."

Data wacu Kamanzi ati, "Njye murambabarira, ngiye ku kazi."

Mbere yo kutuyobora mu isengesho, Gatarina atera indirimbo igira iti, "Nyir'ibambe ndaje unyakire, kuko nahoze kure yawe, none Mana yanjye ndaje."

Abaforomokazi baza kugaruka babaza niba ari twe muryango wonyine Devota yari afite. Turikiriza. Baduha icyemezo cy'uko yapfuye, barangije bamujyana mu buruhukiro. Mbabazi yitegerezaga ibyabaga byose. Nubwo yari afite ubwoba, ntiyigeze atakaza irira.

Tumaze guherekeza Devota kugera mu buruhukiro, Kamana adutumira mu nama yo gutegura ishyingurwa.

Nti, "Byari kuba byiza bamwe muri twe bagiye kuri gereza kumenyesha Muhire."

Kamana arasubiza ati, "Nibyo. Tugomba kubwira Muhire ko mushiki we umwe yari asigaranye yigendeye." Yongeraho ati, "Ariko ntitugomba kumugora tumubaza uburyo bwo gushyingura. Devota ni nyina wa Mbabazi. Turi umuryango we. Tuzamushyingura mu cyubahiro akwiye."

Ubupfura bw'ababyeyi ba Sugira bwari burenze ubwo ubwenge bwasobanukirwa. Basaba Sugira kujyana na njye kuri gereza kumenyesha Muhire. Byari inshingano zikomeye.

Tugeze kuri gereza, tubwira abacungagereza ko dushaka Muhire.

Umwe muri bo ajya kumuhamagara.

Muhire aje, ati, "Karabo, hashize igihe kirekire. Amakuru yawe?"

Nti, "Ni meza."

Mubwira izina rya Sugira, n'undi na we mubwira Muhire uwo ari we, bararamukanya. Muhire anyicira akajisho, ambaza niba Sugira yari umukunzi wanjye. Ndamuhakanira.

Ati, "Karabo, ako gahinda kari mu maso yawe katewe n'iki? Ntugire ikibazo. Hano tumeze neza. Maze kumenyera ubuzima bwo muri gereza."

Ndadidimanga nti, "Oya. Twa... Twashakaga... Twaje ku... Kukubwira ko... Devota yitabye Imana."

Muhire arabaza ati, "Gute? Ngo Devota yabaye iki?"

Ndasubiza nti, "Yagiye kubana na Nyagasani."

Arahigima arangije aramwenyura bya kiryarya ati, "N'urwo nari ntegereje. Na we aragiye nk'abandi. Mumubwire ansuhurize ababyeyi n'abavandimwe."

Njye na Sugira turarebana tubura icyo tuvuga.

Nti, "Twibazaga niba wasaba uruhushya ukaza gushyingura."

Arabaza ati, "Ngo kugira gute? Kumugarura se muri ubu buzima? Nta ruhushya nsaba." Yongeraho ati, "Mbabazi ari he?"

Nti, "Ntugire ikibazo ari kumwe nanjye." Sinashoboraga kumubwira ko Mbabazi yabanaga n'abantu atari azi.

Ati, "Mwakoze kuza kumbikira. Ubu nshobora kwisubirira mu ishavu ryanjye. Ufite ikaramu n'urupapuro?"

Nti, "Yego, ngibi."

Anyandikira nimero ya telefoni y'inshuti ye yitwaga Karega maze ansaba kumumenyesha. Yongeraho ko inkunga yose twakwifuza, Karega yadufasha.

Dusubira kwa Kamana kubatumikira ibyo twari twavuganye na Muhire. Ni bo bateguye ishyingurwa rya Devota. Gatarina asaba Kabibi kumenyesha abaturanyi.

Nanjye mbwira bake mu bacitse ku icumu ry'itsembabwoko ryakorewe Abatutsi. Gatarina yari yakoze urutonde rw'ibyo twari dukeneye byose, maze muherekeza kubigura.

Ku munsi wo gushyingura, ubwonko bwanjye ntibwashoboraga kwiyumvisha ko Devota ari we wari uryamye muri iyo sanduku yari ikikijwe n'indabyo nyinshi z'umweru. Ab'igitsinagore, nanjye ndimo, twari twambaye imishanana y'umweru. Abagabo bari bambaye amakositimu y'umukara n'amashati y'umweru. Data wacu Kamanzi ntiyigeze aza gushyingura. Shema yari ahari, yari yabonye ubutumwa bugufi nari nohereje kuri nimero yari yakoresheje ampamagara. Twagiye mu misa, mbere yo kujya gushyingura mu irimbi rya Gatenga. Igihe bansabye kugira icyo mvuga, nababwiye uko Devota yari yarankijije, ariko ikintu kiniga mu muhogo, maze kimbuza kuvuga ishyano we ryari ryaramubayeho. Ntibyari bikiri ibanga ko Devota yari azize Sida. Gutekereza ko abacitse ku icumu ry'itsembabwoko ryakorewe Abatutsi bazakomeza gupfa imyaka myinshi nyuma y'uko itsembabwoko rihagaritswe, byanteraga kuribwa mu nda. Bururukije isanduku mu mva, Mbabazi avuza induru, yirukanka ajya guhisha amaso mu bihuru byari hafi aho. Ndamukurikira. Twicara ku ibuye rinini, maze musaba kurambika umusaya mu gituza cyanjye. Twembi twarize amarira yuzuye uruzi, tubaza Imana impamvu yadutwaye Devota. Gatarina aratwegera, maze adusaba kwinjira mu modoka ye.

Tuvuye ku irimbi, twagiye i Gikondo mu nzu Devota yari acumbitsemo. Niho twamaze icyumweru cyo kwirabura mbere yo gusubiza inzu nyirayo.

Nasubiye ku ishuri nafashe icyemezo gikomeye: Kujya

gusaba umuyobozi ushinzwe imibereho y'abanyeshuri icyumba mu macumbi ya kaminuza. Amahirwe nari mfite ni uko hari ibyumba abanyeshuri bo mu cyiciro cya gatatu, bandikaga ubushakashatsi bwabo, bari bamaze kuvamo. Yanyeretse icyumba cy'udutanda tubiri dutoya, akanjye n'ak'uwundi munyeshuri witwaga Karigirwa. Niruka kumenyesha Sugira ayo makuru meza.

Arambaza ati, "Kubera iki ushaka kuva kwa so wanyu ukaza kuba kuri Kaminuza?"

Nti, "Sugira, ndakuze bihagije ku buryo nakwibana njyenyine. Igihe kirageze ngo mve mu nzu ya Data wacu Kamanzi."

Nakundaga Data wacu Kamanzi. Yari yarampaye byose, icumbi, ibyo kurya, imyambaro, ishuri, n'ibindi. Ahari nashoboraga kubonera ibisobanuro urwango yari afitiye Abahutu, ariko sinashoboraga kumubabarira kuba yaranze gufasha Devota igihe yari abikeneye. Yari yarambwiye ko impamvu atari yaraje gushyingura ari ukubera ko nari nakoranyije Abahutu b'inshuti zanjye. Ubwo yashakaga kuvuga ababyeyi ba Sugira, bari baragaragaje ubupfura kumurusha.

Ninjoro mu rugo, nsanga Data wacu mu ruganiriro, maze nti, "Nahawe icyumba mu macumbi ya kaminuza."

Arambaza ati, "Kubera iki wasabye icyumba mu kigo kandi ufite aho uba?"

Nti, "Ni byo byiza. Bizatuma mpa igihe gihagije amasomo kandi njye mfatanya n'abandi gusubiramo ibyo twize."

Birungi arabaza ati, "Ubwo use ukeneye kurara amajoro ku ishuri? Ntabwo wafatanya n'abandi gusubiramo amasomo ku manywa?"

"Babyeyi, ndabashimira ibyo mwankoreye byose. Ariko igihe kirageze ngo ncuke."

Data wacu Kamanzi ati, "Ushatse kuvuga ko ubu rwose wakuze ku buryo wakwifasha? Kibondo, umubyeyi ahora ari umubyeyi. Ntibijya bihinduka. Wasanga ufite izindi mpamvu."

Sinashoboraga kumubeshya, ariko kandi sinari no kumubwiza ukuri kose.

Nti, "Maze gukura. Uko mbona ubuzima bitandukanye n'uko mububona. Mfite inshuti zanjye, zirimo n'abo mutemera. Hari uburenganzira nkeneye, mudashobora kumpa."

Data wacu Kamanzi aranyitegereza, iminwa ye ibyina nk'aho hari icyo yashakaga kuvuga. Yishima mu mutwe, ati, "Nakumvise. Jya kuba mu macumbi ya Kaminuza, ariko ujye uzirikana ko ufite icyumba muri iyi nzu kizahora kigutegereje."

Mu gitondo, mfunga ibikapu njya kuba mu macumbi ya kaminuza. Nagombaga gukoporora ibyo abandi bari barize igihe ntari mpari. Sugira yemeye kumpa isaha imwe buri munsi yo kumfasha gusubiramo amasomo.

VI

Hashize ibyumweru bibiri, mpamagara Shema kuri nimero yari yarampamagaje.

Umuntu aritaba ati, "Karame."

Nti, "Muraho, nitwa Karabo. Nifuzaga kuvugana na Shema."

Ati, "Karabo, amakuru yawe? Na njye nitwa Murenzi. Shema yambwiye uwo uri we. Ntabwo ari amahoro. Yagize impanuka."

"Impanuka? Byagenze gute? Ari he? Nshobora kumuvugisha?"

"Oya. Ntabwo turi kumwe. Ndagera mu rugo nka saa kumi n'imwe z'umugoroba."

Shema yari wenyine mu kumba gato yari yarambwiye, nta muntu afite wo kumwitaho. Nubwo yari yaranyihanangirije kutazamusura, nagombaga kumuba iruhande. Mbwira Murenzi ko nongera kumuhamagara nyuma y'amasaha y'akazi.

Bigeze nimugoroba, ninginga Murenzi ngo anjyane kureba Shema. Arahakana, ariko ndakomeza ndinginga. Bigeze aho, aremera.

Uko namanukaga Gakinjiro ngana Cyahafi, niko

umutima wanjye wajanjagurikaga. Abana bari bambaye imyenda y'ubushwambagara, yishwe n'ico, bakinaga mu tuyira tw'ibisogororo binuka, hagati y'amazu yari yarangijwe n'iminsi. Ba nyina bari bambaye ibitenge bakenyereye mu gituza. Imbabura z'amakara yaka ziteretseho amasafuriya y'ubugari na zo zatubuzaga gutambuka.

Tugeze aho babaga, Murenzi asunika urugi rwari rukoze mu mabati. Twinjira mu gipangu cyigizwe n'utwumbanzu twinshi. Ibikuta byasaga nk'ibyigeze isima, ariko igihe cyari cyarabihinduye nk'ibisize icyondo gusa. Murenzi arongera asunika akugi kari gakozwe mu ngunguru ishaje, maze ampa ikaze muri icyo cyumbanzu.

Shema yari aryamye ku kagodora ko muri ako kumba ka metero ebyiri kuri ebyiri. Yari afite ibikomere byinshi, ikinini muri byo kikaba cyari mu maso, hejuru y'ibitsike. Arahindukira areba hirya ku rukuta, maze arambaza ati, "Urakora iki hano?"

Ndapfukama musoma ku itama. Amarira yanzengaga mu maso, ariko nkihangana nkikomeza ngo ntashwanyuka. Murenzi yambwiye ko Shema yari yaguye. Sinabyemeye. Ahari yari yarwanye n'abandi basore. Ijisho rye ryari ryabyimbye nk'aho abo bari barwanye bari bamusunitse akagwa ku rutare.

Mbaza Shema nti, "Wagiye kwa muganga?"

Byaragaragaraga ko atari yagiyeyo.

Murenzi ati, "Umva uyu mwana wo mu ngangari sha? Ibi si ibikomere byo kujyana kwa muganga. Birikiza."

Mu nguni y'ako kumba harimo ijerekani isize umwanda n'isafuriya y'umukara nk'uw'imbabura yari iteretseho. Nta masahani, amakanya, cyangwa ibyuma nabonaga.

Ndababwira nti, "Ibi bikomere bishobora gutera tetanosi, nayo ishobora kubatera ibibazo bikomeye. Ndabinginze, mureke tujye kwa muganga."

Murenzi ati, "Shema nabyemera, mujyane. Njye nkora amanywa n'ijoro. Ubu ngiye ku kazi kanjye k'izamu."

Nti, "Nta kibazo. Reka nshake tagisi itujyane. Ariko uramfasha tumugeze ku muhanda."

Shema ati, "Ntaho njya. Karabo, ni nde waguhaye uburenganzira bwo kuduha amategeko?"

Nti, "Shema, ndakwinginze, binyemerere, birakugirira akamaro."

Aceceka amasegonda make, maze ati, "Ngaho, reka tugende. Ubwo ufite amafaranga yo gutera inyoni."

Mpamagara umushoferi wa tagisi, Murenzi na we afasha Shema gutambuka akagera ku muhanda.

Tugeze kwa muganga, bomora ibisebe, basigaho umuti, barapfuka. Bamwandikiye imiti igabanya ububabare ndetse n'irinda umubiri kumungwa n'udukoko. Sinashakaga gusubiza Shema mu cyumbanzu cye cyarangwaga n'umwanda, ariko nta kundi nari kubigenza. Nuko, ngononwa, mpamagara wa mushoferi wa tagisi ngo adusubize Cyahafi. Musaba guca kuri kaminuza, ngo ngire icyo nkurayo cyagombaga kumfasha guturisha Shema, ngo ankundire anyemerere marane na we nibura iminota mike.

Mu cyumba cyo kuri kaminuza nakuyeyo radiyokaseti, ndetse na kaseti y'indirimbo z'urukundo z'igifaransa. Nshyira mu gikapu amashuka, amasabune yo koga, ay'isuku yo mu nzu, ndetse n'ibindi bintu bike. Nca kuri butiki yo kuri kaminuza, ngura imitobe n'uturisho, maze ngaruka mu modoka.

Tugeze mu Cyahafi, umushoferi wa tagisi afasha Shema gutera intambwe akagera ku cyumbanzu cye. Ninginga Shema ngo ambabarire nkore isuku muri icyo cyumba cyabo.

Ati, "Tuvuye kwa muganga rero, si cyo washakaga? Ngaho taha. Numara gusohoka, ufunge urugi, urufunguzo urunage munsi."

Nti, "Yego, ndagenda mu kanya. Ariko singenda utanyemereye kwiyuhagira ukareba n'icyo watamira."

Nkura radiyo na kaseti mu gikapu, maze ntangira gucuranga indirimbo z'urukundo z'igifaransa.

Maze, nti, "Nutandirimbira izi ndirimbo, ntaho njya."

Shema aramwenyura, ati, "Karabo, ntabwo ujya uhinduka. Uragira ngo noneho Koloneri Kamanzi anyirukane mu Rwanda?" Ubanza umutima we waramwingingaga ngo ajyane n'umuvumba w'urukundo.

Nuko mufasha gutera intambwe, tugana hanze mu bwiyuhagiriro buto bwari buhari. Njyanayo ibasi yuzuye amazi ndetse n'itoroshi. Muri ubwo bwiyuhagiriro bw'inguni enye, butagira amazi atemba cyangwa ibesani yo kogeramo, mfata akenda kagizwe icyangwe, nambika ikiganza, maze nuhagira umukunzi wanjye. Nta cyo twahishanyaga. Nyuma yo kwiyuhagira, tugaruka mu cyumba.

Ati, "Ntiwigore. Si ngombwa ko nambara imyenda."

Nti, "Ndabyumva. Reka mese iyi wari wambaye maze uzayambare ejo."

Ati, "Karabo, ucyeka ko ndi umukene bigeze aho? Reba hejuru hariya. Mpafite igikapu cyuzuye imyenda imeshe ntajya nambara. Ariko ntabwo nshaka kwambara nonaha. Ahubwo nyegera. Hari icyo nshaka kukubwira."

Nicara ku igodora.

Ansaba kuryama iruhande rwe, ati, "Uracyari kure yanjye. Ijwi ryanjye ntiryagera aho."

Nuko, afatanya na radiyokaseti kuririmba ati, '*Est-ce que tu es seul ce soir?*' ya Frédéric François, kugeza aho yongeragaho ati, '*Même si la vie nous sépare...*' Mu minota mike, intoki ze ziba zigeze mu misatsi yanjye, zigendagenda ijosi, zigera mu gituza. Nananiwe kumuhagarika. Nari kuzabyishyura andi mezi menshi y'irungu. Iryo joro, sinatashye kuri kaminuza. Murenzi yaraye ku kazi ke k'izamu, nanjye na

Shema turara ijoro ryose turinze urukundo rwacu. Nari maze kugeza ku myaka makumyabiri n'ibiri, kandi ndi muri kaminuza, ntawari kungayira gutakaza ubusugi kuri iyo myaka. Nakuyakuye icyo gituzagabo cya Shema maze nezezwa no kwitegereza icyo cyusa cyuje ubumanzi-gabo.

Ati, "Karabo, ndagushaka. Ndumva amashanyarazi, ariko umubiri ntushoboye."

Iminwa yanjye nyicomokora ku ye, maze mumanuka ijosi n'igituza. Sinahagarara ku mukondo. Ndakomeza njya gushaka Shema muto wanyifuzaga hagati y'amaguru. Ndamunyunyuza kugeza ubwo ambanye munini mu kanwa.

Shema atera hejuru, ampamagara amazina y'inkundwakaza yose, ati, "Mukunzi, mukundwa, sukari yanyuze umutima, Karabo kanjye."

Nanjye ndakomeza ndyoherwa n'uwo mutobe muvangingo, ndawumira ngo ujye kunoza igihango cy'urukundo rwacu. Maze kwanzura igikorwa, mfata agatambaro mpanagura umukunzi wanjye, mbere y'uko mpumiriza amaso, nkagwa ku gitanda, nkamata mu gituza cye nk'icyimata.

Bigeze saa munani z'ijoro, Shema ambaza aho nari nashyize itoroshi.

Ndamubaza nti, "Urashakisha iki muri iri joro?"

Ati, "Nananiwe gusinzira. Ndakwinginze mpereza agapfunyika gato kari mu gafuka k'inyuma k'igikapu cyanjye."

Mbaduka kureba ako gapfunyika.

Nti, "Shema, ibi ni ibiki?"

Ati, "Mpereza, ndakubwira ibyo ari byo."

Ndongera nti, "Oya, mbwira. Ibi ni ibiki?"

Aransubiza ati, "Ni akamogi. Ni mariyuwana. Ni yo ijya imfasha gusinzira."

Nti, "Shema, usigaye ufata ibiyobyabwenge?" Nari

nshenguwe n'ibyo amaso yanjye yari abonye, ndetse n'amatwi yanjye yumvise.

Ati, "akamogi ko karoroshye. Ntabwo gakaze."

Shema yari asigaye yiyahuza ibiyobyabwenge. Ntiyashoboraga gusinzira adafashe ibiyobyabwenge. Byari bisigaye bimugenga. Nanze kumuha iyo mariyuwana. Agerageza kweguka ngo ayihereze, ariko biramunanira kubera ibikomere.

Nti, "Reka ngufashe gusinzira. Mariyuwana yanjye irakaze kurusha iyawe."

Mukuyakuya mu maso, muramburira ibitsike, maze mucira umugani wa Nyashya na musaza we Baba, babaga bonyine mu ishyamba nta babyeyi bafite. Baba yajyaga ajya guhiga, maze yagaruka, kugira ngo mushiki we amukingurire, akaririmba ati,

"Nyashya ya Baba, nyugururira,

Nishe agakende, ni akawe na njye,

Nishe agakwavu, ni akawe na njye,

Akanini karimo, tuzakagabana."

Shema amaze gusinzira, nanjye narambitse umusaya mu gituza cye, maze ndamupfumbata.

Bucyeye mu gitondo, nyuma yo kwiyuhagira no kwambara imyenda, mpa Shema ibinini aranywa, ibindi ndabibika, ngo nze kugaruka nimugoroba nongere muhe ibindi. Nari mfite ubwoba ko yabisimbuza akamogi.

Ngeze kuri kaminuza, nirukira mu cyumba, mpindura imyenda, maze njya mu ishuri.

Igihe cy'ifunguro ry'amanywa, nk'uko byari bisanzwe, Sugira aza kunsaba ngo tujyane muri resitora. Nabonaga arimo gusoma mu maso yanjye ko nari nararanye n'umusore mu gitanda.

Arambaza ati, "Wasinziriye neza?"

Nti, "Yego, nasinziriye neza. Urakoze."

Sinashakaga ko ambaza ibibazo byinshi kuri iryo joro ntazibagirwa. Nari maze amezi menshi ntumva ubukana bw'ubumara bwo mu mubiri wanjye. Kurambika umusaya wanjye mu gituza cya Shema ni wo muti utera ituze nari nkeneye nyuma y'urupfu rwa Devota.

Nimugoroba, nasubiye kwa Shema kumuha ibindi binini. Aranyinginga ngo nongere ndare, ariko ndamuhakanira. Nagombaga gusubira ku ishuri gusoma nkitegura ibizami.

Hasigaye iminsi mike ngo tugere kuwa 07 Mata 2001, twatangiye kwitegura icyunamo cyo kwibuka abacu bazize itsembabwoko ryakorewe Abatutsi. Kuri Kaminuza, imyiteguro yari iyobowe n'ishyirahamwe ry'abanyeshuri barokotse itsembabwoko ryakorewe Abatutsi, nkaba nari umwe muri bo. Icyumweru kibanziriza icyunamo, twari twatumiye abajyanama b'inararibonye bakoreraga ku kigo cyitwaga Ruhuka. Badufashije kumenya uko twagombaga kwitwara turamutse twibutse ibihe twaciyemo maze tukagira interabwoba.

Bati, "Iyo umuntu afite umubabaro ukabije yumva nta cyizere cy'ubuzima bwiza afite, kandi akabona ibintu byose nta cyiza byaganishaho. Umuntu ubabaye cyane yumva atagishaka kubaho kandi akirinda n'ibyemezo byamufasha guhindura ubuzima abuganisha aheza. Abantu bafite umubabaro ukabije hari n'ubwo bahitamo kugana ibiyobyabwenge n'ibisindisha kugira ngo bibahugenze ntibite ku bibazo by'ubu buzima."

Uko bavugaga natekerezaga ku mazina abiri: Muhire na Shema. Maze negera dogiteri Baziga, umwe muri abo bajyanama, mugisha inama. Yangiriye inama yo kuzareshya inshuti zanjye bakazajya ku kigo Ruhuka bakabafasha. Icyo cyari ikizamini gikomeye.

Nimugoroba, Data wacu Kamanzi yari yantumiye ngo tuganire ku gikorwa cyo kwibuka abo mu muryango wacu bishwe mu itsembabwoko ryakorewe Abatutsi. Birungi yampobereye anyishimiye cyane. Mu maso he, ndetse n'uko yari ateye nabonaga byarahindutse. Yasaga nk'utwite.

Data wacu Kamanzi adusanga mu ruganiriro, arampobera, maze ati, "Amasomo aragenda?"

Nti, "Yeee, aragenda neza."

Ati, "Nibyo, agomba kuba ageze kure. Nta n'ubwo ujya ubona umwanya wo kudusura."

"Mumbabarire, nzikubita agashyi."

Nibyo koko nari maze igihe kirekire ntabasura. Iyo nabonaga akanya ko kuva kuri kaminuza, najyaga kwa Shema, cyangwa nkajya kwa Kamana gusura Mbabazi.

Data wacu Kamanzi ati, "Karabo, uyu mwaka tuzajya i Nyanza kwibuka abacu bishwe n'Abahutu. Tuzaca gusa mu Biryogo gushyira indabyo ku gitaka kibitse so na barumuna bawe, maze tubone gukomeza tujya i Nyanza."

Nti "Ndabyumva, ariko nibazaga igihe tuzabasha gushyingura Papa na barumuna banjye mu cyubahiro bakwiye."

Ati, "Rwose simbizi. Utekereza se ko nshobora gushyingura abantu barenga magana abiri bose bari mu cyobo kimwe na so? N'iyo nabishobora, sinabikora ntabyemeranyijweho n'imiryango yabo."

Nti, "Ntabwo byoroshye, ndabizi."

Data wacu Kamanzi yansabye kumufasha gukora urutonde rw'abantu bazajyana na twe i Nyanza. Avuga amazina y'abo mu muryango ndetse n'inshuti z'umuryango, maze ansaba kongeraho abandi.

Nti, "Mwakongeraho na Kazuba, Mutoni, Sugira n'ababyeyi be Kamana na Gatarina, ndetse na Marume Gasana n'umuryango we." Nirinze kuvuga Shema ngo atambaza uko nari nzi aho yari aherereye.

Data wacu ati, "Ariko Karabo ufite kibazo ki? Utekereza ko nyokorume Gasana ibi byo kwibuka Abatutsi bimureba? Kandi n'abo bantu bandi utondaguye, ndizera ko utavuga ba Bahutu wari wateranyije umunsi Devota apfa."

Naracecetse. Sinari kubahuka Data wacu. Naramuretse akora urwo rutonde rwe. Yambaza icyo mbitekerezaho, nkikiriza. Naribwiraga nti, *Yategeka abazajya i Nyanza, ariko ntiyagena abazajya mu Biryogo gushyira indabyo ku gitaka kimbikiye umuryango.*

Nkiva kwa Data wacu Kamanzi, nahise njya kumenyesha Marume Gasana ndetse n'ababyeyi ba Sugira. Bose bansezeranya ko bazifatanya na twe kuwa 07 Mata.

Ijoro ry'iya 06 rishyira iya 07, naraye ntasinziriye. Mu gitondo, radiyo yazindutse icuranga indirimbo za Nyiranyamibwa, maze ubwonko bwanjye nabwo butangira kwirebera firimi y'urupfu rwa Papa na barumuna banjye.

Saa yine, maze kwambara ikanzu yanjye y'umukara no gusokoza umusatsi, numva umuntu akomanze ku rugi. Yari Sugira. Ampereza ikarita yari yanditsheho iti, *'Ntuhogore wenyine, turi kumwe. Ndaguha intugu zanjye wegameho, maze ngutwaze umutwaro w'agahinda kawe.'*

Ayo magambo yahojeje umutima wanjye. Isura ya Sugira y'uruziga, n'izuru rye ribwataraye kandi rigufi, nta cyo byapfanaga n'ubwiza bwe bw'imbere. Yari yambaye kositimu y'ikijuju, ishati y'idoma, mu biganza bye yitwaje umuba w'indabyo z'amaroza y'umweru.

Ati, "Ihangane. Reka tugende. Nazanye na tagisi itujyana mu Biryogo."

Nti, "Urakoze. Reka nze gato."

Nsubira imbere, nambara agatambaro k'idoma mu ijosi hejuru y'ikanzu yanjye y'umukara, maze nshyiramo n'amataratara arinda izuba, nuko ndaza, twinjira mu modoka.

Nitwe ba mbere twageze mu Biryogo, aho imibiri ya Papa na barumuna banjye yari iruhukiye mu mahoro. Nyuma abandi bantu benshi barahadusanga. Muri bo harimo abahoze ari abaturanyi bacu; abahungu ba Muvunyi, Zurufati n'abahungu be, n'abandi bantu benshi. Inshuti nyinshi za Data wacu Kamanzi, ndetse na bake mu bahoze ari inshuti za Papa na Mama nabo bari bahari. Twari kumwe n'Abatutsi ndetse n'Abahutu, ariko Umuhutu nari nizeye kuhabona, Marume Gasana, ntiyari ahari. Ntibwari ubwa mbere ataje kwifatanya natwe mu bihe byo guha icyubahiro abazize itsembabwoko ryakorewe Abatutsi. Kamana n'umugore we Gatarina bari baje kwifatanya natwe. Nyina wa Sugira yari yahaye icyubahiro umuryango wanjye awambarira imishanana. Hashize iminota mike, mbona Shema na Murenzi nabo baratungutse mu mapantalo yabo y'amakoboyi ashaje kandi asa n'ico. Bahagarara ahirengeye, banga kwivanga n'abo basirimu bandi. Narabapepeye gusa. Nibazaga ko nyuma nza kubona umwanya wo kuramukanya na bo. Data wacu Kamanzi yavuze ijambo rishimira abaje kwifatanya na twe, arangije aha umwanya Fidele wahoze ari inshuti ya Papa. Fidele yaganirije abari aho uburyo Papa yagiraga umutima mwiza, akaba imfura ndetse n'umwizerwa. Yongeyeho ko Papa yakundaga cyane umugore we n'abana be. Umuhango wo kwibuka wasojwe na korali yatuyoboye mu isengesho. Ubwo igihe cyo kujya i Nyanza cyari kigeze.

Data wacu arambaza ati, "Abo bantu utumira ngo tujyane ni bande?"

Mbura icyo musubiza nti, "Nagirango..."

Anca mu ijambo ati, "Karabo, sigaho. Uzi ko atari Umututsi wese ntatujye inyuma. Nibatureke turirire abacu mu ituze. Urabyumva?"

Igihe ngirango nzamure ijwi nsubize Data wacu Kamanzi, ndabukwa ko Gatarina yari yumvise ibyo Data wacu yari amaze kuvuga.

Anyongorera mu gutwi ati, "Karabo, mukobwa mwiza, wiburana na so wanyu. Wimwongerera agahinda afite. Turatashye, turagumana namwe mu isengesho."

I Nyanza, hasomwe misa yo gusabira abacu bitabye Imana. Ihumuje, tujya gushyira indabyo ku mva zari zishyinguyemo abo mu muryango wacu benshi, barimo na nyogokuru, nyina wa Papa. Abantu benshi bafashe ijambo bavuga ku bupfura bw'umuryango wacu n'ibibi baciyemo mu gihe cy'akaga.

Kuri kaminuza, ijoro ryo kwibuka ryabaye kuwa 09 Mata 2001. Nubwo Sugira atari umunyamuryango w'ishyirahamwe ry'abanyeshuri barokotse itsembabwoko ryakorewe Abatutsi, yari yaje kwifatanya natwe. Nyuma yo gucana buji no kuririmba indirimbo z'icyunamo, uwari uyoboye umuhango yatuyoboye mu mwanya wo kwibuka. Buri wese muri twe yafashe iminota yo kugira icyo avuga ku be bishwe mu itsembabwoko ryakorewe Abatutsi.

Ntahiwe, nti, "Ndibuka Papa Kalisa, uwo amaraso ye atembera mu mitsi yanjye. Iyaba byashobokaga ngo ugaruke dukomeze cya kiganiro twagiranye mbere y'urupfu rwawe. Umugore wahaye urukundo n'ubuzima bwawe ntiyagarutse. Na musaza we waje, anejejwe gusa no gukama amata n'ubuki by'i Rwanda, atitaye ku isano wari wararahiriye kujisha ugakomeza. Nabonye abavandimwe bawe. Bandinze inzara n'inyota, ariko ntibabashije kunyomora ibikomere by'umutima. Papa, reka ndekere aho, mpe n'umwanya abandi bavandimwe, duhuje agahinda n'umubabaro, na bo bibuke ababo babuze."

Abandi banyeshuri nabo bafata umwanya wo kwibuka ababo. Ndabukwa Sugira yihanagura amarira mu maso. Mu bari aho bose ni we wenyine wari uzi ko nari muri ba bandi bitaga imvange. Ndibaza nti, *Yaba ababajwe n'ibyo navuze?*

Nyuma y'umugoroba wo kwibuka, ndamuherekeza ngo murenze irembo.

Nti, "Sugira, nizere ko utababajwe n'ibyavugiwe hariya."
Ati, "Kubera iki?"

Ndamubwira nti, "Ntubifate nabi. Umuryango wanyu muri imfura. Ariko abishe abo mu miryango yacu baririmbaga ko isi ari iy'Abahutu. Ntibikagushengure umutima iyo abantu bavuga ku Bahutu."

Arambika ibiganza ku matama yanjye, ati, "Karabo, ntugire ikibazo. Ndi Umuhutu. Hariho rwose n'abifuza ko nshimangira ko ndiwe. Bamwe bashaka ko ncurika umutwe ngo nsangire isoni n'abishe Abatutsi. Ariko sicyo cyatumye amarira antemba mu maso."

Nti, "Uti?"

"Ibyo wavuze ni byo byateye amarira yanjye gushoka. Kera nkiri muto, najyaga mvuma umunsi Papa yashatseho Umututsikazi. None, uyu munsi, mvuma umunsi Mama yashatseho Umuhutu."

Ndamubaza nti, "Kubera iki?"

Igihe cyose nari maze nzi Sugira namufataga nk'Umuhutu, nubwo nyina yari Umututsikazi. Mu Rwanda, abana bafata indangabwoko ya ba se.

Yakomeje ampa ubuhamya bwe. Ati, "Igihe cyose twajyaga gusura umuryango wa Papa, bene wacu baravugaga bati, 'Bameze nka nyina, si abacu.' Undi ati, 'Ntimwite kuri aba bana b'Umututsikazi, yabareze gitutsi.' Nta na rimwe twigeze twemerwa ijana ku ijana n'umuryango wacu w'Abahutu. Buri gihe batwibutsaga ko dukomoka ku Batutsi."

Nti, "Yooo, Sugira, binkoze ku mutima. Wowe nanjye dufite byinshi duhuriyeho."

Ati, "Ubwo sindakubwira byose. Igihe Abahutu bicaga Abatutsi, Mama yari yihishe mu gisenge cy'igikoni cyacu. Buri joro, Papa yamusangagayo akaba ariho bararana, barwana n'imbeba. Ku manywa, impirimbanyi z'Abahutu zaza zishaka Mama, Papa akababwira ko yagiye gusura iwabo, ko kandi ashobora kuba yarapfuye. Umunsi umwe, umwe mu mpirimbanyi z'Abahutu, wacyekaga ko Papa abeshya, yamukubise umupanga. Buriya, afite inkovu ku kuguru kwe kw'ibumoso.

Numvaga nshaka guhobera Sugira, ariko ndifata ndamubwira gusa nti, "Ihangane."

Ati, "Karabo, uyu munsi, aho mbona bisigaye bisa nk'igisebo kuba Umuhutu, nitwa Umuhutu nka Papa, ntawitaye ku kuba Mama ari Umututsikazi. Umunsi umwe, mubyara wa Mama, najyaga mfata nk'aho ari murumuna wa Mama neza, yarambwiye ngo sinkagende ndata ibizuru byanjye binini bibwataraye. Ntiyari agamije kunshengura umutima. Yibwiraga ko arimo kumbwiza ukuri."

Nti, "Sugira, mbabajwe n'ibyo waciyemo."

Ati, "Ndizera ko igihe kizagera abantu bakanyita Sugira gusa. Ndambiwe kuba Umuhutu, ariko ntari we ijana ku ijana. Ndambiwe kuba Umututsi, ariko ntari we ijana ku ijana. Sindi Umuhutu cyangwa Umututsi. Ndi umuntu ufite indangamaraso imwe. Ntabwo mfite indangamaraso ebyiri zindwanira mu mubiri."

Ibyo Sugira yavugaga narabyumvaga cyane. Twese twari twaraguye hagati y'amenyo y'amakimbirane y'Abahutu n'Abatutsi. Naribwiraga nti, *Ahari umusore nka Sugira ni we twahuza neza.* Ariko umutima wanjye wari wariyeguriye Shema, na we wari wararyamiye ku ruhande rumwe rw'amateka yacu. Bwari bumaze guhumana, Sugira ansoma ku itama aransezera, maze arataha.

Hashize iminsi itatu, njya gusura Shema. Nakomanze ku rugi, ntihagira unyikiriza. Murenzi yari yambwiye ko yasize Shema mu rugo. Ndongera ndakomanga n'ingufu nyinshi.

Ati, "Ni nde? Urashaka kumenera urugi? Genda. Ntabwo mfungura."

Nti, "Shema, ni njye, Karabo."

Araceceka. Ndamwinginga ngo amfungurire.

Ati, "Karabo, mbabarira, tuzavugane undi munsi."

Hashize nk'iminota mirongo itatu, ndongera ndakomanga. Ndasakuza nti, "Shema, uri kumwe na nde muri icyo cyumba? Kubera iki udashaka kunkingurira?"

Mbere yo kunkingurira ati, "Eee? Uracyari aho? Nta muntu turi kumwe."

Yari yambaye ikabutura itukura. Igituza cye cyasaga nk'icy'uwishwe n'imirire mibi. Isura ye yari yakubititse. Amaso ye yasaga nk'amaraso. Umusatsi we wari ufite umwanda urusha uwo wari usanganywe. Shema yari amaze icyumweru cy'icyunamo cyose muri ako kumba nta cyo akoza ku munwa.

Ati, "Karabo, sinshaka kubona ayo marira. Ndakwinginze, uyahanagure."

Ampereza umukono maze asubira kuryama ku igodora. Sinarogoye uguhekenya amenyo kwe. Natiye mu baturanyi umukoropesho n'igice cy'umwenda ushaje maze nkoropa icyo cyumba cyari cyuzuye umwanda, ndetse cyatangiye no kunuka. Ndangije, njya ku gitanda muryama iruhande. Ntiyankorakoye cyangwa ngo amvugishe.

Ndamubaza nti, "Shema, urankunda nk'uko ngukunda?"

Ati, "Kubera iki umbajije icyo kibazo?"

Nti, "Wisubirisha se ikindi kibazo. Mbwira, urankunda nk'uko ngukunda?"

Ati, "Ese ubundi nkubwiye ko ngukunda, urwo rukundo rwatumarira iki?"

Amagambo ya Shema yandiye umutima nk'icumu ry'ubugi butyaye. Sinasobanukiwe icyo yari ashatse kuvuga.

Ndongera nti, "Shema, ntabwo unkunda?"

Ati, "Karabo, ukuri ni uko nagerageje uko nshoboye kugusiba mu bitekerezo by'umutima wanjye, ariko bikananira. Iyaba byashobokaga ngo nguhungire kure, nibagirwe inseko yawe, ariko wagira ngo inzira zacu zashushanyijwe zisobekeranyije iteka. Karabo, ndagukunda n'umutima wanjye wose, n'ubwenge bwanjye bwose, na roho yanjye yose. Nifuza kugukunda, nkongera nkagukunda, maze nkagukunda cyane, ariko..." Ikiniga kiramufata. Amaso ye yashakaga kurira, ariko amarira ye yari yarakamye kera.

Ndamubaza nti, "Ariko, iki...?"

Ati, "Ndakwinginze unyumve. Abahutu bishe ababyeyi bacu, ubu turi imfubyi. Ubuzima ntibwampaye amahirwe nk'ayo bwaguhaye. Ndi njyenyine n'irungu ryanjye muri iyi si. Ndiho ariko nta buzima mfite. Simfite ejo hazaza. Hagize umbaza intego yanjye mu buzima, namubwira ko ntegereje umunsi urupfu ruzankomangira ku muryango."

Shema nta cyizere cy'ubuzima bwiza yari akifitemo. Ahari byari igihe cyiza cyo kumubwira iby'abajyanama bo ku kigo Ruhuka, ariko sinari nzi uko natangira icyo kiganiro.

Narambitse ibiganza byanjye ku ntugu ze, nti, "Uracyariho. Niba udashaka kubaho ku bwawe, ndakwinginze ubeho ku bwanjye. Nzahangana n'iyi si igutera umubabaro, kandi nzanesha, nsubize inseko nziza ku isura yawe."

Shema aramwenyura, maze ansaba kurambika umutwe mu gituza cye, nuko ati, "Ikibazo cyawe gikomeye kuruta icyanjye. Wabonye he umunyeshuri wo muri Kaminuza ukundana na mayibobo nka njye?"

"Nawe uzasubira mu ishuri. Ndabigusezeranyije."

Ati, "Ndakwinginze, sigaho, ntusubire. Uwo musamaritani udafututse uzamfasha igihembwe kimwe, ikindi akanjugunya, ni uwahe?"

Ndamusubiza nti, "Ibyo bindekere. Urashaka gusubira mu ishuri? Nzakwereka."

Ati, "Nta byo nshaka. Ntiwongere kuvuga iby'ubupfayongo."

Nti, "Ubupfayongo?"

"Yego. Niba unkunda, uzandeke nigumire muri uyu munyenga w'ubukene. Ni bwo buzima nandikiwe."

Uwo munsi wose nirirwanye na Shema, ndamutekera, dusangira amafunguro y'amanywa, turaryama, maze bigeze nimugoroba, ndataha, nsubira kuri kaminuza.

Bucyeye, mpamagara wa mujyanama dogiteri Baziga, musubiriramo ikiganiro nari naraye ngiranye na Shema.

Ati, "Ntumutitirize. Ugomba gusa kumushishikariza kuvuga ibimubabaza. Buhoro buhoro, azagera aho akubwire ibyifuzo bye nyakuri. Icyo gihe nikigera, ntuzahite umuhata gusanga umujyanama. Uzamushishikarize gutekereza ku cyo yakora ngo agere ku byifuzo bye. Ntuzihutire kumuha inama cyangwa ngo ushakire ibisubizo ibibazo bye."

Nti, "Hanyuma se? Shema abona isi nk'aho nta cyiza cyayivamo. Nitutamufasha, ntazigera ashaka ibisubizo by'ibibazo bye."

Dogiteri Baziga ati, "Uwo mwitozo wo kwibaza ibibazo ku buzima bwe, no kugerageza kubibonera ibisubizo, uzamufasha gutega amatwi ijwi ry'umutima we. Azagerageza ariko rimwe na rimwe atsindwe kubera umubabaro mwinshi wamushegeshe. Icyo gihe, nibwo ashobora kuzafata icyemezo cyo kugira uwo avugisha, akamugisha inama."

Nari nihaye inshingano zikomeye, kandi nagombaga kuzazisohoza. Kuba mu macumbi yo kuri kaminuza byari byarampaye umudendezo ntari kugira iyo nza kuba nkiba kwa Data wacu Kamanzi, wari waramaze kubyara umukobwa, akamwita Neza. Nagiraga igihe gihagije cyo kuba hafi ya Shema, nkamufasha guhangana n'ubuzima. Najyaga niriranwa na we, hakaba n'ubwo turaranye. Byageze aho umusore wenyine nari narihebeye akuraho akabiri kari kantwikiriye ibanga, maze amaraso y'ubusugi bwanjye atubera igihango cy'urukundo rwacu. Uko iminsi yisunikaga, niko Shema yagendaga atera intambwe ntoya, ariko igana imbere, nko kwiyibutsa kwiyuhagira no koza amenyo buri gitondo. Ibyo namukoreraga byose byari kubw'urukundo rwacu, ndetse no kubwo gukira k'umutima w'umusore umwe wenyine nakundaga.

VII

Mu gitondo cyo kuwa 03 Nzeri 2003, ku ishuri, Sugira aza atarwiyambitse, ibyishimo byamusabye, ati, "Nizere ko wanezerewe, ubu uri umwishywa wa Minisitiri."

Ndabaza nti, "Minisitiri wuhe?"

Ati, "Nyokorume Gasana. Bamugize Minisitiri w'amazi n'amashyamba."

Nti, "Ni we ugomba kunezerwa, ntabwo ari njye."

Ayo makuru ntiyari anshamaje. Marume Gasana yari yahawe uwo mwanya kubera uburyarya bwe. Ibyo yavugaga mu ruhame byari bitandukanye n'uko yari ateye, ndetse n'ibyo yavugaga yicaye mu ruganiriro rwo mu rugo rwe. Nari naramaze kwanzura ko icyamuteraga gukorera Leta, atemeranyaga n'ibyo yashyiraga imbere, ari inyungu ze bwite yari akurikiye.

Sugira arambaza ati, "Ntabwo se ushimishijwe n'uko nyokorume yagizwe minisitiri?"

Nti, "Sugira, ndakwinginze, dushake ibindi tuvuga. Ibyo tubireke."

Ati, "Hari n'ikindi nashakaga kugusaba. Urateganya gukora iki kuwa gatanu nimugoroba? Hari aho nshaka ko tuzajyana."

Nti, "Wifuza se ko twazasura Mama wawe kuwa gatanu nimugoroba?"

Ati, "Oya, ntaho bihuriye na Mama. Nifuzaga ko twazasohokana."

"Gusohokana?"

Ati, "Yego."

"Tuzajya he?"

"Nzakubwira. Reka nzahagutunguze."

Nubwo ubundi buri wa gatanu nimugoroba najyaga kwikinira imikino y'urukundo na Shema, nemeye icyifuzo cya Sugira kuko nari mfite amatsiko yo kumenya icyabyinaga mu mutwe we. Naribazaga nti, *Ni he ashaka kuzanjyana?*

Nti, "Nta kibazo. Uzanjyane aho uzashaka."

Sinashoboraga kwiyumvisha ukuntu Sugira yashoboraga kuba afite igitekerezo cyo kuzamura ubucuti bwacu ku rundi rwego. Amahitamo hagati ya Sugira na Shema yari kumbera nk'urugamba hagati y'umutima n'umutwe. Shema yari igikomangoma gitwara imbago zose z'umutima wanjye. Naho, Sugira, we, yari yaremeje umutwe wanjye ko ari urugero rw'umusore ukwiye nka wa wundi Rugamba yaririmbye. Shema yari umukunzi wanjye. Sugira akaba inshuti yanjye. Nari nkeneye byombi, umukunzi n'inshuti. Iyo nabaga ndi kumwe na Sugira, narirekuraga nkamubwira *ibyanshimishaga* n'ibyambabazaga. Naba ndi kumwe na Shema, nkarekura umubiri wanjye, nkiyoroshya nkaba umukobwa. Iyo nabaga ndi kumwe na Sugira, nakoreshaga ubwenge n'ubushishozi. Naba ndi kumwe na Shema, nkibera umupfayongo n'umuziranenge. Byanyibukije umuririmbyi wajyaga agira ati, "Umwiza ku isura yitwa Fanta, n'aho umwiza ku mutima akitwa Amina," na njye rero, umutima waracezaga ukabura icyo ufata n'icyo ureka.

Icyumweru cyarihuse. Saa kumi n'ebyiri z'umugoroba

kuwa gatanu ziragera. Amakanzu atatu yari arambitse ku gitanda cyanjye, ariko nari nayobewe iyo mpitamo. Ikanzu ngufi itukura, ikanzu ndende igaragaza mu gituza, n'ikanzu ndende y'umukara ifite uturongo tw'umweru, yose narayigeze, ariko nireba mu ndorerwamo. Ngirango nari naburiye igisobanuro uko gusohokana na Sugira. Ikanzu ndende y'umukara yagaragazaga mu gituza ni yo yatsinze irushanwa. Nayihisemo kuko yasaga nk'umwijima w'ijoro. Nifuzaga kwihisha mu mwijima maze ngacukumbura urundi ruhande rwa Sugira, rutari urw'umuhungu w'Umuhutu kandi w'umunyabwenge uvuka mu muryango w'abakire. Ariko shitani y'urukundo nari mfitiye Shema nayo yakomezaga kunyibutsa ko ntari nkwiye gutekereza ku wundi musore utari Shema. Numvaga nsa nk'aho ngiye kumuca inyuma.

Saa moya zuzuye zigeze, numva umuntu akomanze ku rugi. Sugira yari afite mu biganza bye umuba w'amaroza atukura. Mwitegereje mu maso, mpita mbona ko yari yakererejwe n'umwogoshi. Agomba kuba yari yisize agapuderi mu maso, ariko icyari kinteye amatsiko kurushaho ni izina ry'umubavu yari yiteye. Sugira yari muremure, ariko atananutse. Isura ye yari iya kigabo yuje igitinyiro, ku buryo rimwe na rimwe nayikangaga, ngatinya kuyegera. Ariko uwo munsi, mu ipantalo y'umukara, n'agapira ka polo k'umukara, yageretseho agakoti k'umukara, yasaga nk'aho andembuza ngo muhobere. Yansomye ku matama, maze ampereza indabyo. Ndohamo inkweto ndende, nuko ndasohoka.

Yari yaje atwaye imodoka ya benzi ya Papa we. Amfungurira urugi, ninjira mu modoka, na we ajya ku ruhande rwa shoferi.

Ndamubaza nti, "Tugiye he?"

Ati, "Si kure, ihangane, urahabona."

Nti, "Kuki urimo kunyicisha amatsiko?"

Turenze metero nkeya, ntangira gucyeka aho yari anjyanye. Sinibazaga impamvu Sugira yari yahisemo aho hantu. Hashize iminota mike, tuba turahageze. Ahagarika imodoka, maze araza amfungurira urugi. Umunezero uvanze n'isoni byose byabyinaga mu mutima wanjye. Sinari narigeze ndota kuzajyana n'umusore kuri *Corners of Lovers*, noneho kandi Sugira. Kari akabari gafite n'uburiro. Hakaba hari hatatswe n'inguni zirimo ameza mato mato yicarwagaho na babiri gusa. Ntawashoboraga kujyayo ari wenyine cyangwa ari kumwe n'abantu barenze umwe. Abari aho bose babaga ari babiri babiri.

Sugira yamfashe akaboko, maze ansaba gutera intambwe. Numvaga mu mubiri udusonisoni. Nashakaga kumusaba ngo duhindure tujye nibura ahandi twashoboraga gusanga umuvangamuziki w'iz'Afrika zimena ingoma z'amatwi. Nibazaga ibyo turi buganire. Imibare n'ubugenge si ibiganiro byari biberanye na *Corners of Lovers*. Ntabwo twari kujya *Corners of Lovers* kuganira iby'amateka y'u Rwanda cyangwa se umubabaro twari twaratewe n'indangabwoko zacu. Ntawakambara ikanzu ndende y'ijoro ngo asohokane n'umusore kuri *Corners of Lovers*, ngo maze nibagerayo atangire amubwire ukuntu nyina ari umuntu mwiza. Umugabuzi amaze kutwereka aho twicara mu nguni yari hafi y'umukino w'amazi asimbagurika, yatuzaniye urupapuro rwanditseho amoko y'ibinyobwa. Sinari nzi icyo nkwiye guhitamo. Nashakaga gukurikiza inama za Karigirwa ngo mfate umuvino w'umweru uryohereye, ariko nsanga ntari gushobora kubitondekanya nk'abasirimu ngo, *Sweet white wine*.

Sugira arambaza ati, "Wahisemo icyo kunywa?"
Nti, "Yego"
Iby'ubusirimu bw'umukobwa w'umujyi byarananiye.

Mpitamo kwibera uko nari narabaye. Sinashakaga kuba nka ba bakobwa bambara inkweto ndende batazimenyereye, maze batera intambwe bakagenda bagwa.

Umugabuzi ati, "Murafata iki?"

Nti, "icyayi kirimo indimu."

Sugira, mbere y'uko asaba umuvino utukura ambaza atangaye ati, "Ngo urashaka icyayi?"

Umugabuzi yatuzaniye ibyo kunywa, maze bigeze igihe cyo gutumiza ibyo kurya, nk'uwavukiye i Rwanda, nsaba inkoko yokeje, ariko kugira ngo nongereho ak'ubusirimu gato, aho gusaba ifiriti, nsaba ko banshyiriraho imboga zitandukanye. Sugira yasabye ibyo yise sizilingi, ngirango bifu cyangwa poku, bivuga inyama z'inka cyangwa z'ingurube, sinabyumvise neza. Icyo nibuka ni uko iryo funguro ryaje ritogotera ku isahani iteye ukwayo. Icyo kuganira ni cyo kibazo gikomeye cyari gisigaye.

Sugira arambaza ati, "Aha hantu urahabona ute?"

Nti, "Ni heza cyane."

Twamaze iminota ducecetse, mbere y'uko yongera kugira icyo avuga, ati, "Nzakujyana n'ahandi hantu heza i Kigali."

Nti, "Urakoze."

Arongera arambaza ati, "Ese ukunda kujya kureba firimi?"

Nti, "Sindajyayo na rimwe, ariko ndacyeka nabikunda."

Ati, "Nzakujyanayo."

Umugoroba wabaye muremure. Sugira yaranyitegerezaga cyane. Maze tumaze kurya, ambera akaga atangira kunkuyakuya intoki, ariko ndamusunika. Uko narabukwaga hirya umusore muremure wirabura, umutima wanjye warasimbukaga, ariko umutwe ukanyibutsa ko Shema atashoboraga kuza aho hantu h'igisirimu. Nubwo nageragezaga guhisha amaso, Sugira yari yamaze gusoma mu maso yanjye ko ntari nturije aho hantu. Hashize akanya ducecetse, Sugira yishyura ibyo twari twariye n'ibyo twari twanyoye, amfata ukuboko, tugana ku modoka.

Tugeze kuri kaminuza, ahagarika imodoka, maze arayifunga ngo amperekeze angeze ku cyumba.

Arambaza ati, "Urihutishwa ni iki? Wagiye gahoro."

Nti, "Ndananiwe. Ngiye kwinaga mu gitanda, niyorose, mpite nsinzira."

Ati, "Tuzajya ryari kureba firimi?"

Ndamusubiza nti, "Mu mpera z'icyumweru nzaba mfite byinshi byo gusoma. Twazareba icyumweru gitaha."

Ukuri ni uko ntari nsobanukiwe ibyo nari ndimo. Nari navuye ku icumbi ryo kuri kaminuza nishimye, ngiye kuvumbura umusore nyawe Sugira yari we, ariko aho kunezerwa, umutima n'umutwe byanjye byakomeje kurwana, binyibutsa Shema. Numvaga mukumbuye.

Nti, "Mbabarira ngiye kuryama. Tuzavugana kuwa mbere."

Ati, "Ngaho. Ijoro ryiza."

Ntabwo yahise agenda. Ahari yari arindiriye ko musoma musezera. Aranyegera, ankurura akananwa, maze aransoma. Ntewe iseseme n'amacandwe ye, niruka ngana mu cyumba cyanjye. Naribazaga nti, '*Ni mukino ki ndimo ndakina na Sugira?*' Yari yaramaze kwicara mu ntebe y'inshuti yanjye y'inkoramutima. *Ni iki kindi yashakaga?* Ahari ubwonko bwanjye bwashoboraga kubwira '*yego*' umutima we mwiza, ndetse n'umutwe we wuzuye ubuhanga, ariko ubumanzi bwe ntibwashamaduraga umutima wanjye.

→

Bucyeye, bigeze nka saa tanu z'amanywa, telephoni irajwigira. Karega ambwira amakuru meza. Muhire yari yarekuwe. Nkubitamo ikoboyi yanjye y'ubururu, ndetse n'agapira, maze mfata tagisi igana kuri gereza nkuru y'Umujyi wa Kigali. Twategereje iminota mike mbere y'uko Muhire asohoka. Yari ahetse agakapu k'umukara, mu biganza bye hari Bibiliya y'umukara. Arampobera. Mu maso ye hari hatatse ituze.

Karega ati, "Reka tugende. Karabo, nawe nguhaye ikaze iwanjye."

Karega, inshuti ya Muhire, yari atuye mu muhima mu karyango-nzu k'ibyumba bibiri mu gipangu kirimo indi miryangonzu myinshi.

Icyumba cy'uruganiriro cyari kirimo intebe i Kigali bitaga *Je commence la vie* z'amabara y'umukara, igitare kidakeye ndetse n'igitaka. Ku rundi ruhande rw'icyo cyumba, hari uburiro bwari bugizwe n'imeza ntoya ikikijwe n'udutebe tune. Inkuta zari zitatseho impapuro, zirimo n'urwari rwanditseho amagambo agira ati, "Uwiteka ni we mwungeri wanjye sinzakena. Andyamisha mu cyanya cy'ubwatsi bubisi, Anjyana iruhande rw'amazi adasuma..." Karega atwakiriza amata ndetse n'ibiryo bimenyerewe i Rwanda by'imvange y'ibirayi, ibishyimbo, n'imboga zitandukanye.

Muhire ati, "Karabo, ubu ndi umuntu wahindutse. Nigiye byinshi muri gereza."

Ndabaza nti, "Uti? Ubwo se ni iki wakwigira muri gereza?"

Ati, "Nagiye muri gereza mfite umujinya mwinshi. Siniyumvishaga impamvu nakwambara umunyururu nzira ko ngo nakubise umuginga w'Umuhutu. Ngeze muri gereza, umuntu wa mbere wandamukije yari umukarani kuri komini y'iwacu. Mu gihe cy'Itsembabwoko ryakorewe Abatutsi, Habiyakare niwe wayoboraga abicanyi bo ku Kibuye. Yambajije icyo nakoraga muri gereza, maze nzamura igipfunsi ngo muhe ingumi, mumene isura. Abandi bafungwa baramfata. Nubwo byantwaye ibyumweru byinshi ngo mbashe kwizera Habiyakare, ubu icyo nakubwira ni uko ari umwe mu nshuti zanjye zikomeye."

Ndamubaza nti, "Urashaka kuvuga iki? Ni gute ushobora kugira inshuti umwicanyi wakoze itsembabwoko?"

"Karabo, muri gereza haberamo ibintu byinshi by'ishyano, bimwe nabikubwira, ariko ibindi sinabona uko mbivuga. Nubwo namutukaga nkanamwigizayo, Habiyakare ni we wankijije abandi bafungwa bashakaga kumfata ku ngufu, ngo bankorere ibya mfura mbi. Sinakubwira byinshi kuri ibyo. Uretse kandi icyo, nta muntu nagiraga kuri iyi si, nta wansuraga, kandi muri gereza ntabwo baduhaga ibikenerwa byose. Habiyakare yasangiraga nanjye ibyo umugore we yamuzaniraga. Nta cyo nigeze mbura, kuva ku isabune kugeza ku muti w'amenyo. Yajyaga ampa n'amafaranga ngo ngure icyo nshaka muri butiki yo kuri gereza."

Nti, "Ariko ibyo ntibikuraho ko yari umwicanyi."

Muhire ati, "Nibyo. Habiyakare yishe Abatutsi benshi, kandi arabyemera. Ariko, nshobora kwemeza neza ko yihannye. Igihe cyose yibukaga ibyo yakoze mu gihe cy'itsembabwoko ryakorewe Abatutsi, yaratitiraga, amarira akamushoka ku matama."

Nti, "Abahutu benshi bavuga ko bicuza ibyo bakoze. Ni uwo Habiyakare se wanakugize Umurokore?"

Ati, "Yego, na we ni umwe mu bambwirije. Karega yajyaga ambwiriza, ariko nkinangira. Ubuzima bwo muri gereza bwambereye nk'umuyoboro unganisha ku rumuri."

Ndamubaza nti, "None se waretse no kunywa akamogi?"

Ati, "Rwose. Reba aho ibiyobyabwenge byangejeje; muri gereza. Iyo umuntu nakubise ahita apfa, nari gufungwa burundu. Nanjye nari kwitwa umwicanyi kimwe n'abo nari mfitiye umujinya."

Byari byiza ko yari yararetse kunywa urumogi, ariko rero, sinari nizeye ubuzima bwo mu mutwe bwa Muhire, wari uvuye muri gereza na Bibiliya mu ntoki, avuga ko yababariye Abahutu.

Bigeze aho, arambaza ati, "Karabo, mbwira amakuru ya Mbabazi. Ari he?"

Nti, "Araho."

Ati, "Ari he?"

Mubwira uburyo ababyeyi ba Sugira badufashije igihe Devota yari arwaye n'ukuntu bajyanye Mbabazi kubana na bo.

Ati, "Sugira wuhe?"

Nti, "Wa wundi twazanye kuri gereza kukubikira urupfu rwa Devota."

Ati, "Binyibukije uwundi musore. Amakuru ya Shema? Ndavuga wa mu kadogo wabaga kwa so wanyu."

Ndamusubiza nti, "Na we araho. Yavuye mu gisirikare. Ahari ni we ukwiye kugutega amatwi. Ugomba kumubwira ingaruka zo kwiyahuza ibiyobyabwenge."

Muhire ati, "Shema se na we asigaye anywa urumogi? Birababaje. None se aracyaba kwa Koloneri Kamanzi?"

Nti, "Oya. Abana n'inshuti ye mu Cyahafi."

Ati, "Ngomba kuzamuganiriza. Twe, abacitse ku icumu ry'itsembabwoko ryakorewe Abatutsi tugomba gukomezanya nk'abavandimwe, maze tukubaka inkingi z'imiryango yacu zashenywe. Abakuru bakabera ababyeyi abato, tukabera abavandimwe abasigaye bonyine, kandi na twe abato tukabera abana ababyeyi bapfushije abahungu n'abakobwa babo."

Nti, "Rwose. Nzamubwira azaze kugusura."

Muhire yakomeje kunganirira iby'ubuzima bwo muri gereza. Nanjye mubwira umubabaro mushiki we Devota yagize mbere yo gupfa.

Bigeze nimugoroba, nsezera Muhire. Mfata icyemezo cyo kujya kureba Shema, kugirango umunsi wo ku cyumweru nzawuharire gusubiramo amasomo.

Nasanze Shema yicaye ku gatebe kagufi imbere y'icyumba-nzu cye, arangariye ubwiza bw'ikirere cy'ubururu cy'i Rwanda. Yari yambaye ipantalo ya kaki n'ishati y'ubururu, asa nk'ufite ituze. Nahise niyemeza kumufatirana muri ibyo bihe byiza, maze musaba ko dutembera Kigali.

Arambaza ati, "Urashaka kunjyana he?"

Nti, "Ndahagutunguza. Uraza kuhabona."

Nifuzaga kumwereka ko hakiri uburyohe mu buzima.

Ati, "Ngaho, reka tugende."

Twazamutse Gakinjiro tugana mu Gitega. Sinari narigeze ninjira mu kigo cyerekanaga firimi cyo kwa Mayaka, uretse gusoma amatangazo yabaga ahamanitse.

Twahageze mbere gato y'uko berekana firimi ya Titaniki. Abantu benshi bari barambwiye iby'iyo firimi, nkaba nari nejejwe n'uko nari ngiye kuyirebana na Jack wanjye.

Shema ati, "Sinari nzi ko uzi ahantu nk'aha. Burya koko uri umukobwa wo mu mujyi."

Nti, "Erega ukwiye kwibuka ko nakuriye mu Biryogo." Igisubizo cyanjye cyasaga nk'ikimwemeje. Ariko nubwo nari narakuriye mu Biryogo, Papa ntiyajyaga atwemerera kujya ahantu hameze nko ku kigo cyo kwa Mayaka.

Shema ati, "Ndabizi. Niba nawe, nturi nka njye wakuriye mu bipangu byabaga byanditseho ngo *chiens méchants*. Ariko ntiwibagirwe ko uyu munsi nigenga kurusha abanyabiryogo."

Nti, "Ndizera ko iyi firimi yitwa Titaniki iza

kugushimisha. Njya numva bavuga ko ari firimi nziza cyane. Ni inkuru y'urukundo."

Aramwenyura maze ansoma ku itama. Tugura amatike maze turinjira.

Amatara bahise bayazimya. Maze ubwo Jack na Rose bari mu isindarukundo ryabo, nanjye na Shema tukiyinjirira mu bwato bwacu, tukajya ku wundi mubumbe, aho no kujomba k'urushinge kutashoboraga kurogoya inzozi zacu. Amaso yacu twari tuyahanze firimi, ariko roho zacu zo zari zahindutse abakinnyi Jack na Rose. Naribazaga nti, *Kuki Imana itahaye Abanyafrika ubushobozi bwo kubaka amato ameze nka Titaniki?* Nifuzaga kubasha kujyana Shema hagati y'inyanja. Njye sinari kuba nka Rose. Ntabwo nari kureka Shema wanjye ngo apfe. Twari gupfana cyangwa tukarokokana.

Nyuma ya firimi, Shema ati, "Ubu ninjye utahiwe. Ndashaka kukujyana mu kimansuro."

Naremeye. Tujya mu kimansuro muri hoteli y'izina ntashoboye gufata mu mutwe.

Tugezeyo, Shema yasabye byeri. Njye nsaba Coca. Abakobwa basaga nk'abambaye ubusa babyinaga nk'aho intego yabo yari ukureshya abari aho ngo baze bakinane umukino w'urukundo. Shema ansaba kurambika ukuguru kwanjye ku mavi ye, maze abandi bakomera amashyi ababyinnyi, we agakurura iminwa yanjye, akayisomana umururumba. Nyuma y'icupa rimwe rya byeri, asaba irindi, aza kongera gufata irindi, ndetse n'irindi, kugeza ubwo ndambiwe kubara. Uko yasogongeraga kuri byeri, ni nako yansomaga.

Mu nguni, hafi y'icyokezo cya Mucoma, hari umusore w'igihangange, usa nk'uwajyaga aterura ibyuma. Yari yakomeje kutwitegereza cyane, kugeza ubwo yaje gutunga intoki Shema, ati, "Eee, mwa batipe mwe, nimundebere uyu we, ni uwa mbere akanikurikira. Yizaniye akanyunyuri ke."

Shema ati, "Ugize ngo iki? Ninde wise akanyunyuri?" Arahaguruka ngo ahe isomo icyo gihangange cyabuze ikinyabupfura.

Wa musore ati, "Navugaga uwo mutangabyishimo muri kumwe."

Shema amukubita ingumi mu maso, ati, "Wa kinyendaro we. Ariko aba bantu tuzabagira dute? Ni ryari muzumva ko igihe cyanyu cyarangiye?"

Nti, "Shema, ndakwinginze reka kurwana. Reka tugende."

Uwo musore wundi na we yari yasinze. Yarushaga ibigango Shema. Igitutsi kimwe cyahamagaye ikindi. Ingumi ziracicikana ziva ibumoso zijya iburyo, izindi ziva iburyo zijya ibumoso. Mu minota mike, Shema yari hasi, amaraso yamuhindanyije isura. Abapolisi baba barahageze, batwara wa musore w'ibigango. Shema na we bamutwara kwa muganga mu modoka yabugenewe. Agenda atishyuye amacupa ya byeri yari yanyoye. Yagiye inzira yose asakuza ngo Umuhutu yari agiye kumwica. Kuri Shema, umugome wese yagombaga kuba ari Umuhutu. Twaraye kwa muganga, bavura ibisebe, maze banaduha n'imiti igabanya ububabare.

Bucyeye, dusubira mu Cyahafi. Shema ntiyashoboraga kongera kumbeshya icyajyaga kimutera guhorana ibikomere. Nubwo ntajyaga nkunda gusenga, icyo gihe byabaye ngomba ko mvugisha Imana. Nabajije Umuremyi niba yari azi Shema. Ninginze Nyagasani ngo yite ku mfubyi. Shema yari umuntu mwiza. Gusa, yari yaragowe no kwakira ibyari byaramubayeho mu buzima. Kwiyegurira ibiyobyabwenge byari byaramuhuhuye. Aho kumufasha ahubwo byamuteraga kuvangirwa kurushaho.

Umunsi umwe, nabwiye Shema ibyo Muhire yari yaraciyemo muri Gereza n'uko byari byaramuhinduye.

Shema ati, "Ni byiza ko bamufunguye. Ntibagombaga no kuba baramufunze bamuziza kuba yarahaye isomo Umuhutu."

Nti, "Yafunzwe kubera ko amategeko nta we yemerera guhohotera undi muntu bitewe n'impamvu izo ari zo zose. Muhire yasobanukiwe ko ibyo yakoze atari byo, kandi yicuza icyaha cye. Ndizera ko atazongera."

Shema ati, "Hari ukundi se yabigenza? Abishe imiryango yacu baridegembya muri iki gihugu. Iyo hagize ubakoraho, polisi ihita imujugunya muri gereza. Njya nibaza niba iyi ngoma ari iy'Abatutsi, nk'uko bamwe bibwira, cyangwa se niba yarigaruriwe n'Abahutu."

Nti, "Shema ibyo uvuga si ukuri. Abatutsi, Abahutu ndetse n'Abatwa bose bagomba kubana mu mahoro muri iki gihugu. Ikindi kandi, abishe abantu bacu barafatwa kandi bakagezwa imbere y'inkiko."

Ati, "Yego ko! Ni ryari watangiye kuvuga nk'Abanyapolitiki? Aho nca hose ngenda mpura n'Abahutu b'abicanyi, bidegembya rwose nk'aho ntacyabaye."

Nti, "Ubwirwa ni iki ko ari abicanyi? Bibanditse se ku gahanga?"

Shema ati, "Karabo, reka kumbaza ibyo bibazo. Ni wowe uri kuvuga cyangwa ni undi muntu? Ni gute warengera Abahutu n'ibyo bakoreye umuryango wawe? Urashaka kuvuga se ko uhuye n'Umuhutu mu nzira utamumenya? Hanyuma ukambaza ngo ni iki kimbwira ko ari abicanyi, hari Umuhutu n'umwe se uzi utari umuhotozi?"

Nti, "Ntabwo mbarengera. Reka turekere aha iki kiganiro."

Nagombaga guhagarikira aho. Ntabwo byari igihe gikwiye cyo kubwira Shema ko, nanjye ubwanjye nifuzaga kwanga Abahutu n'umutima wanjye, na roho yanjye n'ubwenge bwanjye bwose, ko ariko kwanga Abahutu byari kuba nko kwanga igice cy'uwo nari we. Igihe cyose Shema yavugaga Abahutu, Umututsi nari we yemeranyaga na we, ariko Umuhutu nari we akumva ahutajwe, kandi atewe ipfunwe. Ni njye wumvaga neza icyo ubwiyunge buvuze. Kuri njye, ntibwari ubwiyunge hagati y'Abahutu n'Abatutsi, ahubwo byari ukunga indangamuntu zanjye zombi.

Hashize iminsi mike, njye na Shema tujyana gusura Muhire. Nanejejwe no kumva ko Muhire yari asigaye aherekeza Karega aho yakoreraga ububaji mu Gakinjiro. Yari yaratangiye kwigira kuri Karega uko akwiye gukora kugira ngo abeho. Twahageze hashize akanya bavuye ku kazi. Bari bakiri mu masarubeti. Baratwakira, batwereka ibyicaro, maze baduha n'icyo kunywa.

Shema abwira Muhire ati, "Ihangane, nshuti yanjye. Nta mpamvu bari bafite yo kugufunga."

Muhire ati, "Shema, ibyambayeho byanyigishije byinshi. Burya ibitubaho mu buzima bitugira beza kurushaho, cyangwa babi kurushaho. Ubu icyo ngomba gukora ni ukureba uburyo nkura mu byambayeho amasomo azangira umuntu mwiza."

Nashimye ayo magambo yuje ubwenge n'ubushishozi Muhire yari avuze. Nari ntegereje igisubizo cya Shema.

Ati, "Aho rero! None se gereza yakugize mwiza kurushaho, cyangwa mubi kurushaho?"

Undi ati, "Simbizi. Icyo nzi ni uko nasohotsemo nafashe icyemezo cyo guharanira icyiza, ikibi nkakizibukira."

Shema ati, "Ntabwo se wari umuntu mwiza mbere y'uko bagufunga?"

"Nshuti yanjye, banshyize muri gereza kuko nari nakubise umuntu."

"Oya, Muhire. Wari wakubise ikinyendaro cy'Umuhutu."

Muhire aramusubiza ati, "Ikinyendaro, cyangwa Umuhutu, nta cyo bihinduraho. Nakubise umuntu."

Shema ati, "Muhire, byakugendekeye bite? Ubanza utari muri gereza, ahubwo wari mu cyumba cy'amasengesho. Njyewe ho, uzashaka kumbwiriza kutanga Abahutu, nzamubwira andeke nigire ikuzimu."

Muhire ati, "Ndumva impamvu utekereza utyo. Ni ukubera agahinda watewe n'impirimbanyi z'Abahutu zakwiciye umuryango wawe. Nanjye ibihe urimo nabiciyemo. Igihe kizagera, umenye ko Umuhutu n'umwicanyi ari amagambo abiri adafite icyo ahuriyeho. Ariko ubu, reka tube turetse iki kiganiro, tuzagikomeze undi munsi. Si byo?"

Na njye nti, "Yego. Ibyo nimube mubiretse."

Nkurikije ibyo dogiteri Baziga yari yarambwiye, iyo Shema na Muhire bakomeza kujya impaka, bari kwibuza amahirwe yo kubanza gukomeza ubucuti bwashoboraga kuzaha Muhire uburyo bwo guhindura imitekerereze n'imyitwarire ya Shema.

Kugira ngo duhindure ikiganiro, mbaza Muhire ibyo yari asigaye akora, nti, "Ese usigaye uri umubaji?"

Ati, "Yego. Nta mpamvu yo kubaho muri iyi isi meze nk'umupfu utembera."

Nti, "Nibyo. Ubu se ushobora gukora intebe, ameza n'ibindi?"

Aransubiza ati, "Yego, ariko hari byinshi ngomba gukomeza kwiga neza. Nta kintu gishimisha nko guhindura urubaho rukavamo igikoresho cy'akamaro. Ni nko kurema.

Ikindi, udufaranga duke mvanamo tumfasha mu byo nkenera. Ninkomeza kuba umwana mwiza ngakurikira amasomo y'umwigisha wanjye Karega, ajobundi uzanyumva mu baherwe bo muri iyi Kigali."

Shema yakomeje guceceka kugeza igihe dusezeye Muhire n'inshuti ye Karega.

Tuvuye mu Muhima, Shema agana iwe mu Cyahafi, na njye njya mu icumbi ryanjye kuri kaminuza. Ngeze mu cyumba cyanjye, mpamagara telefoni ya Karega mubwira ko nshaka kuvugisha Muhire. Namusabye ko yafata inshingano zo gufasha Shema. Musaba kubera Shema inshuti, ndetse rimwe na rimwe, akajya amufasha guhindura imitekerereze.

Muhire anca mu ijambo ati, "Mbwiza ukuri. Ko numva wagirango ufitanye na Shema umubano wihariye. Ni byo?"

Nti, "Muhire, nta cyo naguhisha. Nkunda Shema cyane, kandi na we arankunda. Ariko, mbabazwa n'uko ubusharire bw'ubuzima bwe bwamuzibiye amasoko y'imigisha. Shema abaho nabi. Ndetse navuga ko atariho, ahubwo abona bucya bukira."

Ati, "Ndabyumva. Nzashaka akanya muhamagare cyangwa njye kumusura. Nzamuvugisha nk'umusore uvugisha undi musore."

"Gusa uzabyitondemo. Ntagomba gutekereza ko umuhatira guhinduka."

VIII

Umunsi umwe, muri Gashyantare 2014, ari kuwa gatandatu, nari naramutse numva ntameze neza mu mubiri, ndetse n'umutwe warandyaga bikabije. Njya ku iguriro ry'imiti gushaka ibinini by'ububabare. Imodoka zari ku kindi gisate cy'umuhanda zitangira kugenda gahoro. Mu gihe nkibaza ibyo ari byo, mbona ipikipiki ya polisi iciyeho ivuza amahoni amena umutwe. Nibwiye ko ahari nari ndimo kugendera hagati mu muhanda. Ngiye kubona mbona ni uruherekeranye rw'imodoka z'Umukuru w'igihugu. Ndasimbuka ngwa mu mwobo w'amazi, maze numva ububabare bukabije mu mutwe, nkaho hari uwari unkubise ubuhiri. Ntera hejuru nti, "Mama."

Za mayibobo zatumuraga kole aho hafi zirankwena. Umwe muri bo ati, "Umva uyu mukobwa sha, arahamagara nyina. Si nkatwe twibagiwe igisobanuro cy'ijambo mama."

Naribazaga nti, *Ni gute ijambo 'Mama' ryansohotse mu kanwa?* Mama ntashoboraga kwirukira mu bihe by'umubabaro. Mama utarashoboraga kumpanagura amarira. Nashakaga kubwira izo za mayibobo ko zibeshyaga. Nta Mama nari mfite wo guhamagara.

Ngiye kumva numva umuntu ankuruye umupira,

ankangura muri ibyo bitekerezo, maze umutima usimbukira mu mutwe.

Arambaza ati, "Uraho Karabo. Uranyibuka?"

Nti, "Oya. Ntabwo nkwibuka."

Ati, "Ndi Mugabo, mubyara wawe."

Nti, "Ni byo. Amakuru yawe?"

"Ni meza. Ayawe?"

"Ni meza."

Naramwibukaga. Ntiyari yarahindutse, uretse ubuzima bubi bwari bwishushanyije mu isura ye. Ndahindukira nikomereza ngana ku iguriro ry'imiti. Nta mbaraga nari mfite zo kumuvugisha.

Ati, "Karabo, buretse kugenda. Reka tuganire umwanya muto."

Ndasubiza nti, "Umbabarire, hari aho ngiye."

Ati, "Mfite ubutumwa bwa Mama wawe."

Avuze Mama, ndahagarara, ndamuhindukirira. Nari imfite ubwoba bw'ibyo yari agiye kumbwira.

Nti, "Ufite ubutumwa bwa Mama? Ari he?"

Ati, "Ntabwo twavugira hagati mu muhanda. Ndakwinginze, reka dushake aho twicara."

Ndamwinginga ngo ambwire, nti, "Aracyariho? Ari he? Yagarutse mu Rwanda?"

Ati, "Karabo, ibibazo byawe byose ndabisubiza. Ntabwo twavugira hano. Reka dushake ahantu hatuje dushobora kwicara. Ndakubwira byose, nguhe n'ubutumwa yakohererejе."

Sinifuzaga kwicarana n'uwo mubyara wanjye nafataga nk'umwana w'umwicanyi w'Umuhutu, Marume Rwasibo. Nari mfite ubwoba bw'ibyo yashakaga kumbwira kuri Mama. Sinari nzi niba narashakaga kumva ko yari akiriho cyangwa ko yapfuye.

Nuko, tumaze kwicara ku ntebe itambitse y'aho bategeraga bisi, nti, "Ngaho mbwira."

Ati, "Karabo, twaciye mu kaga gakomeye mu nkambi z'impunzi muri Congo. Mama na mushiki wanjye Ngabire barabishe. Papa we yari yaragiye mu basirikare. Umuntu wenyine nkesha kuba nkiriho ni Mama wawe."

Ndamubaza nti, "Barabishe? Gute? Hanyuma se Papa wawe we yagiye mu bahe basirikare?"

Ati, "Bishwe mu ntambara yo muri Congo. Abantu bavugaga ko ibisasu byabarashe byatewe n'abasirikare b'u Rwanda bari baradukurikiye muri Congo. Papa yari yarifatanyije n'abahoze ari abasirikare ba kera."

Nti, "Ndakwinginze wimbwira ibyababayeho muri Congo. Nta byo nitayeho. Mama wanjye ari he? Ni ubuhe butumwa yaguhaye?"

Acurika umutwe nk'aho yarwanaga n'amarira yashakaga kumutoroka amaso, nuko ati, "Mama wawe aba muri Malawi n'umugabo we, ndetse n'abana babo."

Nti, "Umugabo? Abana? Ibyo ni ibiki uvuga?"

Ati, "Mama wawe yashatse undi mugabo. Aba muri Malawi. Ariko—"

Muca mu ijambo nti, "Ngaho nabyumvise. Urakoze kumpa amakuru. Urabeho. Uzamunsuhurize nimwongera kubonana." Ndabaduka ndiruka.

Mugabo ati, "Karabo, akira urwandiko mama wawe yakwandikiye." Anyiruka inyuma maze anjugunya urwo rwandiko mu mugongo.

Ndarufata, nkomeza kugenda. Nahise nibagirwa ko nari ngiye kugura imiti. Nihuse nsubira kuri kaminuza. Numvaga urusaku rw'imodoka n'abantu bisa nk'aho binyirukanka mu mutwe. Umugongo wandyaga nk'utewe icyuma, nkumva n'inyama zo mu nda zikubitana imigeri. Ubanza nari ngiye gusara.

Ngeze kuri za mayibobo zari zankwennye ngo mpamagaye 'Mama,' ndahagarara, nti, "Mwa bahungu mwe, nta Mama ngira."

Umwe muri za mayibobo ati, "Eee, na we se wariye umwanda nkatwe? None se ko usa nk'umwana wo mu bisubizo?"

Mbajugunyira rwa rwandiko. Nta cyo nari nkeneye kurusomamo. Umutima wanjye wari uremereye kurusha umubumbe w'isi. Isi yari imbanye nini cyane ku buryo ntashoboraga kuyikwirwamo. Ubwonko bwanjye ntibwashobora gutekereza amakuru Mugabo yari ampaye.

Naribazaga nti, *Ni gute Mama yakwibagirwa vuba? Ni gute yashaka umwe mu Bahutu birukankanye?* Nashakaga guhamagara Papa ngo mubwire ko yakoze ikosa rikomeye gushaka Umuhutukazi. Ntiyari akwiriye kuba Mama wanjye. Kuri njye yari umupfu. Ihurizo ryari ryaranshobeye nari ndiboneye igisubizo. Nta sano nari mfitanye n'Abahutu. Nageze ku icumbi, nirukira ku gitanda, maze mfata umusego wanjye utukura, ndirira umuryango wanjye.

→

Bucyeye bw'aho, ku cyumweru, telefoni yanjye irajwigira, ariko sinabasha kumenya nimero impamagaye. Nditaba.

Uwari umpamagaye ati, "Karabo, amakuru yawe? Hashize igihe kirekire. Waratwibagiwe." Yari Data wacu Kamanzi.

Nti, "Oya. Sinshobora kubibagirwa."

Ati, "Karabo, ko numva ufite ikiniga? Wabaye iki? Ni iki gituma utaza kudusura?"

Ahari nari kwirukira kwa Data wacu, nkamugwa mu gituza, maze nkarira. Ariko numvaga bishobora kutambera byiza. Yari kunyibutsa ko nta cyiza nagombaga gutegereza kuri Mama w'Umuhutukazi.

Ndasubiza nti, "Uyu munsi ngomba gusubiramo amasomo. Ndiho nditegura ibizamini."

Yakomeje kunyinginga, bigeze aho nemera kujyayo. Nari nkumbuye umuhumuro mwiza w'ibiti byo mu Kiyovu.

Ngezeyo narakomanze, umucungarembo aramfungurira. Neza ambonye aramwenyura. Birungi andamutsa ansoma ku itama.

Hashize iminota mike, Data wacu Kamanzi arinjira, asoma Birungi ku itama, maze aramubwira ati, "Bite mukunzi wanjye?" Arampindukirira ati, "Twari tugukumbuye. Ncyeka ko amasomo amaze kuba ingutu."

Nti, "Yeee, ntibyoroshye. Ndiho ndakora ubushakashatsi busoza icyiciro cya mbere cya kaminuza."

Ati, "Iby'amashuri birihuta. Ugiye kurangiza icyiciro cya mbere. Uzandika ku yihe ngingo?"

"Ndiho ndakora ubushakashatsi ku buryo amakimbirane yakwirindwa biciye mu bufatanye bw'abadahuje indangabwoko mu bikorwa bya politiki, ndetse no mu buzima busanzwe bwa buri munsi. Ndibanda ku Rwanda."

"Ndumva ari ubushakashatsi bwo ku rwego rwo hejuru. Kubera iki ari byo wahisemo?"

Nti, "Nk'uwiga ibya politiki, numva nshaka kumenya isano iri hagati yo guhuriza hamwe no kwirinda amakimbirane. Ariko, abarimu banjye nabo banciye intege. Bavuga ko ari ubushakashatsi bwakorwa mu cyiciro gihanitse cya kaminuza. Ariko, ndashaka kubukora. Wenda, natangirira ubu ku byoroheje, maze nazagera mu cyiciro gihanitse, nkazakomeza ubushakashatsi muri uwo murongo."

Data wacu Kamanzi ati, "Uri umunyabwenge nka so Kalisa."

Birungi atuzanira ibyo kunywa no kurya.

Data wacu arambwira ati, "Mu minsi ishize, umuntu yarampamagaye amenyesha ko abantu bo mu miryango ifite abayo mu cyobo kimwe na so, ndetse na barumuna bawe, bifuza gutegura gushyingura abacu mu cyubahiro."

Nti, "Iyo ni inkuru nziza. Ni gute bamenye abantu bose bafite ababo muri kiriya cyobo?"

Ati, "Abayobozi bo mu nzego za Leta batanze amatangazo yo gushakisha iyo miryango. Barateganya ko twazabashyingura mu cyubahiro muri Mata uyu mwaka. Tugomba kuzitabira inama zo gutegura icyo gikorwa."

Nari nejejwe n'uko nari ngiye gushyingura Papa na barumuna banjye mu cyubahiro bakwiye. Nta mpamvu nari ngifite yo gutegereza. Mama yari yariboneye undi muryango w'Abahutu. Papa na barumuna banjye nta wundi bari bafite uretse njye. Numvaga ntashaka kubwira Data wacu Kamanzi ibya Mama, ariko ubwonko bwanyibutsaga ko ahari yari yarangaragarije urukundo kurusha uwanyonkeje.

Nti, "Mfi... Mfite n'andi makuru mabi."

Arambaza ati, "Karabo, byakugendekeye bite?"

"Ni Mama..."

"Nyoko yabaye iki?"

"Nta cyo. Araho, ameze neza. Aba muri Malawi."

Data wacu ati, "Muri Malawi? Nyoko yagezeyo ate?" Maze akubita igitwenge, yongeraho ati, "Abahutu birukanse Afrika yose pe."

Nti, "Sinzi uko yahageze. Icyo nzi cyo ni uko nta cyo abaye. A... Afite undi mugabo n'abana."

Data wacu aranyegera anshyira mu gituza, ati, "Wirira. Ndakwinginze, hanagura ayo marira."

Nifuzaga kumuganyira agahinda kose k'umutima wanjye, ariko sinari kubona amagambo asobanura umubabaro wanshegeshaga imisokoro. Ese nari kumubwira ko nari mbabajwe n'uko Mama akiriho? Nari mbabajwe se n'uko yari yarashatse undi mugabo? Sinari nzi umugabo yari yarashatse, ariko byarumvikanaga ko yari yarahisemo umwe mu Bahutu b'intagondwa yari kumwe na bo mu nkambi zo muri Congo. *Ni iki cyamuteye gushakana n'umwe mu bishe umugabo we n'abana be?* Narabyibazaga, bikanshobera.

Data wacu Kamanzi yageragеje kumpanagura amarira, ariko amaso aranga arayasuka.

Ati, "Ni nde waguhaye ayo makuru?"

Nti, "Nabibwiwe na mubyara wanjye witwa Mugabo, wari kumwe na Mama muri Congo."

Data wacu ati, "Karabo, nakubujije kuvugana n'abo Bahutu wita bene wanyu. Nta kindi bagamije uretse kugutera agahinda."

Narikirije. Ndibwira nti, *Ahari Data wacu Kamanzi afite ukuri.* Twakomeje kuvugana twemeranya ku buryo tuzitabira igikorwa cyo gushyingura mu cyubahiro Papa na barumuna banjye, Fifi na Dudu. Maze nsezera kuri Data wacu, umugore we n'umukobwa we, nsubira ku icumbi ryanjye, kuri kaminuza.

Mu nterabwoba za ninjoro, nongeye kubona ibya kera, dusangira icyayi na Mama na Papa, twese twishimye kandi duseka. Maze nkongera ngahindura ipaji, nkabona Mama ari kumwe n'umugabo w'Umuhutu wakenyeye ico, akitera umwanda. Nuko mvuza induru mpamagara Mama, musaba ko asiga uwo mugabo akajya gukiza Papa, akamukura mu menyo y'abicanyi b'Abahutu.

Kuwa mbere, Sugira yanshakishije mu nguni zose zo kuri kaminuza. Ambonye ahita amenya ko umutima wanjye wari wabaye ibisate. Aranyinginga ngo mubwire icyari cyanteye agahinda. Bigeze aho mubwira uko nahuye na mubyara wanjye Mugabo, ndetse n'ibyo twaganiriye.

Sugira arambaza ati, "Mama wawe yanditse iki muri iyo baruwa? Kuki atagarutse mu Rwanda?"

Nti, "Ntabwo mbizi. Sinigeze nsoma urwo rwandiko. Nararujugunye."

Aca agashami k'igiti cy'umunyinya twari twicaye munsi, maze ati, "Niba nta cyo bigutwaye, mfite inama nshaka kukugira."

Nti, "Mbwira."

Ati, "Agahinda kawe ndakumva. Ariko, ni ngombwa ko umenya icyateye Mama wawe gukora ibyo yakoze."

Ndamubaza nti, "Ni iki kindi nkeneye kumenya? Urashaka se ko menya uko areze abana be neza? Urashaka se ko menya uburyo akunda umugabo yasimbuje Papa?"

Ati, "Oya, icyo si cyo nshatse kuvuga. Wenda hari impamvu zamuteye kutagaruka mu Rwanda. Ugomba kwibaza ku mpamvu zishoboka zose. Wasanga nyokorume Rwasibo ariwe wamushyingiye uwo mugabo ku ngufu?"

Nti, "Na byo byashoboka, ariko ntibihindura ko..."

Sinashoboraga kwiyumvisha ukuntu Mama yakurikiye Abahutu bishe abana be kugera iyo mu mashyamba ya Congo, ndetse agakomezanya na bo muri Malawi. Ntabwo numvaga impamvu yafashe icyemezo cyo gushakana n'uwo Muhutu, mbere y'uko nibura agaruka mu Rwanda gusezera Papa mu cyubahiro.

Mbwira Sugira nti, "Sinitaye ku mpamvu izo ari zose zamuteye kongera gushaka, ndetse no kutagaruka mu Rwanda. Kuri njye nawe abarwa mu bapfuye."

Ati, "Ese kuki utajya kuvugana na nyokorume Gasana. Wenda afite byinshi yakubwira kuri Mama wawe, ndetse n'impamvu yamuteye gukora ibyo yakoze."

Nti, "Ugize ngo Marume Gasana? We se atandukaniye he na Mama, cyangwa umuryango wa bo wose?"

Ati, "Wasanga nyokorume atarigeze abona umwanya wo kukubwira ibyo azi byose kuri Mama wawe ndetse no ku muryango avukamo."

"Nta cyo nshaka kumenya. Ibyo yambwira byose nta byo nitayeho."

"Hanyuma mubyara wawe Mugabo, ese we aba he?"

Nti, "Agomba kuba abana na Marume Gasana. Ukuri ni uko nta muntu wo mu muryango wa Mama nshaka kubona cyangwa kuvugisha. Bose ni kimwe."

Sugira ati, "Karabo, ubyemeye, nazaguherekeza. Nzi neza ko byakubera byiza kugira amakuru yuzuye. Ntuzagire ikibazo, nibigushengura umutima, nzaguha igituza cyanjye ukiryameho."

Nti, "Sugira, sigaho. Wibiteramo urwenya."

Maze dusubira mu byumba by'amashuri. Ubwonko bwanjye bwanyongoreraga ko nari nkwiye kwemera inama za Sugira. Nibwiraga ko ahari kugira amakuru ahagije ku cyateye Mama gukora ibyo yakoze byari gushimangira umwanzuro nari namufasheho.

Hashize iminsi ibiri, nsaba Sugira kumperekeza kwa Marume Gasana. Aremera nk'uko yari yarabinsezeranyije.

Marume yari yarimutse, yaravuye ku Kacyiru akajya gutura i Nyarutarama, mu nzu nziza igerekeranyije. Twavugije inzogera, umucungarembo aradukingurira. Igihe cyose najyaga iwe, natangazwaga n'ubukire bwe. Ariko uwo munsi, nkinjira muri icyo gipangu, inzigo yamvunaguye umutima. Naribazaga nti, *Ni iki gituma Marume Gasana akama u Rwanda wenyine, ntashishikariza abo mu muryango we na bo kugaruka mu gihugu?*

Marume Gasana ati, "Murakaza neza bana banjye. Hari hashize igihe kirekire."

Byari amahirwe kuba umugore we hari aho yari yanyarukiye.

Sugira ati, "Muraho."

Marume ati, "Amasomo aragenda?"

Sugira ati, "Yego. Biragenda neza."

Yatubajije icyo twifuzaga kunywa, duhitamo umutobe w'imyembe. Mugabo ni we wenyine wari kunkiza icyo kiganiro cy'imvura, ibihe, n'amasomo.

Yaje kumanuka ava iyo hejuru mu byumba, maze andamutsa amwenyura cyane, ati, "Karabo, nejejwe n'uko waje kudusura."

Nti, "Urakoze."

Ati, "Eee, ni amahoro?"

"Yego. Ni amahoro."

Mugabo yibutsa Marume Gasana ko yari yaramubwiye ko twahuye, kandi ko nababajwe n'ibyo yambwiye. Marume Gasana ambaza impamvu nababajwe no kumenya amakuru ya Mama. Sinamusubije.

Ati, "Ese wasomye urwandiko yakohereje?"

Nti, "Oya. Ntarwo nasomye. Mugabo yari yambwiye ibyo nagombaga gusoma muri iyo baruwa."

Mugabo ati, "Oya. Ibyo si ukuri. Ntabwo nzi ibyari byanditse mu iriya baruwa."

Nti, "Marume, icyo namenye ni uko Mama akiriho. Aba muri Malawi, n'undi mugabo n'abana. Araho, ameze neza."

Marume ati, "Karabo, Mama wawe ntiyorohewe n'ubuzima. Ni impunzi. Ncyeka ko uzi icyo kuba impunzi bivuze."

Ndabaza nti, "Mugize ngo? Impunzi? Kubera iki? Yahunze iki?"

Marume Gasana anganirira ubuzima bugoye impunzi z'Abanyarwanda zabagamo, ndetse yongeraho ko Mama atashoboraga gusiga abana be muri ubwo buzima. Mubwira ko icyo ntoyemo ari uko Mama yari yarahisemo abo bana, njye akaba atari anyitayeho. Mugabo arampakanya, maze na we ambwira akaga bagiriye muri Congo, mbere y'uko Mama ashaka umugabo w'Umuhutu babanaga.

Ati, "Wenda twari no gupfira muri Congo, iyo Hagira atagira Mama wawe umugore we."

Nti, "Ngo iki? Nsobanurira."

"Hagira yari umwe mu bantu bubahwaga mu nkambi z'impunzi. Nta we utaramutinyaga. Ariko, igihe inkambi zaterwaga, na we yagombaga gukiza amagara ye. Yadusanze mu nzira duhunga amasasu. Mama wawe yari yananiwe kwambuka ikiraro cyari gikozwe n'uduti dutoya cyane. Hagira ni we wamufashije kwambuka, maze duhita dukomezanya urugendo."

Nti, "Hanyuma yaje kuba umugabo wa Mama ate?"

Ubwo umugongo wanjye warandyaga, amaso yanjye na yo akarwana n'amarira. Icyanshenguraga umutima kurusha si ibyari byarababayeho muri Congo, ahubwo ni ukuba Mama yari yarasangiye umuruho n'Abahutu bamwiciye umugabo n'abana.

Mugabo ati, "Karabo, reka ndekere aha. Sinakubwira ibyatubayeho byose muri Congo. Oya. Hari ibyo ntashobora kukubwira."

Nti, "Ndakwinginze, mbwira. Irengagize amarira yanjye."

Mugabo ati, "Na njye... Na njye nanga Hagira cyane. Mwangira ko... Yakoreye Mama wawe ishyano risa nk'iryo yahungaga."

Ndabaza nti, "Urashaka kuvuga iki? Ni ibiki yakoreye Mama?"

Ati, "Karabo, mbabarira wibimbaza. Icyo utumva ni iki? Ya... Yamukoreye ibya mfura mbi, maze... " Mugabo ntiyabasha kurangiza interuro.

Ndamubaza nti, "Yamufashe ku ngufu?"

Ati, "Yego. Ndakwinginze ntumbaze uko yabigenje. Icyiza ni uko ubu babana, hamwe n'abana babo batatu."

Nahise nirukira hanze mu busitani, nicara mu byatsi, ndeka igihanga cyanjye kimena amarira cyari gisigaranye. Naribazaga nti, *Ese icyo ni cyo cyatumye Mama atagaruka mu Rwanda?* Ubwonko bwanjye ntibwashoboraga kwibaza ukuntu Mama na we yaguweho n'akaga ko gufatwa ku ngufu nk'uko byari byaragendekeye Devota mu gihe cy'itsembabwoko ryakorewe Abatutsi. *Kuki akibana n'uwo mukinzi w'umugome?* Ubwonko ntibwashoboraga kungira inama. Umutima wari wamenetse. Amaguru yaratitiraga, amaboko asusumira. Iyi ikirere kitaba kure, nari gusimbuka ngakubita umutwe ku bicu. Ibiti byo muri ubwo busitani buto bw'i Nyarutarama byandebanaga umujinya, ariko ibyatsi byo byumvaga agahinda kanjye.

Marume Gasana ansanga hanze, ati, "Karabo, rekeraho kurira. Ihanagure amarira. Mama wawe araho, nta cyo abaye."

Mvugira hejuru nti, "Nta cyo abaye?"

Ati, "Yego. Ari kumwe n'umuryango we. Ikibagoye gusa n'ubuzima bwo mu buhunzi, ariko ubundi baraho. Tugomba gushima Imana ko atapfiriye muri Congo."

Nti, "Wenda ni byo byari kuba byiza. Ubundi se ariho? Oya, Mama yarapfuye, nubwo acyambaye umubiri w'abazima."

Marume ati, "Wivuga utyo. Ndizera ko umunsi umwe bazagaruka mu Rwanda."

Nti, "Ryari? Ubu se ni iki kimubuza kugaruka niba abishaka. Ntabwo mbyumva rwose."

Ati, "Umugabo we afite ubwoba bwo kugaruka mu Rwanda. Azi ko aje bahita bamushyira muri gereza."

Nti, "Cyane rwose. Agomba kugaruka mu Rwanda

akabazwa n'inkiko. Agomba gukurikiranwa agahanirwa kuba yarishe Abatutsi, ndetse n'ibyo yakoreye Mama. Ariko se ni iki gituma Mama adatandukana na we?"

Ati, "Ntabwo ashobora gusiga abana be."

Nti, "Abo bana ni imbuto z'ubugome bw'uwo mugabo wagize Mama imbohe ye."

Sugira arasohoka, maze anyicara iruhande. Abwira Marume ko agomba kumva ko mushiki we yagizwe imbohe na Hagira. Maze yongeraho kandi ko Marume Gasana agomba gukora uko ashoboye akagarura Mama mu Rwanda.

Marume ati, "Sugira, sinshobora gutandukanya Musanabera n'umuryango we. Ndashaka kuvuga umugabo we n'abana be. Karabo, ugomba kumva ko Mama wawe ubu afite undi mugabo."

Sugira ati, "Oya, ntabwo yashatse undi mugabo. Mugabo yavuze ko uwo mugabo yamufashe ku ngufu. Ndabinginze, mufashe Mama wa Karabo."

Marume amwenyura byo kudukwena ati, "Mwembi muracyari abana. Hari byinshi mudasobanukiwe."

Ndabaza nti, "Nk'ibiki?"

Ati, "Iyaba byakundaga ngo musure impunzi z'Abahutu. Nibwo mwakumva agahinda ka bo."

Nti, "Marume, mumbabarire, sinjya nsobanukirwa ibyanyu. Kuki iteka muvuga iby'agahinda k'impunzi z'Abahutu, kandi mutajya na rimwe mwita ku kaga Abatutsi bagize? Mundebe munyitegereza. Abo murengera nibo bishe Papa na barumuna banjye. Maze nk'aho urwo rutari ruhagije, bagira na Mama wanjye imbohe yabo. Ibyo mujya mubyibazaho?"

Marume Gasana ati, "Karabo, ntukwiye na rimwe kumvugisha utyo. Ntukanyubahuke. Nta bisobanuro nkugomba."

Ndamusubiza nti, "Mumbabarire sinashatse kububahuka. Nifuzaga kubibutsa gusa ko hari Abanyarwanda bakwiye gucirwa imanza z'ibyaha bakoreye u Rwanda. Ndabinginze, ntimukabarengere. Nabasabaga ko mwajya mugirira impuhwe n'ababyeyi n'abavandimwe bishwe bazira gusa ko bitwaga Abatutsi."

Marume Gasana ati, "Reka turekere aho iki kiganiro."

Ndamushimira nti, "Murakoze." Maze mpindukirira Sugira nti, "Tugende. Icyo twashakaga muri uru rugo twakibonye."

Ntawaduherekeje ngo atugeze nibura ku irembo.

Mu nzira, dusubira kuri kaminuza, njye na Sugira ntitwavuganaga. Agahinda nari natewe n'ibyabaye kuri Mama ntikari kemeje umutima wanjye kumubabarira. Ntiyari akiri Mama wari waranyigishije impamvu zo kuba umugore ufata ibyemezo. Yari yaremereye Abahutu kumugira uko bashaka. Yari yaremereye abishe umugabo we kumugira imbohe ya bo. Yari yarahemukiye Papa. Yari yarantaye, ndetse arantererena.

Ngeze ku icumbi, nirukira mu cyumba cyanjye, niyuhagira amazi ashyushye, nambara ikanzu y'ijoro, maze ninaga ku gitanda.

Mbere y'uko mpumiriza, telefoni irajwigira. Shema ati, "Bite sheri? Nguhaye ako ku itama. Amakuru yawe?"

Nti, "Ni meza."

Arambaza ati, "Wabaye iki?"

Nti, "Nta cyo. Ni ukubera ko namaze kugera mu gitanda."

Ati, "Oya. Urambeshye."

"Ndananiwe."

"Nanjye ndananiwe, ariko ijwi ryanjye ntiriguye agacuho nk'iryawe."

Ndamubaza nti, "Na we urananiwe? Wananijwe ni iki?"

Ati, "Mbwira niba ushaka ko nza kukubwira icyananije. Nahita ngera aho mu minota itanu."

Nti, "Urashaka kuza hano kuri kaminuza? Umm? Wenda ejo. Ubu ndashaka gusinzira. Ariko mfite amatsiko. Mbwira icyakunanije."

Ati, "Ngufitiye amakuru meza."

"Mbwira sha."

"Oya. Sinyavugira kuri telefoni. Ntugire ikibazo. Ryama. Nzaza ejo."

"Oya. Ni njye uzaza iwawe ejo ku manywa. Si byo?"

Ati, "Ni byo byiza. Ijoro ryiza mukunzi wanjye."

Nibazaga icyo Shema yashakaga kumbwira. Amatwi yanjye ntiyari yiteguye kumwumva. Yari yazibwe n'urusaku rwa Mama wanihaga, ataka, yenyegeza udukwi mu ziko kugira ngo agabanye umwotsi wamuteraga ibicurane. Hirya ye, utwana twarariraga nk'aho twari dushonje iya ruzagayura. Hanyuma ku rundi ruhande, hari umugabo w'uruhu rwirabura rwenda gusa n'ubururu ndetse n'amaso ashiririye, wanywaga urwagwa, ari na ko ahamagara Mama amazina y'abatindi. Amarira yashokaga mama ku matama, maze akabeshyera umwotsi. Kugira ngo yirengagize, agatera akaririmbo, yinginga Imana ngo imukure muri uwo muruho. Ku yindi foto yo mu nzozi zanjye, Papa na barumuna banjye bari bambaye imyenda yererana, bicaye iruhande rw'Umuremyi. Papa aranyinginga ngo ninyaruke nkure Mama mu biganza bya shitani. Ndamuhakanira, mubwira ko uwo muruho ari Mama wawuhisemo, kandi ko agomba kwirengera ingaruka. Ijoro ryose naraye mu nzozi, cyangwa interabwoba zatangiriraga mu Rwanda, zikanzungurutsa isi, maze zikongera zikangarura mu Rwanda. Nabonaga Impirimbanyi z'Abahutu, n'imbunda n'imipanga, barangurura izina rya Papa. Nabonaga Mama yirukankana n'abagome b'Abahutu, maze umwe muri bo akamwambura imyenda, agatera isoni umubyeyi wanyibarutse. Naribazaga nti, *Kuki yirukankanye na bo? Kuki atemeye ngo apfe, ajyane na Papa mu isi itaboneka, ahataba umubabaro n'agahinda?'* Mbyutse mvuye muri izo nterabwoba, mbona izuba rirandamukiriza mu idirishya.

IX

Saa munani z'umunsi wakurikiye, nagiye mu Cyahafi kwa Shema nk'uko nari nabimusezeranyije. Nari mfite amatsiko y'ibyo yashakaga kumbwira. Ngezeyo, nkomanga ku rugi, arankingurira. Mbonye uko mu cyumba-nzu he hari hateguye, ndatangara. Igodora ntiryari rikiri hasi, ahubwo ryari ku gitanda gishasheho amashuka y'ubururu, n'ikiringiti cy'umutuku. Mu nguni, mu nsi y'akameza gato, hari hahishe ijerikani, indobo, amasafuriya n'ibindi bikoresho. Ako kameza yari yagatwikirije igitambaro cy'umweru.

Nti, "Yego di! ibintu byarahindutse hano."

Ati, "Urakoze. Ndiho ndagerageza na njye kugira gahunda."

"Ibi wabiguze ryari?"

"Nabikuye mu ibarizo rya Muhire na Karega."

"Eee, ni ibyo baguhaye?"

Ati, "Oya. Ni ibyo twakoze."

Nti, "Mwakoze? Nawe se uri umubaji?"

"Ndagerageza. Ariko, itonde, hari byinshi byo kukubwira. Reka mbanze nguhe icyo kunywa."

Shema akurura indobo yari munsi y'akameza. Mu ndobo, harimo icupa ry'umutobe w'inanasi. Umutwe wanyongoreraga ko ahari, Shema yari atangiye kwiyemeza kubaho, aho kubona bucya bukira gusa. Yari acyeye kandi atuje mu maso. Yaranganirizaga, akanamwenyura, atihutira kunyurira, ngo twikorere imikino yacu y'igitanda.

Ampereza ikirahure cy'umutobe, ati, "Akira."

Nti, "Urakoze. Shema, winyicisha amatsiko. Ni iki washakaga kumbwira ejo?"

Ati, "Gabanya amatsiko. Ntabwo ari ibintu bikomeye. Nashakaga gusa kukubwira ko nasubiye mu ishuri."

Ndahaguruka nti, "Shema, wasubiye mu ishuri? Reka nguhobere."

Ati, "Ongeraho se disi no kunsoma."

Nti, "Ku ishuri se wiga kubaza?"

"Oya. Njye nahisemo uwundi mwuga. Niga kudoda no guhanga imideli mu ishuri ry'abayapani riri ku Kacyiru. Nagiye ku kigega gifasha abacitse ku icumu ry'itsembabwoko ryakorewe Abatutsi, nshimishwa n'ukuntu banyakiriye. Bemeye kundihira amafaranga y'ishuri. Ubu noneho mfite icyo nashima iyi Leta."

Nti, "Yooo, Mana yanjye. Shema, ngomba kongera kugusoma. Ubu se mvuge iki? Ndizera ko waretse n'akamogi."

Arankwama ati, "Eee, nta kibazo mfitanye na mariyuwana. Ntabwo nagotomeye ivanjiri ya Muhire yose. Ntumbaze niba naranababariye Abahutu. Ngomba kubaho neza kugira ngo mbereke ko batsinzwe."

Nti, "Ibyo ni byo. Ariko nukomeza kunywa urumogi bizakubuza kugera ku buzima bwiza ukwiye."

Ati, "Nzagera aho mbireke, ariko igihe ntikiragera. Ikindi kandi, ntabwo ntumura rwinshi. Ni ka mariyuwana konyine, kereka rimwe cyangwa kabiri, nigeze gufata n'utundi dukaze."

Sinamutitirije. Icyangombwa ni uko nibura yari

atangiye gutera intambwe igana ku buzima bwiza. Shema ntiyari afite intego yo kuba umudozi gusa. Yari agamije kuzaba umuhanzi w'imideli. Nk'uko byari bisanzwe, iminwa yacu yizihije ayo makuru meza. Amaso ye yitegerezaga isura yanjye, maze agatera umutima wanjye kubyina mu gituza. Inseko ye, y'inyinya yirabura n'amenyo maremare, yanteraga ubupfayongo. Ubwo nahise ninaga mu gituza cye, maze muha rugari anyunyuza iminwa, ariko anakorakora ingingo zashamazaga umubiri wanjye. Sinashoboye kumubuza. Ndamureka atembereza intoki ze ku mubiri wanjye wose.

Ati, "Karabo, hari n'ikindi nashakaga kukubwira."

Nti, "Humm?"

"Sinakubereye umukunzi mwiza, ariko noneho igihe kirageze ngo twibere nk'utunyoni tubiri mu cyari cyatwo twonyine, maze turangazwe n'ubwiza bw'ubururu butatse ikirere, ndetse n'ubururu bw'amazi ya nyanja. Uzanyemerera ngukunde kuva ku ino kugera ku musatsi?"

Nti, "Shema, igisubizo cyanjye urakizi. Nitunanirwa kuba inyoni ngo twogoge ikirere, tuzaba amafi twoge inyanja, maze tumanuke hasi cyane twitungirwe n'amarebe."

Ati, "Rukundo rwanjye, reka duhane igihango ko tuzahorana iteka. Reka turahire ko nta kintu na kimwe kizadutandukanya. Ntugira Papa, ntugira Mama, na njye nta bo mfite. Ntugira musaza wawe, ntugira mushiki wawe, na njye nta bo mfite. Ni twe twembi twenyine muri iyi si. Ndagufite, nawe ukangira. Ndakwinginze, mbwira ko uzampora iruhande."

Maze n'ijwi ryampeze mu muhogo, ndasubiza nti, "Yego."

Shema yishima ku mazuru, ati, "Amaso yawe ntiyemeranya nawe."

Nti, "Mbabarira, ngomba kugenda. Mfitanye gahunda na mwarimu ukurikira ubushakashatsi bwanjye. Ngiye kwandika igitabo gisoza amashuri."

Ati, "Ngo? Urashaka kugenda? Karabo, mbwiza ukuri. Ni iki kiguteye impungenge?"

"Nta cyo. Ndashaka gusa kugenda. Mperekeza ungeze ku muryango."

"Karabo, ndakwinginze, wingenza utyo. Ndeba, ndakwifuza."

Yongera kunsunikira ku gitanda. Sinari nkiri mu by'isindarukundo. Naribwiraga nti, *Kutabwira Shema ukuri kuri Mama ni uguhemuka.* Sinashoboraga kumubwira ukuri. Icyemezo cyiza cyari uguhagarika umubano wacu. Nibwiraga ko ubwo wenda yari yatangiye kwiyemeza guhindura imibereho ye, ugutandukana kwacu kutari kumukomeretsa cyane. Ubwo nahindutse nk'ingiga y'igiti, inkuyakuyo ze ntizaba zigitanga amashanyarazi mu mubiri wanjye. Ageze aho, abivamo, ava ku gitanda, yicara ku ntebe.

Nti, "Shema, ndakwinginze umbabarire. Nibyo koko, mfite ibintu byinshi bimbyinabyina mu mutwe. Ndakwinginze, ntundakarire."

Ati, "Nta kibazo."

Nti, "Uramperekeza se undenze irembo?"

"Yego, ndaguherekeza."

Amaso ya Shema yari yatukuye nk'amaraso. Yari afite icyunzwe cyinshi ku mubiri. Nuko, amaze gukaraba mu maso, ankingurira urugi, maze ambaza niba yamperekeza akangeza kuri kaminuza.

Tuzamuka Gakinjiro, namwerekaga imodoka n'abantu bambaye ibisekeje, akikiriza gusa, maze agahita aceceka.

Tugeze kuri kaminuza, musezeranya ko nzamusura mu

mpera z'icyumweru. Yikiriza n'ijwi rituje, ariko yishimagura amaso. Nategereje ko ansezera birambuye ansoma, ahubwo ankoza umunwa kw'itama gusa.

Nirukira mu cyumba cyanjye, nsingira umusego wanjye utukura, maze ndawufata ndawukanda cyane. Nagombaga kuririra Shema. Nagombaga kuririra urukundo rwacu. Byose byari kubw'urukundo. Nagombaga kubikorera urukundo. Isi yari yarashyize ibisharira gusa ku mbehe ya Shema. Ntiyari kwihanganira guhemukirwa n'umuntu yari yarizeye kurusha abandi. Ubuzima budafite Shema bwari bugiye kumbera nk'urupfu rutagira isanduku.

Mu gitondo, mbyutse, nsanga telefoni iranyereka ko yajwigiriye inshuro umunani ntayitaba. Umutima wanjye washakaga guhamagara Shema, ariko umutwe wari washobewe. Niyemeza gukomera ku mwanzuro wanjye. Shema yari akeneye gufata umwanya akiyitaho. Naramwihoreye, njya mu ishuri.

Bigeze saa sita, Sugira aza kundeba ngo tujye gusangira muri resitora yo ku ishuri. Ntiyambajije impamvu nari mfite umubabaro. Yari azi igice cy'ukuri. Ntiyari azi ko agahinda kenshi ntagaterwaga n'akaga Mama yari yarahuye nako, ahubwo urukundo rwanjye na Shema.

Sugira aceceka umwanya, maze ati, "Karabo, hari inama nshaka kukugira."

Nti, "Ngaho mbwira."

"Byaba byiza ushatse umuntu wizeye wavugisha, akagutega amatwi."

"Mvugisha nde? Urashaka kuvuga iki?"

Ati, "Umubabaro wiyanditse mu maso yawe hose. Ugomba gukora uko ushoboye ukawusohora mu misokoro y'ingingo zawe."

Nti, "Sugira, Nta kibazo mfite. Nta cyo mbaye."

Ati, "Oya. Ntabwo umeze neza. Nta cyo ukwiye

kumpisha. Njye mfite uko mbibona, ariko sinzi niba wakwemera kuntega amatwi."

"Nshuti yanjye, ubu icyo nshaka ni ugufata umwanya nkumva gusa ijwi ry'umutima wanjye."

"Ndakumva. Ariko ukuri nakubwira ni uko Mama wawe azahora ari Mama wawe, yaba mwiza, yaba mubi, ni Mama wawe."

Nti, "Sugira, sinshaka kuvuga kuri Mama. Oya, sinshaka kumuvugaho ubu."

Araceceka, maze dusubira mu byumba by'amashuri.

Ninjoro, sinabashije gusinzira. Umutima wari ubyimbye. Umutwe wari ushobewe. Nasaga nk'aho ngiye gusara. Ahari wenda nari kuvugana n'abandi bacitse ku icumu ry'itsembabwoko ryakorewe Abatutsi. Ahari wenda nari kuvugana na Data wacu Kamanzi. Ariko bose nta n'umwe wari gushaka gutega amatwi inkuru y'Umuhutukazi nitaga Mama. Umugore wasize umugabo we w'Umututsi ndetse n'abana be ngo bicwe n'Impirimbanyi z'Abahutu. Umugore wakurikiye izo mpirimbanyi z'Abahutu mu mashyamba ya Congo. Umugore wemeye kuba imbohe y'uwasize akoze itsembabwoko, yitaga umugabo we. Naribazaga nti, *Ni iki gituma nita kuri uwo mugore? Kuki nshaka gusangira na we agahinda n'umubabaro bye?* Umugore wantandukanyije n'ibere rye, akaba yari agiye no kuntandukanya n'igituza cya Shema.

Bucyeye bw'aho numvaga nta mbaraga mfite zo kujya mu ishuri. Ndiyuhagira, maze nicara ku gitanda ngo ndirire ukubaho kwanjye kwasaga nk'ukugana mu rwobo rw'umubabaro udahora. Nyuma y'amasegonda make, ngira igitekerezo. Nshakisha agakarita kari kanditseho uko nashaka dogiteri Baziga wo ku kigo Ruhuka. Ntabwo kari ku kameza. Nkura ibintu byose mu isakoshi. Nta gakarita karimo. Mpamagara Mutagatifu Antoni wa Paduwa mbere yo kongera gusambaguza ibintu. Agakarita kari mu mufuka w'inyuma w'isakoshi yanjye. Nahise mpamagara dogiteri Baziga. Ansaba kumusanga aho yakoreraga i Kinyinya. Ntabwo ari Shema nari njyanye kureba umujyanama, ni njye wari umukeneye.

Amarembo yo ku kigo Ruhuka yasaga n'ijuru ry'indushyi. Indabyo zo mu busitani zari zitatse amahoro n'umutekano. Inyoni mu biti zararirimbaga.

Dogiteri Baziga asohoka amwenyura cyane, ati, "Urakaza neza Karabo."

Nti, "Muraho."

Anyereka akumba gato ninjiramo. Ako kumba karimo ubusa. Inkuta zari zisize irangi ry'umweru, kandi uretse imeza n'intebe ebyiri, nta kindi kintu cyarimo. Yewe nta n'ibishushanyo byari ku nkuta. Sinabashije guhita ngira icyo mbwira dogiteri Baziga.

Arambaza ati, "Nkwakirize icyayi?" Yasaga nk'udafite amatsiko yo kumva icyo nashakaga kumubwira.

Nti, "Yego."

Azana agakombe k'icyayi ndetse n'icupa ry'amazi, maze ati, "Amakuru yo ku ishuri? Harya ugeze mu mwaka usoza?"

Nti, "Yego. Ndiho ndandika igitabo cy'ubushashakatsi busoza amashuri."

Ati, "Ni byiza. Wifuzaga kugira icyo umbwira. Nguteze amatwi."

Ndamubwira nti, "Yego, ariko sinzi aho ntangirira."

Ati, "Ntugire ikibazo. Singombwa ko ubishyira ku murongo. Mbwira ibyo ushoboye."

Nti, "Dogite, muzi ko nacitse ku icumu ry'itsembabwoko ryakorewe Abatutsi. Si byo?"

"Yego, ndabizi."

"Wenda icyo mutazi ni uko Mama akiriho. Ndi

umwe muri ba bandi bita 'imvange'. Mama wanjye ni Umuhutukazi."

Namubwiye ibyo Abahutu bakoreye umuryango wanjye. Mubwira ko nubwo igice cy'umutima wanjye cyari gikunze Mama, ndetse kibabajwe n'ibyamubayeho, nari nshenguwe umutima n'umunsi yadusize akagenda. Nabwiye Dogiteri Baziga uburyo impirimbanyi z'Abahutu zishe Papa na barumuna banjye. Mubwira ukuntu numvaga nta mwanya mfite mu moko yombi yo mu Rwanda. Abatutsi twari dusangiye umubabaro ntibanyemeraga ijana ku ijana. Abahutu nabo, harimo na bene wacu, ntibumvaga agahinda k'umuryango wanjye w'Abatutsi. Namubwiye ibyo urukundo rudashoboka rwanjye na Shema. Ngeze aho nanirwa gukomeza. Ampereza umuswari ngo mpanagure amarira, maze ansaba gukomeza kumubwira. Dogiteri Baziga yanteze amatwi, ampa igihe cyose nari nkeneye ngo musuke imbere agahinda kanjye kose.

Nti, "Icyo ni cyo kimbabaza. Nta na hamwe mbarirwa. Nsangiye agahinda n'Abatutsi, ariko kandi nkambara n'ikimwaro cy'Abahutu."

Ati, "Nkurikije ibyo wambwiye, wababajwe n'abantu batandukanye mu buzima bwawe, harimo na nyoko wakubyaye. Ni byo?"

"Yego. Mama ntiyampemukiye gusa, yatereranye Papa. Yakurikiye Abahutu bene wabo, maze ashakana n'umwe muri bo, igihe Papa na barumuna banjye bari bagitabaza basaba ko amazina yabo asubizwa icyubahiro."

Dogiteri ati, "Wambwiye ko Mama wawe yashushubikanywe muri Congo na musaza we, kandi ko umugabo babana yamufashe ku ngufu mbere y'uko amugira umugore we. Siko byagenze?"

Nti, "Yego, ariko ntibikuraho ko Mama yagize intege nke. Ntiyigeze arwanirira umuryango wa Papa, nk'umukazana cyangwa muramu wabo. Iyo aza gutoroka inkambi z'impunzi zo muri Congo, ntiyari kugera muri Malawi. None uyu munsi bwo? Kuki atagaruka mu Rwanda? Kuki atagaruka nibura gushyingura Papa na barumuna banjye mu cyubahiro bakwiye? Tekereza ibibazo byose umuryango wa Papa wibaza ku buzima n'urupfu rw'ababo babaga mu Rwanda? Ntiyari akwiye nibura kuza kurirana na bo? Yaradutereranye. Icyo yitayeho gusa n'umuryango we mushya w'Abahutu."

Dogiteri Baziga ati, "Ndakumva. Wavuze ko Mama wawe yari umuntu mwiza kandi uhorana umuneza."

Nti, "Yego."

Ati, "Karabo, nifuzaga kuguha umukoro. Ubutaha, uzambwira icyo uzaba wakuye muri uwo mukoro. Icyo gihe tuzanavuga no ku bindi wambwiye bigutera guhangayika."

Ndamubaza nti, "Mugiye kumpa umukoro?"

Ati, "Yego. Ntugire ikibazo. Ntabwo ugoye. Nifuzaga ko ufata umwanya ugatekereza ku byo wibuka byose kuri Mama wawe, mbere y'umunsi mwatandukaniyeho. Urugero, ibiganiro mwagiranaga ukiri muto, imigani yaguciriye, n'ibindi byose yagukoreye, ndetse n'uko byagushimishaga. Uzafate umwanya usesengure umubyeyi yari we mbere y'uko agenda. Ntuzigere utekereza ku byabaye amaze kugenda. Genda ukore uwo mukoro. Byoze uzabyandike ku rupapuro. Tuzongera tuganire kuwa kabiri w'igitaha."

Nti, "Kuwa kabiri byazangora. Wenda twabishyira kuwa gatanu w'igitaha."

Ati, "Nta kibazo. Reka tuzabonane kuwa gatanu saa kumi."

Ndongera ngotomera amazi, maze ndahaguruka ndasohoka. Nubwo dogiteri Baziga atari yasubije na kimwe mu bibazo byanjye, kumuganiriza ibyanjye byose numvaga byanduhuye umutima. Yari yampaye umukoro, navuga ngo yari yanyandikiye umuti nk'uko n'abandi baganga babigenza. Nagombaga kuwunywa.

Mu nzira ngana ku icumbi kuri kaminuza, nagiye ntekereza ku mukoro nari nahawe. Umutwe wongeye kunyibutsa byinshi; amajoro twabaga dutaramye mu muryango, yasozwaga buri gihe n'isengesho, Papa ahamagara Mama ngo bajye kuryama, Mama agatinda aducira imigani ngo dusinzire. Ngeze mu cyumba cyanjye, mfata ikayi nshya ntangira kwandika. Iwacu twari umuryango unezerewe, mbere y'uko dutandukanywa n'amahano yagwiririye igihugu cyacu.

Muri icyo cyumweru cyose, nta muntu nigeze mbwira ko nagiye kureba dogiteri Baziga. Ahari abantu bari gutekereza ko nasaze ku buryo nari nsigaye njya kureba umujyanama. Sugira yakomeje kunyinginga ngo nzajye kuvugana na nyina. Yatekerezaga ko nshenguwe umutima n'akaga ka Mama. Namusezeranyije ko nzashaka igihe nkajya kuvugana na Gatarina. Yari umubyeyi w'umunyabwenge kandi ufite umutima w'urukundo. Naribwiraga nti, *Wenda koko hari icyo yashobora kumbwira kuri Mama. Ariko ntiyakemura ikibazo cy'urukundo rwanjye na Shema.*

Kuwa gatanu nasubiye ku kigo Ruhuka, nk'uko nari narabisezeranye na Dogiteri Baziga.

Amaze kunyakira no kumpa amazi yo kunywa, arambaza ati, "Amakuru yawe?"

Nti, "Ni meza. Umukoro narawukoze." Muhereza ikayi nari naranditsemo ibyo ubwonko bwanyibutsaga kuri Mama.

Ati, "Wumvaga umeze ute igihe wakoraga uyu mukoro?"

Nti, "Sinabona uko mbivuga. Narasetse. Nararize. Nakumbuye Mama. Nakumbuye umuryango wanjye."

Dogiteri arambaza ati, "Iyaba byashobokaga ngo ugire icyo usigasira mu byiza bisigaye by'umuryango wawe, wahera he?"

Nanjye ndamubaza nti, "Mushatse kuvuga iki?"

Ati, "Wanditse ibyiza byinshi byarangaga umuryango wawe. Ahari ntiwashobora byose kongera kubihuza, ariko wenda hari kimwe cyangwa bibiri usigaranye ushobora gusigasira."

Nti, "Nta cyo nsigaranye dogite. Nta muryango nkigira. Mama, washoboraga kunsanga, tukongera tugakora umuryango muto wa babiri, yihitiyemo undi muryango we mushya, njye arantererana."

Dogiteri arongera arambaza ati, "Ese ugize amahirwe yo guhura na Mama wawe, wamusaba iki?"

Nti, "Nta cyo. Ibyo ari byo byose, sinzi niba icyo namusaba yabasha kukimpa."

Ati, "Ushobora kumbwira icyo wamusaba?"

Nti, "Nk'uko nababwiye ubushize, Mama yatatiye igihango cy'urukundo yari afitanye na Papa. Yashatse undi mugabo banabyarana abandi bana. Ntiyagarutse mu Rwanda nibura gushyingura Papa mu cyubahiro."

"Wambwiye ko agomba kuba yarahatiwe gukora ibyo yakoze, ariko ntiwumva impamvu atatorotse ngo agaruke mu Rwanda nk'abandi Banyarwanda."

"Nibyo nababwiye."

"Ahari arashaka kugarukana n'abana be. Ese bo ujya ubatekerezaho? Ubwo se bo ntibaba bakeneye igituza cy'umubyeyi wabo?"

"Oya. Ntibishoboka. Sinabatekerezaho. Umutwe urandya iyo nibutse ko Mama yabahisemo, akabandutisha. Dogite, ahari ntabwo munyumva."

Ati, "Nibyo, nawe uri umwana we. Ukeneye Mama

wawe igihe cyose, kandi hafi yawe. Ahari byashoboka ko wakongera kugira Mama wawe, kandi utanamutandukanyije n'abandi bana be, na bo yatwise amezi icyenda."

Nti, "Oya. Ibyo ntibishoboka. Ariko dogite, kuki wibanze kuri Mama? Ntabwo mwitayeho. Wenda icyari kuba cyiza kurushaho ni iyo aza kuba yarapfuye. Kuba ariho ni ikimwaro kuri njye."

Dogiteri Baziga ampa umuswari ngo nihanagure amarira. Ariko yanga gukama. Ndahaguruka, ndamusezera.

Ati, "Karabo, agahinda kawe ndakumva. Singusaba kugira icyemezo ufata nonaha. Njye ngamije gusa kukubaza ibibazo kugira ngo ubashe kwishakira ibisubizo."

Nti, "Yego, ariko ndarushye. Iki kiganiro ntaho kiriho kutuganisha."

Dogiteri Baziga ati, "Genda ufate ikindi gihe cyo kubitekerezaho. Ubutaha tuzaganira ku bindi, harimo n'urukundo rwawe na Shema."

Nti, "Yego."

Duhana gahunda yo kuwa gatanu w'ikindi cyumweru. Naribazaga nti, *Ese ibi biganiro na dogiteri Baziga hari icyo bizangezaho?* Nta gisubizo nari mfitiye ibibazo yambazaga. Kongera kubana na Mama byari kure nk'ukwezi. Umutima wanjye wari upfundikiwe n'agahinda k'ibyo Abahutu bakoreye umuryango wanjye. Ntabwo nashoboraga gufatanya kuba ndi umwe mu bacitse ku icumu ry'Itsembabwoko ryakorewe Abatutsi, no kuba umukobwa wavutse ku Muhutukazi, wazungurukaga Afrika, mu nkambi zi'impunzi z'Abahutu. Kugira amaraso y'Abahutu muri njye byari bimbereye umutwaro mu buzima, ariko ikibi kiruta byose ni uko byari bigiye no kuntandukanya na Shema.

Ngana ku icumbi kuri kaminuza, telefoni irajwigira.

Sinayifata ntinya ko yaba ari iya Shema. Hashize amasegonda make, irongera irajwigira. Ni Data wacu Kamanzi wampamagaragaga.

Arambaza ati, "Karabo, kuki utanyitabaga koko?"

Nti, "Mumbabarire, nari ndi mu masomo."

Ati, "Ntabwo umbwije ukuri. Nizere ko atari ba Bahutu bakigutesha umutwe bakubwira amakuru ya nyoko."

Sinamusubije. Yari afite uburyo bwe bwo kumbabaza umutima, n'ayo magambo ye yari atyaye kurusha ubugi bw'inkota, yanyahuranyaga igituza agasa nk'ankuramo urugingo. Hashize amasegonda make, ambaza impamvu ntamusubiza.

Nti, "Ni ukubera ko ntemeranya n'ibyo muvuze."

Ati, "Nashakaga kuguha ayandi makuru meza ariko ababaje."

Nti, "Muti? Habaye iki?"

"Ejo nagiye mu nama itegura gushyingura mu cyubahiro Papa wawe na barumuna bawe. Tuzabashyingura kuwa 07 Mata, ku munsi wa mbere w'icyumweru cy'icyunamo. Ariko gukura imibiri mu cyobo bizatangira kuwa 01 Mata."

Nti, "Ngo? Tuzabashyingura kuwa 01 Mata?"

Ati, "Karabo, wumvise ibyo maze kuvuga? Ufite ikihe kibazo? Navuze ngo tuzabashyingura kuwa 07 Mata."

"Ndabyumvise."

Umutima n'inda byombi byahise bimpekenya nk'ibise by'uwenda kubyara. Amaso yashakaga kurira, ariko amarira yarinangiye.

Data wacu ati, "Uzaze ku cyumweru tunoze gahunda y'icyo gikorwa."

Nti, "Yego. Nzaza ku cyumweru nimugoroba."

Ndebye nsanga inshuro zose telefoni yari yajwigiriye, ntabwo ari Data wacu Kamanzi wari wampamagaye. Shema yari yampamagaye inshuro umunani, ntitaba. Yari yanyohereje ubutumwa muri telefoni bwanshenguye umutima. Yagiraga ati, "Karabo, ndashaka kukubwira ko urukundo rubohora kandi rugakiza, ariko rushobora no kwangiza, rukanica. Niba ushaka ko urukundo ngufitiye ruzambohora, nicyo ruzakora. Nushaka ko rundimbura, ni cyo ruzakora." Nakebutse iburyo, nkebuka ibumoso, ariko sinabasha kwiruka ngo mpunge ibyambagaho. Maze ndanyerera, hafi yo kugwa imbere y'ipikipiki.

Umumotari ati, "Niko wa mukobwa we, ufite ikihe kibazo?"

Nti, "Mumbabarire."

Arambaza ati, "Niki gihangayikije umukobwa mwiza nkawe? Yakubenze se?"

Nti, "Oya. Ndumva ntameze neza."

Ati, "Genda umusabe imbabazi, arakumva. Kandi natakumva, na njye ndi umugabo. Ntibyangwa nabi kubumbatira mu gituza ihoho nkawe."

Naribazaga nti, *Ahari ari Mama, cyangwa Shema, nta n'umwe wari ukwiye kurenganyirizwa ishyano ryabaye mu Rwanda.* Mama yari yarahatiwe gukurikira Abahutu yari asangiye nabo izina, nubwo batari bahuje ikimwaro. Ubuziranenge bwa Shema bwari bwarahanaguwe n'amaraso y'abo mu muryango we, bari bagitabaza basaba ubutabera. Ahari ibyo Shema yavugaga byari ukuri; urukundo ni wo muti bombi bari bakeneye. Ubanza nari ndimo gusara. Nahise nibaza nti, *Njye se ndi uwuhe wo kubashakira umuti?* Na njye ubwanjye nari mvuye kwa dogiteri Baziga ngo angerere uwanjye muti. Ese nari mfite intege zihagije zo gufasha Mama na Shema? Nahisemo guturisha ibisazi by'ubwonko bwanjye, maze nihuta ngana ku icumbi kuri kaminuza.

Ngeze hafi y'icyumba cyanjye, mbona umuntu wicaye imbere y'umuryango. Yari Shema. Nabuze uko niruka ngo mutoroke. Ndakomeza ndamusanga.

Shema arandamutsa maze arambaza ati, "Byakugendekeye bite? Amaso yawe yatukuye."

Nti, "Nta cyo." Nongeraho nti, "Urakora iki hano?"

Ati, "Naguhamagaye inshuro nyinshi, ntiwanyitaba. Ese wasomye ubutumwa nakohereje?"

Nti, "Yego."

"Karabo, ako gahinda wagatewe ni iki?"

"Nta cyo. Ushobora kwinjira."

Ati, "Urakoze."

Namwakirije umutobe w'amacunga. Nta mbaraga nari mfite zo kumwirukana mu cyumba cyanjye. Umubiri wanjye wose washakaga kumusimbukira, maze nkamuryama mu gituza. Nifuzaga gusubiza ubutumwa bwe. Nashakaga kumubwira ko amaherezo y'urukundo rwacu yari mu biganza bye. Ni we wagombaga kumbwira niba urukundo rwacu rwari kuzatubohora cyangwa rwari uruzatwica, rukaturangiza. Nari mfite impungenge ko ibishashi by'urukundo rwacu byari kuzatwika imitima yacu, n'ubundi yari yarashegeshwe n'ibyo twaciyemo mu buzima. Umwotsi wabyo wari kuzasiga ubukonje bw'iteka mu ngingo zacu. Nicaye ku gitanda nk'umwangavu ufite isoni zo kwicara iruhande rw'umuhungu akunda mu ibanga.

Kugira ngo turekere aho guceceka, Shema ati, "Wakoze kumpa umutobe uryoshye. Ariko ntiwigeze umbwira impamvu usa nk'umushwi wahuye n'imbeho."

"Nti, "Ntiwibuka se ko twenda gutangira icyumweru cy'icyunamo?"

Ati, "Yego. Ibyo ndabizi. Ariko ufite intege nke zirusha izo usanzwe ugira muri ibi bihe."

Nti, "Turateganya gukura Papa na barumuna banjye mu cyobo barimo, tukabashyingura mu cyubahiro kuwa 07 Mata."

Ati, "Mama wawe se? We ntari mu cyobo kimwe na bo?"

"Umm? Mama? Yego, nawe ari kumwe na bo." Mbivuga nongera umutobe mu kirahuri cye.

"Ihangane, mukunzi. Nejejwe n'uko tugiye gushyingura umuryango wawe mu cyubahiro. Wenda na njye umunsi umwe nzamenya aho abanjye bajugunywe."

Nti, "Ni byo. Tugomba gusubiza icyubahiro abacu. Ariko, mfite ubwoba bw'umunsi nzababona ari amagufa atakigira umubiri. Nibuka igihe nabasize ari imirambo iryamye mu ruzi rw'amaraso."

Kubwira Shema ko Mama yari yarapfuye ntabwo byari ikinyoma ijana ku ijana. Nawe nifuzaga kumushyingura, atari ukubera ko ntamukundaga, ahubwo kuko kuri njye yasaga nk'uwapfuye. Isi ye yari kure cyane y'iyanjye. Kongera guhura nawe byari nk'ibidashoboka.

Nageze aho niyegamiza igituza cya Shema. Anzamurira amaguru, maze andyamisha neza ku gitanda. Nuko andyama iruhande. Ubwonko bwanjye ntibwabishakaga, ariko umutima wari unezerewe. Intoki ze zankorakoye mu misatsi, ariko ntizamanuka ngo zigere ku ijosi no mu gituza. Indirimbo n'ibisigo, bituje, bimperekeza mu gitotsi. Shema yambwiraga uburyo ankunda, kandi ko azakora ibyo ashoboye byose ngo mbe umutoni mu b'isi bose. Hashiza amasaha, ndakanguka, mva mu nzozi. Shema ntabwo yari iruhande rwanjye.

Ndasakuza nti, "Shema."

Ati, "Yego, mukunzi. Ndi hano. Wasinziriye neza?"

Nti, "Wankoze ibiki? Wambikiriye ndasinzira."

"Gute se?"

"N'indirimbo n'imitoma byawe."

Ati, "Njyewe? Gute? Ntabwo nigeze ndirimba."

Ndamubaza nti, "Ntabwo wandirimbiye se? Nta n'ubwo wari undyamye iruhande?"

Ati, "Oya. Ubanza warotaga. Ariko niba ushaka ko nkuririmbira, nabikora nezerewe. Warambitse umutwe mu gituza cyanjye, maze uhumiriza amaso. Nagufashije kuryama neza ku gitanda, maze ndaza niyicarira kuri iyi ntebe, nirebera ubwiza bwa nyamwiza mu gitotsi."

Nibutse ko nari niyemeje gutandukana na Shema, maze numva ngize isoni z'uko nari nongeye kumugwa mu gituza. Nti, "Shema, wakoze, ariko ubu ngiye koga mu maso, maze njye mu isomero."

Ati, "Niba ushaka ko ngenda, ndagenda. Ariko se, nshobora kumenya impamvu y'icyemezo cyo kujya mu isomero kuwa gatanu nimugoroba. Ntushobora kujyayo ejo?"

Nti, "Nakubwiye ko ndiho ndandika igitabo cy'ubushakashatsi busoza icyiciro cy'amashuri ya kaminuza. Nkeneye kumara igihe gihagije mu isomero."

"Ngaho, oga mu maso, maze ungeze ku irembo."

Amaso ya Shema ntiyemeranyaga nanjye, ariko nagombaga gukomera ku cyemezo nari nafashe. Iyo Shema aza kuguma mu cyumba cyanjye, ibyari inzozi byari kuba impamo. Nakarabye mu maso, maze ndamuherekeza, ngo murenze irembo. Twarebanaga nk'aho tutifuzaga gusezeranaho.

Shema ati, "Ndakwinginze, ufate akanya ko gutekereza ku butumwa nakohereje. Urabinsezeranyije?"

Nti, "Yego, ndabitekerezaho."

Andambika ibiganza ku matama, ansaba kumwitegereza, maze akurura iminwa yanjye, ayisoma gusa amasegonda abiri. Mbere y'uko nibaza ibibaye, nisanga ndiho kunyunyuza uducandwe twe.

Ati, "Karabo, ndagukunda. Ndakwinginze, mbwira nawe ko unkunda."

Ndamusubiza nti, "Ugire umugoroba mwiza."

Ati, "Ijoro ryiza."

Nirukira mu cyumba cyanjye, mfata umusego wanjye utukura, ndawuhobera, ndawukomeza. Sinari nzi icyo nkwiye kuba ntekereza. Ntabwo nari nsobanukiwe ibyiyumviro by'umutima wanjye.

X

Kuwa 01 Mata 2004, mu gitondo cya kare, twazindukiye mu Biryogo ku cyobo rusange impirimbanyi z'Abahutu zari zarahambyemo Papa, barumuna banjye ndetse n'abandi Batutsi benshi. Nta ndabyo twari twitwaje, ahubwo twari dufite amasuka n'ibitiyo. Abagabo baritonze bahinga ubwo butaka, bashakishamo imibiri y'abacu. Naho abakobwa n'abagore, natwe ubwo twateguraga za shitingi zo kurambikaho iyo mibiri. Shema, Sugira, Muhire, ndetse n'inshuti ye Karega, bari muri abo bagabo. Mugabo, mubyara wanjye w'Umuhutu, ubyarwa na marume wishe Abatutsi benshi i Nyamirambo, na we yari kumwe na bo.

Hashize nk'amasaha ane, nibwo twatangiye kubona imwe mu mibiri y'abacu. Nta mubiri bari bagifite, amagufa yabo yari yaratandukanye, ariko roho zabo zasabaga ko amazina yabo ahabwa icyubahiro bari bakwiye.

Mu gitondo cy'umunsi wa gatatu wo kubakuramo, nibwo nabonye agakanzu k'umutuku ka murumuna wanjye Fifi, ndetse n'ikabutura ya berimuda ya murumuna wanjye Dudu. Ubwonko bwahise bunyibutsa ishusho ya Papa na barumuna banjye baryamye mu muvu w'amaraso, muri iyo myenda. Nereka Data wacu Kamanzi ishati ya Papa.

Arayifata arayitegereza cyane nk'aho yashakaga kuyisoma, arimyoza, maze ati, "Abahutu bazabyishyura." Nuko yambara amataratara y'umukara, ahisha amaso, maze aragenda, ava aho twari turi.

Ba data wacu bandi, Rutayisire wabaga muri Kenya, ndetse na Mugenzi wabaga mu Bwongereza, n'abandi bene wacu bo mu muryango wa Papa, bose barashishiraga, ubwo bitegerezaga agahanga twacyekaga ko kari aka Papa. Negera Gatarina mubaza niba yari yabonye Marume Gasana.

Aransubiza ati, "N'uyu munsi ntiyaje. Ejo naramuhamagaye. Yambwiye ko ngo afite akazi kenshi. Yohereje Mugabo."

Nti, "Ngo iki? Nta n'iminota yabona yo kuza aho dukura abishywa be mu cyobo? Kandi ubwo ku itariki ya 07, tuzamubona ku rwibutso rw'itsembabwoko, yambaye amataratara yijimye, ari inyuma ya Perezida, yigize nk'aho yababajwe n'ishyano ry'itsembabwoko ryagwiririye u Rwanda."

Gatarina ati, "Ni ngombwa. Nk'umumisitiri nyine, azaherekeza umukuru w'igihugu."

Nti, "Mbwira koko. Ubwo se koko Marume Gasana akwiye kuza nka minisitiri, kandi abo tuzaba dushyingura harimo n'abishywa be? Njyewe ibiba mu mutwe n'umutima bye byaranyobeye."

"Karabo, ibya nyokorume bireke. Ibihe bizamwigisha."

Igihe navuganaga na Gatarina, ndabukwa Shema nko muri metero ijana, yicaye munsi y'igiti cy'imyembe. Yari yunamishije umutwe hagati y'amaguru ye. Ndihuta ndamusanga, maze mwicara iruhande. Murambika ukuboko ku rutugu. Amaso ye yari yatukuye nk'amaraso. Umuhumuro w'umubiri we wasobanuraga byinshi.

Nti, "Shema, uri mu biki? Ntumbwire ko urimo

gutumura ikiyobyabwenge? Kandi ubanza noneho atari mariyuwana."

Maze ahekenya amenyo, akambya agahanga, ati, "Nagusabye kudakomeza kumbaza ibibazo ku kuba mfata ibimpugenza. Ngomba kugira icyo mfata. Ntatumuye ikintu, nakwiyica, cyangwa nkica aba bantu bagenda mu mihanda nta kibazo, aho kwishyura amaraso y'abacu bamennye."

Nti, "Sinemeranya nawe. Uriho uriyahuza ibiyobyabwenge."

Ati, "Ndakwinginze, genda undeke. Ndashaka kuba njyenyine."

"Haguruka. Reka tugendagende."

"Tugende?"

Nti, "Yego. Ibuka ko ndi aho nakuriye. Ngwino njye kukwereka akamogi ko mu Biryogo. Wigeze se urya udushyimbo twa asusa?"

Shema arahaguruka, maze ankurikira, aseta ibirenge.

Tumaze gutera intambwe nke, arambaza ati, "Kiriya kinyendaro cy'Umuhutu kidukurikiye ni nde? Uramuzi?"

Mpindukira kureba uwo ari we, maze nti, "Yego. Ndamuzi"

Ati, "Ndakwinginze, mubwire abure. Sinshaka kubona isura ye. Kuki arimo kuguhamagara?"

Nti, "Simbizi." Maze ndahindukira mbwira Mugabo nti, "Nta mwanya mfite wo kuvugana nawe. Turaza kuba tuvugana."

Mugabo aransubiza ati, "Ngiye mu rugo. Nashakaga kuguha ubutumwa bwawe. Ibaruwa yawe."

Nti, "Rindira."

Mu gihe nkibaza uko mbigenza, Mugabo anjugunyira iyo ibaruwa. Shema antanga kuyisingira. Inyuma ku ibahasha, hari handitseho ko yari yavuye muri Malawi.

Intoki zanjye zarasusumiye, ururimi ruragobwa, maze mu nda haravurugutana nk'aho nashakaga kujya mu bwiherero.

Shema arambaza ati, "Ni nde wakoherereje iyi baruwa? Uriya Muhutu uyikuzaniye ni uwa he?"

Ndidimanga, nshaka ibyo mbeshya, nti, "Uriya muhungu wayizanye yi... yitwa Mugabo. Mushiki we twariganye mu mashuri abanza. Ni we wanyandikiye. Aba muri Malawi."

Ati, "Karabo, nta bucuti ukwiye kugirana na bariya Bahutu. Nta cyo muhuriyeho na kimwe."

Ndahigima nti, "Hmm, Shema, Abahutu bose ntabwo ari abantu babi."

"Niba atari babi, turakora iki hano? Ni bande batsembye imiryango yacu? Ntibishe Papa wawe, Mama wawe, ndetse na barumuna bawe? Hanyuma ukavuga ngo ntabwo ari babi?"

Nti, "Ibyo si byo navuze. Ariko se ubundi ni iki kikubwira ko Mugabo ari Umuhutu? Nakubwiye ko mushiki we twiganye mu mashuri abanza. Nta kindi nzi ku muryango wabo. Ndakwinginze, mpa iyo baruwa. Ni njye bayandikiye. Ntabwo ari iyawe."

Aho kumpereza iyo bahasha, arayifungura ngo akuremo ibaruwa ayisome. Ngerageza kuyimushikuza, ariko uko nkurura, nawe agakurura, kugeza ubwo urupapuro rucitsemo kabiri. Maze kubera imbaraga nakoreshaga mu gukurura, nsubira inyuma nkubita umutwe kw'ibuye rinini. Numva umutwe urajanjaguritse.

Shema avugira hejuru ati, "Karabo, mbabarira. Urimo kuva amaraso menshi."

Nabonye abantu basimbuka biruka baza badusanga. Data wacu Kamanzi yahise anterura, anaga mu modoka ye, maze ayatsa agana ku bitaro bikuru bya Kigali. Umutwe wari uremereye hejuru y'ijosi, ariko iyo siyo mpamvu umutima wateraga cyane. Ibaruwa ya Mama yari isigaye mu biganza bya Shema. Sinashoboraga gutekereza uko biri bugende amenye ko uwayanditse atari uwo twiganye, ahubwo ari Mama wanjye, we yari azi ko yishwe n'impirimbanyi z'Abahutu. Nibazaga ko ahari Mama yari yanditse ansobanurira impamvu yari yarakoze ibyo yakoze. Ahari yari yemeye ko yatsinzwe, maze ansaba imbabazi. Ahari yari yamenye ko twarimo gukura Papa na barumuna banjye mu cyobo bajugunywemo ngo tubashyingure mu cyubahiro, akaba yarashakaga kumbwira ngo nkomere.

Kwa muganga, bavuye ibisebe byanjye. Umuforomokazi ampa ibinini byo kunsinziriza. Naje gukanguka mu cyumba hari abantu benshi. Mpisha amaso indoro ya Sugira, ndetse n'iya nyina. Iruhande rwabo hari hahagaze Muhire na Karega. Naribazaga nti, *Wasanga bose bamenye iby'umubano wanjye na Shema, byarangiye nabi*. Hashize iminota mike, ba data wacu Kamanzi na Rutayisire barinjira.

Data wacu Kamanzi ati, "Mwakoze kuza kudusura. Mushobora gusohoka. Turashaka kumarana umwanya twenyine na Karabo."

Nuko bababajwe n'uko Data wacu Kamanzi yari abasohoye muri icyo cyumba, Gatarina n'umuhungu we Sugira, ndetse na Muhire n'inshuti ye Karega, barasezera, baragenda. Byarambabaje. Ku mutima nagize nti, *Nta burenganzira afite bwo kutubaha inshuti zanjye.*' Data wacu Kamanzi yangaga abantu bose basaga nk'Abahutu. Yabaniraga neza gusa Abatutsi, na bo kandi bo mu miryango yiyubashye gusa.

Akurura intebe ayegereza igitanda, maze ati, "Karabo, mbasabye ko basohoka kubera ko twifuza kukuganiriza."

Ndabaza nti, "Murashaka kumvugisha? Hari ikibazo cyabaye?"

Data wacu Rutayisire ati, "Waduteye impungenge. Ibi

bihe ntibyoroshye, ariko wihangane kandi ukomere. Turi ababyeyi bawe, turi kumwe nawe."

Nti, "Babyeyi, ndakomeye, ntimugire ikibazo."

Data wacu Kamanzi ati, "Wivuga utyo. Natwe bakuru, ibyo twabonye muri ino minsi byatuvunaguye imitima n'imibiri. Ntabwo dushobora kumva uburyo Abahutu bishe abaturanyi babo n'ubugome bungana kuriya. So yari yarashatse mu Bahutu, ariko na we ntibaretse kumwica, ndetse bakica n'abana yari yarabyaranye na mushiki wabo."

Nti, "Ibyabaye byarabaye. Nta mpamvu yo kubivugaho. Icyangombwa ubu ni ugushyingura Papa na barumuna banjye mu cyubahiro bakwiye." Umutima wanjye wari uremereye igituza ku buryo utari kwihanganira ikiganiro ku Bahutu n'Abatutsi.

Data wacu Kamanzi ati, "Nta cyo. Gusa, umenye ko, twe, nk'ababyeyi bawe twumva agahinda kawe. Ubabajwe n'urupfu rwa so. Ubabajwe no guhemuka kwa nyoko. Tuzakubera so, tunakubere nyoko. Ntugire ikibazo."

Amaso araturika ararira, maze n'igituza kiboneraho kumpa imbaraga zo gusubiza Data wacu Kamanzi, nti, "Mama ntiyahemukiye Papa. Mama yagiye gusaba musaza we ngo adukize. Ntiyabashije kugaruka. Muzi impamvu atagarutse?"

Data wacu Kamanzi arasubiza ati, "Ntiyagarutse kuko atashatse kugaruka. Yari kumwe na bene wabo b'Abahutu. Abicaga nta cyo bari kumutwara."

Umujinya uvanze n'agahinda uncagagura igituza, maze mvugira hejuru nti, "Mundeke nshyingure Data, kandi ntimwongere kuvuga Mama. Nta cyo mubaziho. Agahinda kanjye ntimukitayeho. Abahutu banyiciye Papa na barumuna banjye. Nk'aho ibyo bitari bihagije, Mama bamugira imbohe ya bo. Ndi njyenyine muri uru Rwanda. Nta muryango mfite. Ntimushobora na rimwe kubasimbura."

Data wacu Rutayisire ati, "Karabo, mwana wanjye. Gerageza kutwumva. Wibifata nabi. Agahinda kawe turagasangiye."

Nti, "Babyeyi, mwembi ndabubaha. Ndabinginze mundeke ngume njyenyine. Iyo muza kumva agahinda kanjye, mwari kumenya ko ndi imfubyi itagira se, ntigire na nyina. Abahutu bishe Papa, turitegura kumushyingura. Bishe na Mama, nubwo we agihagaze, ataraba uwo gushyingurwa. Kuri njye yarapfuye nk'abandi bose. Ndabinginze, mundeke."

Bamaze kugenda, umuforomokazi araza afunga amarido. Mpumiriza amaso ndasinzira.

Bucyeye bw'aho, mu bitaro baransezerera. Data wacu Kamanzi aranyinginga ngo anjyane iwe.

Nti, "Oya, mubyeyi. Ndashaka kujya ku icumbi ryanjye kuri kaminuza."

Ati, "Karabo, ugomba kuntega amatwi. Ngwino ugumane natwe muri iyi minsi y'icyunamo. Ntugomba kuguma wenyine."

"Mumbabarire, si ukubasuzugura. Ariko ngomba kujya mu cyumba cyanjye kuri kaminuza. Hariya ntabwo mba ndi njyenyine. Mba ndi kumwe n'umuryango wanjye, abo dusangiye agahinda."

Arambaza ati, "Abo musangiye agahinda? Ubwo se abo ni bande ushaka kuvuga?"

Nti, "Ndavuga izindi mfubyi, abacitse ku icumu ry'itsembabwoko ryakorewe Abatutsi." Nari mfite ibindi bibazo byinshi nagombaga gukemura, harimo no kumenya uko Shema yari yabigenje, amaze gusoma ibaruwa ya Mama.

Data wacu Kamanzi yanjyanye kuri kaminuza. Nta wundi muntu wari uhari, uretse Karigirwa twabanaga mu cyumba. Umutima wanjye washakaga guhamagara Shema, ariko umutwe ukangira inama yo kutamuhamagara. Naribwiraga nti, *Wasanga yiyahuje ibiyobyabwenge, amaze gusoma ibaruwa*

Mama yanyandikiye. Igitekerezo cy'uko Shema yashoboraga kwiyahura cyanteraga gushwanyagurika umutima.

Kujwigira kwa telefoni kunkura muri ayo mahurizo.

Sugira arambaza ati, "Waramutse ute uyu munsi? Uracyari kwa muganga?"

"Nti, "Oya, bansezereye. Ndi mu cyumba cyanjye kuri kaminuza."

Ati, "Ngo he? None se ni nde ukurwaje? Ndaje mu kanya."

Nti, "Ntuhangayike. Ndakomeye."

Mu minota itagera kuri itanu, yari ageze mu cyumba cyanjye, afite igikapu kirimo amata, umutobe, ndetse n'imbuto. Antegurira imbuto, maze ansaba kurya.

Nti, "Sugira, ntiwagombaga kwigora."

Ati, "Kwigora? Cyangwa kwihesha umugisha wo kugira icyo ngukorera? Sinshobora kuguha umunezero umutima wawe ushonje, ariko nibura nabasha kuguha amatwi yanjye, igihe ushaka uwakumva. Maze nkaguha n'igituza cyanjye, igihe ushaka aho wiyegamiza."

"Urakoze Sugira. Uri inshuti nziza. Sinzi icyo nakubwira. Ni wowe wenyine nshobora kubwira ibyanjye ntarinze kwigira uwo ntari we."

"Urakoze kumfata utyo. Nsaba Imana ngo izampe kukubera inshuti y'umwizerwa. Uri umuntu w'ingenzi mu buzima bwanjye. Igihe cyose ndi kumwe nawe, ituze riranzenguruka."

Sugira yari ingenzi mu buzima bwanjye. Rimwe na rimwe, yabaga ahagaze mu mwanya wa musaza wanjye, ntigeze. Ubundi akaba ari inshuti yanjye y'inkoramutima. Umutima wanjye n'ingingo z'umubiri wanjye ntibyashamadukiraga kuryama mu gituza cye, ariko umutwe wanjye wajyaga wibaza impamvu ntaharyama. Naribwiraga nti, *Ahari Sugira yamfasha kwibagirwa Shema. Ahari we yambera umukunzi nabwira byose ntishisha.* Iyo binkundira ngo mbone umurozi w'umuhanga, nari kumusaba ubwari kunyunyuzamo urukundo nari mfitiye Shema, maze rukerekera kuri Sugira.

Umunsi ukurikiye nsanga abandi mu Biryogo. Dushyira imibiri y'abacu mu masanduku. Nari nibagiwe telefoni yanjye mu cyumba kuri kaminuza. Ba data wacu Kamanzi, Rutayisire na Mugenzi bari bahageze. Ku manywa, umupadiri ayobora amasengesho, maze atera n'amazi y'umugisha ku masanduku. Ducana igishyito, maze turara mu Biryogo, mu ihema, turirimba indirimbo z'icyunamo. Sugira, Muhire na Karega baraye ijoro hamwe na twe, ariko Shema we nta we nabonaga. Mugabo, mubyara wanjye w'Umuhutu, na we ntiyari yagarutse.

Twavuye mu Biryogo nka saa kumi n'igice za mu gitondo, tujya kuryama nibura amasaha abiri, mbere y'uko twitegura umuhango wo gushyingura nyirizina. Shema yari yampamagaye kuri telefoni inshuro eshanu, ariko arambura. Ubwoba bwandiye inzara mu gifu. Naribazaga nti, *ahari Shema yampamagaye amaze gusoma ibaruwa ya Mama. Akaba yashakaga kuntura umujinya we wose.* Nahisemo kwirengagiza ko yampamagaye, maze ndambika telefoni ku kameza gato ko mu cyumba.

Mu myenda y'idoma, umukara n'ikijuju, twese twafashe inzira igana ku Rwibutso rw'Itsembabwoko. Abagore n'abakobwa twari twambaye imishanana. Abagabo bambaye kositimu z'umukara. Twari dufite indabyo z'umweru mu ntoki. Twahageze ahagana saa moya n'igice za mu gitondo.

Nk'uko nari nabicyetse, hashize iminota mike, Marume Gasana, yambaye kositimu y'ikijuju, n'amataratara ahishe amaso, aza yihuta ajya gufata icyicaro mu myanya y'icyubahiro, yari yagenewe abaminisitiri. Njya kumuvugisha, Umupolisi arampagarika. Sinari nemcrewc kwegera iyo myanya y'icyubahiro. Maze ndasakuza kugira ngo Marume anyumve. Aha ikimenyetso uwo mupolisi ngo andeke ntambuke.

Nti, "Mwiriwe mubyeyi. Nagiraga ngo mbabwire ko umuryango wanjye nawo uri mu bo dushyingura mu cyubahiro uyu munsi."

"Ati, "Yeee, ngaho subira hariya. Ntiwongere kujya impaka n'umupolisi. Barakwereka aho uhagarara." Acyebutse, abona ko undi muminisitiri agomba kuba yari yumvise ibyo twavuganye. Maze kugira ngo ajijishe, Marume Gasana aramubwira ati, "Uyu ni umukobwa wa mushiki wanjye. Ni we wenyine warokotse mu muryango we. Bari mu bo dushyingura uyu munsi."

Uwo muminisitiri wundi arambwira ati, "Yooo, birababaje. Ihangane, mama."

Nti, "Murakoze."

Marume Gasana ntiyari yitaye ku kuba twari tugiye gushyingura abishywa be. Ariko yari abigize iturufu yakoresha ngo uwo muminisitiri wundi yumve ko na we yacitse ku icumu. Ku mutima, nti, *Ahari Marume na we ajya abeshya ko Mama, mushiki we, yapfuye.*

Hashize amasaha make, Nyakubahwa Umukuru w'Igihugu arahagera. Acana urumuri. Mu Ijambo rye, Umukuru w'Igihugu yibukije ibihe byatugejeje ku itsembabwoko. Avuga ku rwango rwagiriwe Abatutsi. Avuga ku Bahutu b'intagondwa birataga imbaraga, bagira bati, '*Hutu power*'. Nahishe amaso kugeza igihe yagize ati, "Nta Munyarwanda ukwiye guterwa ikimwaro n'uwo ari we, cyangwa icyo ari cyo, yaba indangabwoko ye, indangagitsina ye, cyangwa iyobokamana yahisemo. Ntibizongere kubaho ukundi."

Nyuma y'ijambo rya Perezida, twururukije amasanduku y'abacu mu mva. Abagabo batanu bari bambaye imipira yanditseho ngo '*Ntibizongere kubaho ukundi*' basomaga amazina y'abo twashyinguraga. Nyuma yo gushyingura, korali y'abagatolika iririmba '*Nzataha Yeruzalemu*' yahimbwe na Sipiriyani Rugamba.

Nyuma y'umuhango, Data wacu Kamanzi atumira bene wacu ndetse n'inshuti z'umuryango kujya gukaraba kuri *Bar des soirées familiales*. Mu muryango wa Mama, mubyara wanjye Mugabo ni we wenyine wari kumwe natwe. Marume Gasana yari yajyanye n'abandi bayobozi bo muri Leta, atanaramukije ba data wacu. Mu ntambwe nke imbere yanjye, nza kurabukwa umuntu umeze nk'uwo nari nzi. Amataratara arinda izuba yari yamuhishe amaso.

Ndamwegera, nti, "Bite?"

Shema ati, "Karabo, amakuru? Naguhamaye inshuro nyinshi, ntabasha kukuvugisha. Nari mpangayitse."

Nti, "Ndaho, ndakomeye, ntugire ikibazo."

Ati, "Ndakwinginze, umbabarire. Byose byabaye kubera amakosa yanjye."

"Oya. Ni impanuka. Wikwirenganya." Naribazaga nti, *Ese yasomye ibaruwa? Wenda ategereje igihe gikwiye, ngo maze ampe isomo ntazibagirwa mu buzima.*

Arambaza ati, "Nagusunitse gute? Sinibuka uko byangendekeye."

Nti, "Waransunitse se?"

Ati, "Sibyo se byaguteye kugwa? Karabo, sha, ubanza noneho ufite ukuri. Ngomba kureka ibiyobyabwenge. Nari nibereye mu munyenga. Ntabwo nibuka uko byagenze."

"Ntabwo ubyibuka?"

"Oya. None se byagenze gute kugira ngo witure hasi?"

Nti, "Wari urimo gukurura urupapuro nari mfite mu biganza."

Arambaza ati, "Urupapuro?" Hashize akanya, yongeraho ati, "Eee, ndabyibutse. Ni ibaruwa wari wohererejwe n'Umuhutukazi uba muri Malawi. Kuki utashakaga ko nyisoma?"

Mukurura ishati, nti, "Warayisomye? Yimpereze."

Shema aransubiza ati, "Eee, itonde. Nta yo nasomye. Ngomba kuba narayitaye. Nari mpangayikishijwe nawe gusa."

Nti, "Nta kibazo. Niba ibyo yambwiraga byari ngombwa cyane, azongera anyandikire."

Umutima wongeye gufata ibyicaro byawo mu gituza. Shema ntiyari yasomye ya baruwa. Ariko ku mutima nti, *Ahari Imana ntishaka ko nsoma amabaruwa Mama anyoherereza.*

Tumaze gukaraba intoki, tujya kwicara ku ntebe zari mu ihema.

Data wacu Kamanzi, amaze gushimira abari baje kwifatanya natwe bose, yababwiye ibyo akaga umuryango wacu wari waragize. Amaze kuvuga uko se yishwe muri 1963, n'uko umuryango we wahunze, ndetse n'ibyabaye ku muvandimwe we muri 1973, araceceka, ahekenya amenyo, maze ibyari agahinda bihinduka umujinya. Ati, "Twari tuzi ko byose byarangiye. Twaratotezwaga, ariko ntidutsembwe. Twari impunzi, ariko ntitwari intumbi. Imperuka yari idutegereje mu 1994. Nari naraburiye murumuna wanjye Kalisa igihe yari agiye gushaka, ariko ntiyanteze amatwi. Mu 1978, yanyoherereje urwandiko, rumbwira ko yari agiye gushakana na Musanabera. Yambwiye ko urukundo rwabo rwari rufite imbaraga zisumbye urwango rwatemberaga imitsi y'Abanyarwanda. Yaribeshyaga. Ntibyatumye batamwica. Bamwicanye n'abana be b'abaziranenge."

Ingingo zo mu nda yanjye zarashwanyaguritse. Naribazaga nti, *Data wacu arimo kuvuga ibiki? Yaba agiye kubisuka hano byose, nagira nte?*

Shema ankorakora intoki, ngo ampoze amarira.

Hashize amasegonda, Data wacu yongeraho ati,
"Nta cyo navuga, yarigendeye. Ntiyasubijwe urwo
urukundo yabahaye. Urukundo ntirwamukijije. Urukundo
rwaramwishe." Akura umuswari mu mufuka we, ahanagura
amaso yari yahishe mu mataratara y'umukara, maze ati,
"Mumbabarire. Ndabashimira ko mwaje kwifatanya natwe
muri ibi bihe bikomereye umuryango wacu."

Nikanga mvuza induru. Shema ansaba kurambika
umutwe ku bibero bye. Agomba kuba atari yasobanukiwe
ibyo Data wacu yari amaze kuvuga kuri Papa na Mama.

Hashize iminota mike, Data wacu Rutayisire nawe
ashimira abashyitsi maze arabasezerera.

Dutashye, Data wacu Kamanzi arampamagara, ariko
mbere y'uko nsimbukira mu modoka ye, Shema aza ansanga,
arambaza ati, "Karabo, ugiye ku icumbi rya kaminuza?"
Nti, "Yego."
Ati, "Ni ngombwa se ko ujyana na Koloneri Kamanzi?"
"Kubera iki umbajije?"
"Nashakaga ko tujyana. Waje tugafatana tagisi?"
Nk'uko byari bisanzwe, umutwe wanjye ungira inama yo
kumuhakanira, ariko umutima wo, uba wavuze yego. Nsezera
kuri Data wacu Kamanzi, maze njyana na Shema.

Hashize iminota mike, tagisi ihagarara imbere yacu,
twinagamo.

Shema ankuyakuya intoki, maze ati, "Bite se?"
Nti, "Ntabwo se uzi uko merewe? Ndumva ndura,
kandi nsharira nk'indimu idashobora no kuvamo umutobe.
Nta buzima buri muri njye. Meze nk'uwapfuye imbere mu
ngingo."
Ati, "Ndakumva. Ni nk'aho isi ituzungurukana, maze
natwe tukagurukana na yo, nk'inyoni zitagira icyari.
Umugozi waduhuzaga n'iyi si wacitse umunsi twayisigayemo

nta babyeyi, nta bavandimwe." Aceceka umwanya, maze yongeraho ati, "Karabo, nshobora kukubaza ikibazo?"

Nti, "Ikibazo?"

Ati, "Yego. Hari ikintu ntabashije gusobanukirwa. Kubera ki Koloneri Kamanzi yavuze ngo yari yaraburiye Papa wawe mbere y'uko ashakana na Mama wawe?"

Ndamusubiza nti, "Ntabwo mbizi. Ni we uzi icyo yashakaga kuvuga. Byihorere, wibitindaho."

Umutima wanjye wararuhutse. Shema ntiyari yasobanukiwe ibyo Data wacu Kamanzi yari yavuze ku muryango wanjye. Ariko ubwonko bwanjye bwanyongoreraga ko atari anyuzwe n'igisubizo nari muhaye. Ibyo ari byo byose yumvaga ngomba kwibaza impamvu Data wacu atari ashyigikiye ko ababyeyi banjye bashakana. Njye byose nari mbisobanukiwe. Icyaha cya Mama cyari uko yari Umuhutukazi.

Shema aramperekeza angeza kuri kaminuza. Maze tugeze mu cyumba cyanjye, atangira kumbaza ibisubizo by'ibibazo yari yarahunitse iminsi myinshi. Ati, "Karabo, ahari uyu si umunsi mwiza wo kubiganiraho. Ariko nashakaga kukkwibutsa ubutumwa nakohereje kuri telefoni. Ndacyategereje igisubizo cyawe."

Nti, "Ntugire ikibazo. Ndacyabitekerezaho."

Arambika ibiganza bye ku byanjye, ati, "Nyuma y'iyi myaka yose? Hashize imyaka icyenda tumenyanye. Nagukunze nkikubona, ukinjira mu rugo rwa Koloneri Kamanzi. Nubwo ubuzima butampaye umwanya n'igihe byo kugukunda nk'uko bikwiye, umutima wanjye wakomeje kukuzigamira intebe y'icyubahiro muri wo."

Ndamubwira nti, "Shema, nanjye ndagukunda, njyewe wese. Ntuzigere na rimwe ushidikanya urukundo ngufitiye. Nakuboneyeho ibyo umutima wanjye, roho yanjye, ndetse n'umubiri wanjye, byari bishonje. Wankunze nk'aho ndi umwamikazi w'ingoma Kalinga. Wanyigishije uko urukundo ruhindura umuntu, akaba nk'inyoni iguruka mu kirere, itazi aho imiyaga iyiganisha. Ariko ubu, ndashaka kongera gushyira ibirenge ku butaka. Ese uzashobora kugendana na njye muri iyi si y'imisozi n'ibibaya? Tuzazamukana imisozi y'ubuzima? Uzakomeza kumba iruhande igihe imiyaga, iterwa n'ibiti by'inganzamarumbo by'iyi si, izaba inzutaguza iburyo n'ibumoso? Uzamanukana na njye mu bibaya, maze ugumane nanjye ntuntererane?"

Shema ati, "Nubwo numva utangiye gukora mu nganzo y'abasizi, nifuzaga kongera kukubwira ko nafashe icyemezo cyo guhindura ubuzima bwanjye, nkabaho uko bikwiye. Ndakwinginze, nyemerera tuzamukane imisozi y'ubuzima. Nuzagera aho unanirwa, nzaguterura ngushyire ku bitugu, maze dukomezanye urugendo."

Nti, "Shema, ntabwo ndiho kwiganirira gusa. Hariho imisozi igoye kuzamuka, cyane cyane iyo imitima irushye."

Ati, "Ariko ubundi mbwira. Imisozi y'ubuzima uteganya kuzamuka wenyine tutari kumwe ni iyihe? Ni iki ntazi kuri wowe? Ntitwaciye muri byinshi turi kumwe?"

Iyo binkundira ngo mbashe kumusubiza. Nabonaga igihe gikwiye kitaragera. Igihe cyari cyegereje ngo Shema azamenye ukuri ku ndangabwoko yanjye y'ubuvange, ndetse no kuba Mama wanjye, nari naramubwiye ko yapfuye, yariberaga muri Malawi, n'umugabo we, n'abana babo b'Abahutu. Ntabwo nashoboraga guhita njugunya icyo gisasu kuri Shema.

Naramusubije nti, "Ntabwo turazamuka imisozi yose y'ubuzima. Ubu ntitukibarwa mu ngimbi n'abangavu. Turakuze. Tugomba kwitegura guhangana n'ubuzima bukomeye, budutegereje."

Ati, "Noneho ndabyumvise. Urashaka kuvuga ko wowe

ugiye kurangiza amashuri ya kaminuza, naho njyewe, umukunzi wawe, nkaba nta gahunda ifatika y'ubuzima buri imbere. Si byo?"

"Oya. Ntabwo ari byo nshatse kuvuga. Hari ibibazo byinshi tudafitiye ibisubizo ku hazaza h'umubano wacu."

"Rekera aho. Nabyumvise. Niba utewe isoni no kuba ari njye mukunzi wawe, icyo cyo rwose ni ikibazo gikomeye, kandi sinakurenganya. Si wowe wanteye kuba uko nabaye. Si wowe wangize imfubyi, itagira ababyeyi, ntigire abavandimwe. Si wowe wangize umukene w'imifuka yatobotse. Ikomereze ubuzima bwawe. Ntabwo nazibabarira kuba ari njye waba imvano y'uko wazananirwa kugera ku ntego zawe mu buzima." Shema akambya agahanga, maze ahita ahaguruka, ngo ansohokere mu cyumba.

Mukurura ishati, nti, "Shema, ntabwo wanyumvise na gato. Ntabwo ari byo nashatse kuvuga. Ndakwinginze, mbabarira. Ndagukunda. Muri wowe mpabona ubutunzi buruta iby'igiciro ab'isi bose bashobora kumpa. Nubwo ubukire n'impamyabumenyi atari byo bitanga ubuzima bwiza, nzi neza ko wifitemo ibyangombwa byose byakugeza kuri zahabu na diyama by'iyi si. Ikibazo kinkomereye ni uko ngufitiye urukundo ruhebuje, runzunguza ibumoso n'iburyo, nkibagirwa uwo ndi we. Ndashaka gusa ko umutima wanjye n'umutwe wanjye, byombi binyemeza ko ahazaza h'urukundo rwanjye nawe ari heza. Ariko ikibazo ni uko akenshi umutima uganza umutwe."

Shema yarahagurutse, yitegereza uko navugaga ndondora uko mukunda, maze ankurura kumpobera no kunsoma, ariko ndanga. Sinashoboraga gushimisha umubiri umunsi nari nashyinguyeho imibiri y'abo mu muryango wanjye. Musaba gusohoka akagenda, ariko ndamwinginga ngo atekereze ku byo nari maze kumubwira.

Arambaza ati, "Ni iki ushaka ko ntekerezaho?"

Nti, "Mu butumwa wanyohererereje muri telefoni, wanditse ko urukundo rushobora kwica cyangwa rugakiza. Ubwo tuzareka urukundo rwacu ruzatugenze nk'uko Imana yaduteganyirije. Niba ari ugupfa, tuzapfa."

Ati, "Karabo, ndakwinginze, nyemerera ngukunde. Ntuzagire ikibazo. Urukundo rwacu ntiruzatwica. Ruzatwubaka. Ariko nuramuka uciye umugozi w'urukundo uduhuza, nzagwa, njanjagurike, kandi nawe ntuzasigara amahoro."

Ndamubaza nti, "Hanyuma se abaye ari wowe utatiye igihango cy'urukundo rwacu? Ngewe bizangendekera bite?"

Anshyira ibiganza ku matama, ati, "Ibyo ntibizigera biba. Nta kintu na kimwe kizadutandukanya. Yewe, nta n'umuntu n'umwe uzigera adutandukanya. Ndabigusezeranyije."

Akubita iminwa ku yanjye, maze arasohoka. Nanjye nkubitaho urugi.

Ibyiyumviro bivangavanze byabyinaga mu mutima wanjye. Nari nashyinguye Papa na barumuna banjye mu cyubahiro bari bakwiye. Ariko, sinari nafashe akanya ko gutega amatwi roho zabo ngo numve uko zinshimira. Nguye agacuho, nirambika ku gitanda, mpfumbata umusego wanjye utukura. Maze nongorera Papa nti, "Umbabarire ko ntategereje Mama. Yarantaye. Yatatiye igihango cy'urukundo." Nuko nturisha umutima wanjye, maze nywutegeka gutega amatwi igisubizo cya Papa. Ati, *Kibondo cyanjye, humura. Nkunda nyoko, kandi nzamukunda iteka. Buriya hari impamvu zatumye aba aho ari. Ndamuzi neza. Ntashobora gutatira igihango cy'urukundo rwacu.* Igisubizo cya Papa cyampinduye nk'ikiragi. Sinashoboye gusinzira. Nshaka ikayi, nongera kwandika kuri Mama. Ni wo muti nari narandikiwe na dogiteri Baziga. Ijwi rituje rivugira kure ko na we yari ankumbuye. Anyongorera mu matwi y'umutima ko mu ndiba y'umusokoro w'amagufa ye, yari akiri Musanabera, Muka-Kalisa. Ku mutima nti, *Oya, Mama ntiyashoboraga kuba Mukakalisa, Kalisa ntiyari akiri uw'iyi si. Ntiyashoboraga kongera kuba nyina w'abana ba Kalisa, impirimbanyi z'Abahutu zari zarabatsembye. Yari yarahindutse Mukahagira, umugore w'Umuhutu w'umukinzi. Yari yarabaye nyina w'abana b'Abahutu.* Nasutse amarira. Numva ndamwanze. Yari kure yanjye. Sinashoboraga kumuhamagara. Sinashoboraga gukorakora imisatsi ye. Sinashoboraga kwirambika mu gituza cye. Yari yarantaye. Yari yarantereranye.

Bucyeye bw'aho, kujwigira kwa telefoni kurankangura. Sugira yari mu nzira. Mu minota mike, aba akomanze ku rugi rw'icyumba cyanjye. Ndamufungurira, musaba kwinjira. Namwakirije umutobe w'imyembe.

Ati, "Ejo, ntitwagize amahirwe yo kuvugana. Umerewe ute?"

Nti, "Ndaho. Urakoze."

"Mfite ibibazo byinshi nshaka kukubaza, ariko, niba wumva udashaka kunsubiza, nta kibazo. Ndakumva."

Ndamubaza nti, "Kubera se iki ntashaka kugusubiza?"

Ati, "Ibi bihe turimo biragukomereye. Wenda ntufite umwanya w'ibindi biganiro."

"Wifuzaga ko tuvugana iki?"

"Byinshi. Urugero, waguye hasi ute cya gihe?"

Nti, "Naguye nte? Naranyereye."

"Karabo, uriya musore mwari kumwe umunsi ugwa hasi ni nde?"

"Ngo? None se ntabwo umwibuka?"

Ati, "Nabonye nsa nk'umuzi. Ni nde? Ni mwene wanyu?"

"Oya. Ariko mufata nka mwene wacu. Twabanye mu rugo rumwe kwa Data wacu Kamanzi. Yari umwe mu basirikare bamurindaga."

Sugira ati, "Yego. Ni byo. Ni wa musore wanze kumpereza umukono, umunsi wa mbere nza kugusura. Si we? Ariko ntiwansubije, wowe na we muhuriye ku ki?"

Nti, "Sugira, ntabwo nsobanukiwe icyo ushaka kumenya."

Akuba amaso ye, maze ati, "Karabo, byose narabibonye. Umaze kwitura hasi yabaye nk'inyoni yavunitse amagufa."

"Ibyo se bisobanura impamvu y'ibibazo byawe?"

Ati, "Sindarangiza. Agashya nyako kabaye ejo. Warambitse umutwe ku bibero bye, nk'aho mwari mugiye gutangira umukino. Na we ntiyihanganye. Intoki ze zagukorakoraga mu misatsi. Ntiwari ufite n'isoni z'uko abantu benshi, barimo na ba so wanyu na ba nyogosenge, bari aho."

Nti, "Sugira, sinshaka kubivugaho nonaha."

Arambaza ati, "Kubera iki?" Ariko aranga arakomeza ati, "Igihe nari nje ngusanga, wahise ufata tagisi ujyana na we. Ni he wajyanye n'uriya musore, aho kwinjira mu modoka ya so wanyu?"

Naracecetse sinamusubiza. Sugira arimyoza. Mu maso ye hari hakakaye. Sinari nitaye cyane ku kuba yarashoboraga kuba ankunda birenze uko nabitekerezaga. Nari mbabajwe n'ubucuti bwacu. Ntabwo nashakaga gutakaza inshuti nka Sugira.

Hashize akanya nti, "Reka nkubwire ukuri."

Ati, "Ngaho mbwira."

Nti, "Yego. Ni byo. Shema yari umukunzi wanjye. Ariko ubu byararangiye."

Arambaza ati, "Byararangiye? Noneho rero ibyo nabonaga ejo byari ikinamico ry'ibyabaye kera? Si byo?"

"Yari hariya nk'abandi bantu bose bari baje kwifatanya natwe."

Sugira ati, "Yewe, uko biri kose, umubano mufitanye uwo ari wo wose, umenye ko asa nk'umugome."

Nti, "Kubera iki utekereza ko atari umuntu mwiza?"

"Ntumbaze icyo ntekereza. Iyo uza kuba umfata nk'inshuti yawe, uba warambwiye ko ufite undi mukunzi. Karabo, kubera iki wankoze biriya koko?"

Ndamubaza nti, "Nagukoze ibiki? None se umubano wanjye na Shema uhuriye he nawe? Umbabarire, ariko ndabona usa nk'aho wafushye."

Ati, "Oya. Ntabwo nafushye." Areba hasi, yirya inzara, ati, "Ndatashye. Ugire umunsi mwiza."

Nti, "Sugira, ndakwinginze, wigenda. Reka nkubwire ukuri kose. Ndakwinginze." Namufashe ibiganza, maze ndamwinginga ngo asubire kwicara. Sinashoboraga kwihanganira kubona Sugira ababaye. Nti, "Ni byo. Shema ni umukunzi wanjye. Ariko, ndakwinginze, untege amatwi. Sinkubeshya. Nkunda Shema n'umutima wanjye wose, ariko urukundo rwacu ntirushoboka. Byararangiye hagati yanjye na we."

Arambaza ati, "Kuki rudashoboka? Byarangijwe ni iki?"

Nti, "Sugira, windeba utyo."

Namuganirije iby'umunsi wa mbere mpura na Shema, n'uko nakundanye na we mu ibanga. Mubwira ko kuva umunsi impirimbanyi z'Abahutu zatsembeyeho umuryango we, ubuzima bwa Shema bwajemo ibizinga. Icyakora sinamubwira ko Shema yanywaga ibiyobyabwenge.

Sugira amfata ibiganza, ampanga amaso, maze azunguza umutwe, ati, "Ndacyahungabanye, sindumva neza ibimbayeho. Ariko ntugire ikibazo, nguteze amatwi. Kuki umubano wawe na Shema udashoboka?"

"Shema aracyashegeshwe n'urupfu rw'umuryango we. Ntarababarira Abahutu. Ntashaka icyamuhuza na bo cyangwa n'undi uwo ari we wese waba afite icyo apfana n'Abahutu."

Arambaza ati, "Ibyo se bihuriye he n'umubano wanyu?"

Nti, "Sinigeze mbwira Shema ko mfite Mama. Natinye ko byamubabaza cyane, akaba yakora ikintu kibi, aramutse amenye ko Mama ari Umuhutukazi, uba mu nkambi z'impunzi z'Abahutu."

Sugira ati, "Wenda ukabiririza Shema. Ntabwo ashobora kugushyira mu gatebo kamwe n'abakwiciye Papa wawe na barumuna bawe."

Nti, "Turekere aho kuvuga kuri Shema. Tuvuge kuri twe. Ibyanjye na Shema, uko byamera kose, sinzigera mbona muri iyi isi inshuti nziza nkawe."

Arahindukira ampisha mu maso, ngo abanze amire amarira. Igituza cye cyabyimbaga nkireba, bigasa nk'aho yamiraga umwuka mwinshi. Maze aramwenyura bya kiryarya, ati, "Ni byo, ndi inshuti yawe. Inshuti gusa. Kuri wowe, ntabwo ndi umusore, cyangwa se niba ndi n'umusore, nta mutima cyangwa umubiri ngira. Karabo, ugomba kumenya ko na njye ndi umusore, ntari inshuti gusa."

Nti, "Ntabwo nigeze mvuga ko utari umusore. Navuze ko uri inshuti yanjye y'inkoramutima."

Ati, "Nibyo, nabyumvise." Yongera guseka bya kiryarya, maze ati, "Noneho ko umaze kumbwira byose, wankundira ngasohoka, nkigendera? Ndakwinginze, nshuti yanjye."

Nti, "Kora ibyo ushaka. Ahari, wenda, uyu si umwanya mwiza wo kuvugana nawe."

Ampereza umukono, aransezera, maze arasohoka.

Niruka njya gupfumbata umusego wanjye utukura. Hejuru yo kubura ababyeyi banjye bombi, nari ngiye no kongeraho kubura abasore babiri bari baratumye nihanganira iminsi. Ijoro ryose nari naraye mu nterabwoba zasaga nk'ukuri. Nari njyenyine, nta babyeyi, nta bavandimwe, nta bene wacu, nta nshuti. Nabonaga umuryango wa Papa uhagaze ku ruhande rw'iburyo, untunga intoki, umwariza kuba narabyawe n'Umuhutukazi. Umuryango wa Mama nawo wari uhagaze ibumoso, unshinja ko nta mpuhwe mfitiye akaga Abahutu baboneye mu nkambi z'impunzi muri Congo. Nashakaga kwiruka, ngo nibagirwe byose. Nashakaga kwibagirwa Abahutu. Nashakaga kwibagirwa Abatutsi. Nashakaga kwibagirwa Shema. Nashakaga kwibagirwa Mama. Nashakaga kuguruka nkajya ku wundi mubumbe. Nahamagaye umuzimu wa Devota, ariko amatwi ye yari yarahambanywe na we.

Ndahaguruka, niyuhagira agahinda kose n'amazi ashyushye, maze njya kuba ngendagenda mu gashyamba ko kuri kaminuza. Interabwoba n'inzozi zikomeza guhamiriza mu mutwe wanjye. Ubanza nari ngiye gusara. Nafashe telephoni mpamagara dogiteri Baziga musaba umwanya ngo tuganire. Arankundira arambwira ngo ninyaruke.

Nurira bisi ngana ku kigo Ruhuka, kureba dogiteri Baziga. Sinari nzi icyo ngiye kumubwira. Naribazaga nti, *Ese ngiye kumusaba ko amfasha kugarura Mama?'* Ubwonko buti, *Nyoko uramushakira iki? Wibagiwe ko yahemutse?* Umutima ukabuca mu ijambo, uti, *Njye nkuzi neza kurusha ubwonko. Nzakomeza nkubyimbe mu gituza, kugeza igihe uzahura na nyoko. Nimukubitana amaso, ayawe azahita asuka amarira. Uzamuhobera, maze utege amatwi ugutera kw'igituza cyakonkeje. Muri uko kumuhobera, nibwo uzongera ugahana na we igihango cy'urukundo.* Sinemeranyije n'ubwonko cyangwa n'umutima. Nabisabye byombi gutuza.

Bisi yarahagaze, maze ninjira mu marembo y'ikigo Ruhuka. Dogiteri Baziga yari antegerereje mu busitani. Anyakira amwenyura, maze ampereza umukono, mbere yo kunsaba ngo tujye mu kumba twari dusanzwe tuganiriramo.

Tugeze muri ako kumba, dogiteri Baziga ati, "Ngaho mbwira. Amakuru yawe?"

Nti "Ni meza."

Arampakanya ati, "Amaso yawe ntiyemeranya nawe. Byagenze bite?"

Nti, "Nifuzaga ko dukomeza ikiganiro cyacu."

Ati, "Ubushize twari twemeranyije ko noneho tuvuga kuri Shema. Si byo?"

"Yego, ariko noneho ahubwo ndashaka ko tuvuga kuri njyewe."

Arambaza ati, "Kuri wowe? Ushatse kuvuga iki?"

Nti, "Dogite, mfite ubwoba ko naba ngiye gusara. Ibiganiro byanjye namwe byanteye ibisazi."

Ati, "Gute?"

"Ubushize nababwiye ko ntashaka gutekereza kuri Mama. Ubwonko bumbwira ko nkwiye kumwibagira, ariko umutima urashaka kuryama mu gituza cye, ugahumurirwa n'umubavu we, maze ukanezererwa no kumva umuziki w'uko umutima we utera. Nashobewe. Sinzi niba nkwiye kubaha ubwonko cyangwa umutima."

Dogiteri arambaza ati, "Ni iki gituma umutima wawe utemeranya n'ubwonko?"

Nti, "Ngomba kureka kuba umupfayongo. Ngomba kudakurikira ubupfapfa bw'umutima wanjye. Ngomba kumenya gukoresha ubwonko. Singomba kuba nk'akanyugunyugu kaguruka mu kirere katazi iyo kagana. Nk'ubu ubwonko bunyemeza ko ngomba gutandukana na Shema, ariko umutima waranangiye. Ni iki kintera kuba umupfapfa?"

Dogiteri Baziga ati, "Hariho abajya bavuga ko iyo ukunda umuntu by'ukuri, ubyumvira mu mutima." Maze arambaza ati, "Ese washobora kumbwira ibyawe na Shema? Mufitanye mubano bwoko ki? Mumaze igihe kingana iki muziranye?"

Maze muganirira iby'urukundo rwanjye na Shema.

Namubwiye uko namukunze nkimurabukwa bwa mbere. Mubwira ukuntu ari umusore muremure, w'amaso ameze nk'ay'inyana, amenyo maremare yererana, n'ishinya yirabura. Mubwira uko nibukaga tugendagendana mu nsi y'ibiti by'imihanda ya Kiyovu, tugana, cyangwa tuva kuri Katedrali yitiriwe Mutagatifu Mikayire. Nabwiye dogiteri Baziga ko ubwo bumanzi bwa Shema bwari bwarapfukiranwe n'umutwaro w'umujinya n'urwango yari afitiye Abahutu bamutandukanyije n'agasusuruko ko kugira umuryango. Nuko, nti, "Dogite, Sinabishobora. Sinshobora gutererana Shema. Gutandukana na we byaba ari uguhemukira umutima wanjye. Nkeneye Shema nk'uko na we ankeneye. Yambwiye ko urukundo rwacu nirutadukiza, ruzatwica. Urukundo rwacu ni wo muti w'umubabaro twagize. Kubona Mama agaruka mu nzozi zanjye bigabanya ubukana bw'urwo rukundo. Shema ntagira nyina. Sinazibabarira kumutererana ngo kubera ko Mama wanjye yongeye kuza ahabona."

Dogiteri Baziga ati, "Nagufasha iki?"

Nti, "Dogite, niba ubishoboye, mpa ubufindo bwo guhisha Shema ko mfite amaraso y'Abahutu muri njye. Cyangwa se niba ubwo bufindo utabubona, mpa ubwatuma Shema ankunda akaramata, atitaye ku wo ndi we, ndetse n'amazina banyita."

Dogiteri Baziga arambaza ati, "Ese bibaye ibishoboka ko ugira Shema na Mama wawe bombi mu buzima bwawe, si byo byaba ari byiza?"

Nti, "Muti? Ntabwo ibyo bishoboka. Nkunda Mama, ariko simufite. Nkunda Shema, ariko sinzamuhorana. Ndakwinginze, umfashe gusiba cyangwa guhisha Mama mu bitekerezo byanjye ndetse no mu buzima bwanjye. Kandi niba ntabasha kumusiba, umfashe Shema yumve ko ndi Uwase, ndi umukobwa wa Papa w'Umututsi. Nta cyo mpfana n'Abahutu bangize imfubyi. Wamfasha gutuma Shema akunda Umututsi ndiwe, akirengagiza amaraso y'Abahutu andimo?"

Dogiteri Baziga yari yifitiye urutonde rwe rw'ibibazo. Ati, "Wambwiye ko ukumbuye nyoko cyane, kandi ko ujya umuhamagara mu nzozi."

Nti, "Yego."

Ati, "Nifuzaga kuguha undi mukoro."

"Undi mukoro?"

Asohoka akanya gato, maze agarukana uduseke tubiri, kamwe gatukura, n'akandi k'umweru.

Ati, "Akira utu duseke. Ak'umweru ni aka mama wawe, naho ak'umutuku ni aka Shema. Muri buri gaseke, ushyiremo nibura ifoto imwe. Niba ufite ifoto ya mama wawe, uyishyire mu gaseke k'umweru. Maze, iya Shema uyishyire mu gaseke k'umutuku. Igihe cyose uzajya ukenera kugira icyo ubwira mama wawe, ujye ufungura agaseke k'umweru, maze umubwire ikikuri ku mutima. Nuzajya wifuza kuvugisha Shema, nawe bijye biba bityo, ufungure agaseke gatukura, maze umubwire. Uzababwire byose ibikuri mu mutwe no mu mutima, ndetse n'ibyo utatinyuka kubabwira imbonankubone. Nuzajya umara kubavugisha, ujye utuza ubahe umwanya na bo bagusubize. Nibakubaza ibibazo, cyangwa bakakugisha impaka, ujye ubasobanurira. Ubutaha, uzambwira icyo uzaba wakuye muri uyu mukoro."

Ndamubwira nti, "Uyu noneho ni umukoro usekeje kurusha iyindi yose. Ubu se nzashobora kuvugisha uduseke? Noneho, ndabyemeye, naraturubuye."

Ati, "Ntugire ikibazo. Ntabwo bikomeye. Ubifate nk'umukino. Umukobwa w'ikigero cyawe aba akeneye igituza n'inama bya nyina, wowe uwawe ari kure. Ku rundi ruhande, umukobwa w'ikigero cyawe aba afite uburenganzira bwo gukunda kandi na we agakundwa, ndetse akagirana umubano uzira amakemwa n'umukunzi we. Ukunda Shema, kandi mumaranye igihe kirekire. Ntabwo mukwiye kwishishanya. Ntukwiye kugira icyo umukinga."

Ndamubaza nti, "Uravuga se Mama na Shema bo mu duseke, cyangwa ba nyabo?"

Ati, "Ndavuga aba nyabo. Ariko, ubu, ndashaka ko ubwira abo mu duseke ibyo utabasha kubwira aba nyabo. Uzitoza kuganira nabo, kandi umenye no kubatega amatwi ngo na bo bakubwire ibibari ku mutima. Ndakwinginze, ugerageze uyu mukino."

Nti, "Yego."

Namubajije ibindi bibazo kuri uwo mukoro, maze ndamusezera. Ampa iyindi gahunda. Mfata uduseke twanjye, ndasohoka.

Inzira yose ngana ku icumbi, nibukaga ko ntwaye Mama mu kuboko kumwe, na Shema mu kundi. Maze ngaseka, nitegereje ukuntu mfashe utwo duseke, nigengesereye nk'aho harimo amagi. Nkibaza nti, *Ni iki gituma abantu badatuza nk'utu duseke? Kuki batareka ngo ntware urukundo rwabo mu mutima wanjye, batikubaganya ngo ngere ubwo ndujugunya?*

Ngeze mu cyumba cyanjye, nshaka amafoto nyashyira mu duseke. Nitegereza agaseke k'umweru, maze mbwira Mama nti, "Ndakwinginze, garuka, va ishyanga. Siga byose, uze wibere muri iki cyumba. Nzakurinda Abahutu bakwiciye umugabo n'abana, bagatuka ubwambure bwawe, maze barangiza bakakugira imbohe ya bo. Nzakurinda kandi n'Abatutsi batazi ubupfura bwawe, niba ukibufite."

Mfungura agaseke gatukura, nshyiramo ifoto ya Shema, maze nti, "Navuganaga na Mama. Sinigeze nkubeshya. Rwose yarapfuye. Uretse ko yapfuye urupfu rudasanzwe. Yarapfuye ariko ntiyahambwe. Ari kure cyane y'u Rwanda. Ariko namugaruye hano muri aka gaseke k'umweru. Ahari wenda ubwo atahambwe, ashobora kunyumva mvuga, maze akazuka. Uzamfasha kumuzura? Ntumpakanire kuko wanyemereye ko tuzazamukana imisozi y'ubuzima. Uyu ni uwa mbere tugomba kuzamuka."

Igihe nari nkivugisha Shema, umuntu akomanga ku rugi, maze ahita yinjira. Yari Karigirwa, twabanaga mu cyumba.

Arambaza ati, "Kuki uriho kwivugisha?"

Nti "Nivugishaga se?"

Ati, "Yego. Karabo, ufite kibazo ki? Hanyuma se utu duseke?"

Nti, "Humm? Ubanza ari yo mpamvu nivugishaga. Utu duseke ni twiza cyane. Ariko nabuze aho ndushyira muri iki cyumba. Kuri iyi meza hari impapuro n'ibitabo byinshi."

"Yego, uko ni ukuri. Ugomba gutunganya ameza yawe. Ahari wari ukwiye kujugunya bimwe mu bintu udakeneye, maze ukabona aho ushyira uduseke twawe."

"Eee, yego."

"Ntaza kwibagirwa. Nari nje gufata cya gitabo nagutije. Ndashaka kugisoma."

Nshakisha igitabo cye muri ako kavuyo, maze ndakimuha. Arasohoka. Natekereje ku byo Karigirwa yari amaze kuvuga, numva koko harimo ukuri. Utwo duseke tubiri twa Mama na Shema twari utwa agaciro kuri njye. Ariko, nari nkeneye gukura ibidafite umumaro mu cyumba cyanjye, maze nkaduha umwanya wose twari dukwiriye. Mu gihe natunganyaga mu cyumba, natekereje ko ahari n'ubuzima bwanjye muri rusange bwari bukwiye nabwo gukorwamo isuku. Ndibwira mu mutima nti, *Mama na Shema na bo bagomba gusukura ubuzima bwabo kugira ngo babone uko bakwirwa mu mwanya nifuza kubagenera mu buzima bwanjye.*

Guhera uwo munsi, ibibazo byose byambyinaga mu mutwe nabisukaga mu duseke twanjye, maze ngategereza ibisubizo bya Mama na Shema. Mama yansubizaga amagambo y'ibyiringiro. Yambwiraga ko ntari nkwiye guheranwa n'agahinda. Shema, we, yakomezaga kumbwira ko ankunda, kandi ko tuzazamukana imisozi y'ubuzima. Umusego wanjye utukura wari utangiye kugirira ishyari utwo duseke. Hashize iminsi myinshi Shema atansura, kandi atanampamagara kuri telefoni, numvaga mpangayitse. Nubwo twari twaragiranye ikiganiro cy'amagambo akomeye, twari twaranzuye mubwiye ko tuzemerera imitima n'imibiri byacu bigakurikira umuvumba w'urukundo. Umutwe wanyongoreraga ko nkwiye kumureka, akikomereza ubuzima bwe. Nari nkeneye umwanya wo kubanza gusobanura ihurizo ry'urukundo rwacu. Iyo nakumburaga Shema, nifunguriraga agaseke gatukura, nkabimubwira. Na we akanyongorera ko ankumbuye.

Umunsi umwe, ngiye ku isomero, mpura na Sugira. Aramwenyura cyane, umutima wanjye nawo uranyeganyega.

Ati, "Karabo, nagushakaga."

Nti, "Uraho Sugira. Nari ngiye gusoma. Hari icyo washakaga kumbwira?"

Yishima mu mutwe, areba hasi, maze ati, "Yego, niba bishoboka."

Nti, "Noneho, reka twicare munsi y'umunyinya."

Arebaguza hirya no hino, maze ati, "Amakuru yawe?"

"Ni meza. Ayawe?"

"Karabo, nashakaga kugusaba imbabazi. Ndakwinginze, mbabarira."

"Ko wagize ute?"

"Mbabarira uko nitwaye cya gihe. Sinagombaga kukurakarira. Ngusabye imbabazi."

"Eee, ubwo se ahubwo si njye wari ukwiye kugusaba imbabazi ko naguteye kundakarira? Sugira, nk'uko nakubwiye ubushize, uri inshuti yanjye nubaha. Uri nka musaza wanjye ntigeze. Uzi neza ko nta muryango ngira. Ni wowe muryango wanjye." Nabivuze agahinda kaniga ijwi, ariko mfata n'amarira ngo adatemba.

Sugira ati, "Umbabarire. Urukundo ngufitiye rurenze urwa musaza na mushiki. Ariko, kuri ubu, nyuzwe n'ubucuti dufitanye, igihe cyose bumpa amahirwe yo kukuba hafi, tukaganira. Wafata icyemezo cyo kunkunda nk'uko ngukunda, wabireka, byose nzabyakira. Nubaha ko ufite undi mukunzi."

Nti, "Sugira, nyumva... Nakubwiye ko Shema na njye, bya—,"

Anca mu ijambo, ati, "Ndakwinginze, ntuvuge ibyawe na Shema. Niba mukiri kumwe, ni byiza. Niba kandi mwaratandukanye, nacyo ni icyemezo cyanyu. Njye icyo nshaka ni ubucuti, cyangwa ubuvandimwe, uko ubyita kose." Arongera aramwenyura maze ansaba kumuhobera ngo twiyunge.

Nari nshimishijwe no kongera kuganira na Sugira. Nari mukumbuye. Namubajije amakuru ya nyina, ndetse n'aya Mbabazi, umukobwa wa Devota.

"Ati, "Ese wazashatse akanya ugasura Mama. Ahora ambaza amakuru yawe."

Nti, "Na njye ndamukumbuye. Uzi ko mufata nka Mama wanjye."

"Nka Mama wawe? Cyangwa ushatse kuvuga nyokobukwe?" Aramwenyura, yongeraho ati, "Nturakare, ndatera urwenya."

"Sigaho. Ni Mama wanjye. Reka tuzajye kumureba kuwa gatanu utaha."

"Yego, nyuma y'amasomo."

Nti, "Cyane."

XI

Mu gukora ubushakashatsi busoza amashuri, nifashishaga ibitabo byo mu isomero rya kaminuza, byari birimo ibivuga ku ndangabwoko mu Rwanda. Ibyo nasomaga byatumaga nibaza byinshi kuri izo ndangabwoko zubatswe, ndetse zikaremwa n'ibitekerezo bya muntu. Byanyigishaga ko indangabwoko zashoboraga kuremwa biturutse ku bintu cyangwa amateka abantu runaka bahuriyeho, ndetse zikaba zavaho cyangwa zigahinduka, bitewe n'izindi mpinduka mu buzima bw'abibara nk'abahuje indangabwoko runaka. Nk'uwigaga ibijyanye na politiki, byari ngombwa ko nsobanukirwa uburyo indangabwoko zishobora guhabwa agaciro n'abanyapolitiki, ndetse n'uko zishobora guhinduka bitewe n'ibihe. Igisobanuro gihinnye cy'indangabwoko z'Abanyarwanda cyari cyarabujije benshi muri bo kwiga neza amateka n'umuco w'i Rwanda, ndetse no gushakira ibisubizo ibibazo byo mu kinyejana cya makumyabiri. Benshi mu Banyarwanda batekerezaga ko abahuje indangabwoko bagombaga guhuza n'umugisha cyangwa umuvumo. Benshi ntibari bitaye ku kuba bari basangiye gutura ku butaka bumwe, bwabahuzaga n'abandi batuye ibice bitandukanye by'isi, ndetse bukanabahuza n'amazi n'inzuzi zitemba zigana inyanja zizungurutse umubumbe w'isi.

Urusaku rwa telefoni runkura muri ibyo bitekerezo nasomaga mu bitabo.

Uwari umpamagaye agira ati, "Uraho. Ni Muhire. Iminsi myinshi. Amakuru yawe?"

Nti, "Ni meza. Ayawe?"

Ati, "Ni meza. Karabo, nifuzaga ko twavugana. Niba bishoboka, mbwira nze kukureba uyu munsi."

Nari maze iminsi ntasohoka mu macumbi ya kaminuza. Mubwira ko ibyiza ari uko naba ari njye ujya iwe.

Imvura yari ikubye, ikirere kijimye. Nambara ikoboyi y'ubururu, agapira k'umukara, n'inkweto z'umukara, maze mfata umutaka, ndagenda.

Hashize akanya, mba nuriye bisi yaganaga ku Muhima. Mu muhanda harimo abantu benshi. Uko umutwe wanjye wagendaga utekereza ku byo nari nasomye ku ndangabwoko, nagiye ngeregeza gucyeka indangabwoko z'abo bantu. Nitegereje umugore wakuburaga mu mabusanyirizo y'imihanda, mbona nta kintu na kimwe cyanyerekaga niba yari Umuhutukazi, Umututsikazi cyangwa Umutwakazi. Indangabwoko y'umushoferi nayo yari yambereye inshoberamahanga. Umupolisi wari mu muhanda yari mugufi nk'uwo mugore wakuburaga umuhanda, ariko akagira amaso n'amazuru ateye nk'ay'uwo mushoferi wareshyaga n'igiti cy'i Bugesera. Nuko ndibwira nti, *Ubanza umwanditsi w'indangabwoko yari afite ubundi bufindo bwo kugenera Abanyarwanda indangabwoko bitirirwa.'*

Ngeze kwa Muhire, nkomanga ku rugi. Arandamutsa, anyakiriza umutobe w'inanasi, maze ambaza amakuru. Mubwira ko ari amahoro.

Yongeraho ati, "Ya nshuti yawe Sugira araho?"

Nti, "Yee, araho, arakomeye."

Ati, "Mperutse guhura na Shema. Imana yakoze ibitangaza mu buzima bwe. Nagize ngo ndarota si we mbonye."

Ndabaza nti, "Kubera iki? Yari ameze ate?"

Ati, "Ntabwo se uzi ko umukunzi wawe asigaye afite akazi?"

"Oya. Muri ino minsi mpugiye ku bushakashatsi ndiho ndakora. Tumaze iminsi tutavugana."

Arambaza ati, "Habe no kuri telefoni? Cyangwa... Cyangwa wamweretse ivunja?"

Nti, "Nkunda Shema n'umutima wanjye wose. Sinabona imbaraga zimutera akadobo, ni yo naba mbishaka."

"Byagenze gute se? Kuki mumaze igihe mutavugana?"

"Muhire, nta cyo naguhisha. Uri nka musaza wanjye. Ntabwo natandukanye na Shema. Turacyari kumwe. Ariko numva nkwiye kumureka akikomereza urugendo. Mfite byinshi ngomba gushyira ku murongo mu buzima bwanjye, mbere y'uko natekereza iby'urukundo."

Ati, "Yooo, kubera iki ubu? Ubu ni bwo yari agukeneye kurushaho. Ugomba kumutera inkunga mu byo arimo byose. Ese yaretse kunywa ibiyobyabwenge?"

Nti "Oya. Aracyatumura urumogi. Gusa nezezwa no kuba noneho yaramenye itandukaniro riri hagati yo kubaho no kubona bucya bukira. Ariko, uretse no kunywa urumogi, aracyikoreye n'umutwaro w'urwango afitiye Abahutu."

"Uwo ni umutwaro benshi muri twe twikoreye. Yawuruhurwa no kwiha Imana, umuremyi w'abantu. Ariko, ibyo ntibyari bikwiye kuba impamvu yo gutandukana nawe. Nta cyo upfana n'abo yanga."

Nti, "Ese ntabwo uzi ko Mama aticanywe na Papa?"

Muhire ati, "Oya... Yego... Devota yigeze kubimbwira. None se nyuma ntibaje kumwica?"

"Oya. Aba muri Malawi. Ni we mpamvu yo gutandukana kwanjye na Shema."

Ati, "Kubera iki?"

Nabwiye Muhire ko Mama yari Umuhutukazi, kandi ko ntari naramubabariye kuba atari yaragarutse mu Rwanda, nibura gushyingura Papa mu cyubahiro. Yari yarakurikiye Abahutu bene wabo, ndetse ashakana n'umwe muri bo, ari we babanaga muri Malawi. Muhire ambaza niba nari nzi impamvu Mama atagarutse. Mubwira ko atashatse gusiga abana yabyariye mu buhungiro.

Maze nti, "Muhire, reka tureke kuvuga kuri Mama. Ntabwo ari we kibazo kinkomereye. Ikimbabaje ni uko nubwo Shema ankunda nk'urwo mukunda, urukundo rwacu ntirushoboka. Umunsi azamenya ko nabyawe n'Umuhutukazi, azashenguka umutima."

Muhire ati, "Kubera iki se? Ni icyaha se kubyarwa n'Umuhutukazi?"

Nti, "Kuri Shema, ni icyaha. Ikindi kandi, azashengurwa n'uko namuhishe ukuri. Namubwiye ko Mama yiciwe umunsi umwe na Papa, ndetse na barumuna banjye. Sinshaka ko ari njye uzaba imvano yo korama kwe, umunsi ukuri kuzasandara imbere y'amaso ye."

Ati, "Nkubwije ukuri, ndumva ibihe Shema arimo. Nanjye niho nahoze mbere y'uko murikirwa n'ijambo ry'Imana. Natotezaga Mbabazi muhora ko ari umwana w'Umuhutu. Namwokaga ibitutsi. Nkamuciraho amacandwe. Nari narateye na nyina kwanga umwana yibyariye. Sinashoboraga kwiyumvisha ukuntu nabanaga mu nzu imwe n'umwana w'uwanyiciye mushiki wanjye Uwera, akanakinda mushiki wanjye Devota. Imana yanyigishije ko Mbabazi nta cyaha yakoreye umuryango wanjye. Yewe, ahubwo, ni no kubera we, nashakaga ko tuvugana."

Sinashoboraga kubwira Muhire ko Mama na we atari yarahisemo gushaka Umuhutu babanaga. Sinamubwiye ko Mama na we yari yarafashwe ku ngufu.

Ndamubaza nti, "Washakaga ko tuvugana kuri Mbabazi?"

Ati, "Yego. Nifuzaga kuzasaba umuryango wa Kamana ko wampa Mbabazi nkamwirerera. Igihe kirageze ngo arerwe mu muryango we."

"Urashaka kubana na Mbabazi? Ubwo se bizakorohera?"

"Ntabwo nazategereza igihe nzashakira umugore. Uwo nzashaka wese azaba agomba kumenya ko mfite umwana wa mushiki wanjye, mfata nk'uwanjye bwite. Muri iyi si, nta wundi muntu ngira, uretse Mbabazi. Ubu se Devota antekerezaho iki iyo abona ndya, nkaryama, ntazi aho umwana we ari?"

Nti, "Nibyo. Twazajyana kubasura umunsi umwe, mbere y'uko ubegera ukabamenyesha imigambi yawe. Ahubwo, mfite na gahunda yo kujyayo kuwa gatanu utaha."

Ati, "Reka tuzabigenze dutya: Nujyayo kuwa gatanu utaha, uzagerageze kubamenyesha gahunda mfite, maze urebe uko babyakira. Uzababwire ko nifuza kuzaza kubashimira mu cyumweru gitaha. Niba nta cyo bibatwaye, nzashaka abantu bamperekeze twitwaje ibinyobwa by'ishimwe, maze nzabonereho no kubasaba kumpa Mbabazi ngo mwirerere."

Mbwira Muhire nti, "Iyaba na Shema yabashaga gutera intambwe mu buzima nk'izo wateye. Agomba kubabarira ibyo Abahutu bakoreye umuryango we."

Muhire aransubiza ati, "Kubabarira si ikintu cyoroshye. Cyane cyane iyo umuntu ugomba kubabarira akiboshywe n'imigozi y'agahinda. Shema agomba kwibohora iminyururu yashyizweho n'abamugiriye nabi."

Ndabaza nti, "Gute? Ntabwo nsobanukiwe."

Ati, "Ntakwiye kugira itsembabwoko ryakorewe Abatutsi umurongo afatiraho ibyemezo byose by'ubuzima. Agomba kumenya ko hari ubuzima mbere y'itsembabwoko, kandi ko ubuzima bukomeza nyuma y'itsembabwoko. Kubaho nyabyo ni ugutsinda umugambi wo kudutsemba wari ufitwe n'impirimbanyi z'Abahutu."

Nti, "Nibyo. Uvuze ukuri. Igishimishije ni uko yatangiye gutera intambwe ntoya zigana ubuzima bwiza."

"Icyo ni cyo cya ngombwa. Ariko gukomeza agana imbere bizamugora, igihe cyose akomeza gukwegwa inyuma n'urwango. Niba agukunda, aragukunda, waba Umuhutukazi, Umututsikazi, Umutwakazi cyangwa umunyamahanga. Ntakwiye kwemera ko urwango intagondwa z'Abahutu zatugiriye rumugenga, ndetse rugakomeza kumurusha imbaraga no kumwica uko bucyeye uko bwije. Ntakwiye kwemerera urwango, rusa nk'urwamutandukanyije n'umuryango we, kumutandukanya noneho n'umukunzi we."

Nti, "Muhire, ayo ni amagambo yuje ubwenge..." Maze ndamubaza nti, "None se nkore iki?"

Ati, "Nawe uri kimwe na Shema. Ndashaka kukubwira ko udakwiye kwemerera ikintu na kimwe, cyangwa umuntu uwo ari we wese, kukugira imbohe y'amateka mabi twaciyemo. Shema ntakwiye kugutandukanya na nyoko wakonkeje amashereka n'urukundo. Kandi na nyoko ntakwiye kugutandukanya n'umusore wa mbere wakunze urukundo nyarwo. Ni wowe wenyine ufite ububasha bwo kubahakanira bombi, ndetse no kubemerera bombi."

Nti, "Njyewe jyenyine ufite ububasha bwo kugira gute? Nsobanurira."

Nari ntangajwe n'uko Muhire na we yari agiye kumbera nka dogiteri.

Muhire ati, "Wahemukiye Shema. Wubakiye umubano wanyu ku kinyoma. Yarakwizeye, umwitura kutamubwiza ukuri. Ntiwagombaga kumubwira ko nyoko yapfuye... Ariko, ndakwinginze, ntugire ngo sinkumva. Wari warafungiranye nyoko mu cyumba cy'inyuma kure y'umutima wawe, ahaba gusa ugushoberwa, agahinda, ndetse n'umujinya. Ntiwashakaga ko isi ibona isura ye mu maso yawe, kubera ko izina yitirirwa ryahindanyijwe n'ibyo impirimbanyi z'Abahutu zakoze."

Muhire yari arimo gushima inkovu dogiteri Baziga yari yarashwaratuye. Nagombaga gusohoka, nkagenda.

Ndamubwira nti, "Muhire, mbabarira, icyo kiganiro tuzagikomeze ubutaha."

Ati, "Karabo, reka nkugire iyindi nama izakugirira akamaro."

Nti, "Ngaho mbwira."

Ati, "Ndakwinginze, uzige gusenga Imana. Ugomba gusengera abantu babiri b'ingenzi mu buzima bwawe. Ujye usengera Shema ngo ature umutwaro yikoreye, maze azabashe kubabarira Abahutu, nubwo ubundi ari ibikomeye ku mwana w'umuntu. Ujye kandi usengera nyoko, nk'uko umwana asengera umubyeyi uri mu kaga. Bose ujye ubohereza urukundo. Ruzakugarukira ari rwinshi kurushaho. Kandi, ujye uzirikana ko kubakunda bitavuze kwibagirwa kwikunda. Ntiwatanga icyo udafite."

Nti, "Urakoze kumbwira amagambo yuje ubwenge. Reka ngende, burije."

Amfata ibiganza, ansaba guhumiriza amaso, maze aransengera, mbere yo kumperekeza akangeza aho bisi zahagararaga.

Mu nzira njya ku icumbi kuri kaminuza, natekerezaga

ku magambo ya Muhire. Harimo aryohereye, arura, ndetse n'asharira. Nahuzaga amagambo ye n'umukoro dogiteri Baziga yari yarampaye. Bombi bari barashoboye gusoma mu maso yanjye ko nari nkumbuye Mama. Nari nkumbuye na Shema. Hari hashize iminsi myinshi ntamuvugisha. Naribazaga nti, *Ese kuki we atampamagara?*

Ngeze mu cyumba cyanjye, mfungura agaseke k'umutuku, nti, "Shema, mbabarira. Ndakwinginze, mbabarira ko ntakubwije ukuri kuri Mama."

Mpindukirira n'agaseke k'umweru, nti, "Mama, mbabarira ko nakwitiranyije n'izina ry'Umuhutukazi, maze nkirengangiza ko ntigeze nukirwa mu nda yawe, cyangwa ngo nonke mu mashereka yawe urwango rw'ikibaho cyose, yaba umuntu, cyangwa ibindi bitari umuntu. Sinitaye ku gahinda wagize umunsi wabwirwaga ko umugabo wawe n'abana bawe bishwe n'abiyitaga bene wanyu. Sinaguteze amatwi ngo unganirize nk'uko umubyeyi aganira n'umukobwa we w'imfura. Sinashatse kwita ku maganya yawe, kuko igituza cyanjye cyari kiremerewe n'umubabaro wanjye. Ndagukunda Mama. Ndagukumbuye."

Ndangije kubavugisha, ngwa ku gitanda, maze mpfumbata umusego utukura, ndawukomeza. Hashize iminota mike, mfata telefoni mpamagara nimero ya Shema.

Ati, "Bite sheri? Amakuru? Ndishimye ko umpamagaye. Umva ndiho ndagusoma kuri telefoni."

Nti, "Shema, amakuru yawe? Iminsi myinshi."

Shema ati, "Eee, Karabo wabaye iki? Ntumbwire ko wongeye kurira."

"Oya... Nako... Yego. Ariko nta kibazo. Ntuhangayike. Ndagukumbuye."

Ati, "Kunkumbura se ni byo byatumye urira?"

Nti, "Yego. Wowe se ntabwo unkumbuye?"

"Uragira ngo mvuge iki? Ubushize wambwiye amagambo

akomeye. Naguhaye umwanya ngo utekereze. Sinzi uko nabigenza ngo wumve ko ngukunda n'ubwenge bwanjye, ndetse n'umutima wanjye wose. Ibyo ntabwo biguhagije?"

Ndamubaza nti, "Ese ni iki cyatumye utampamagara iyi minsi ishize yose."

Ati, "Uramutse untumiye ngo nze iwawe, wambona mu cyumba cyawe mu masegonda abiri. Ndifuza kuza kuguhanagura ayo amarira."

"Oya. Nta kibazo. Meze neza. Wazaza ejo, niba ubishaka."

Ati, "Ni byo nzaze ejo? Nta kibazo?"

Nti, "Yego."

"Nzaza ejo mu ma saa cyenda. Ndakwinginze, undote iri joro... Ndagukunda cyane. Sinzi niba ngomba kujya mpora mbisubiramo buri munsi, n'imyaka yose tumaranye. Tuzavugana ejo. Ijoro ryiza n'inzozi nziza."

Nti, "Urakoze. Ijoro ryiza."

Ijoro ryose, umutwe n'umutima wanjye byaraye bikina pingi pongo mu nzozi. Nitozaga uko bwari gucya mbwira Shema ukuri kose. Nari kuvuga nti, *Shema, mbabarira, narakubeshye....* Oya nari kuba ntangiye nabi. Nari kugira nti, *Shema, wanyanga nkubwiye ko...* Oya. Byari guhita bimutera ubwoba. Nari kuvuga ntatindiganya nti, *Mama wanjye aba mu...* Oya, ikibazo nticyari Mama. Nagombaga kuvuga kuri njye na Shema. Narakomeje nibaza uko ndi buvuge, ariko nanirwa kumenya uko nzatangira, ntondekanya amagambo.

Mu gitondo, njya mu isomero, gukomeza kwandika ikindi gice cy'igitabo. Ubushakashatsi bw'uwo munsi bwibanze ku nkomoko y'Abatutsi, Abahutu n'Abatwa. Nasomye ibitabo byinshi bitemeranyaga ku nkomoko y'izo ngeri z'Abanyarwanda. Ibyinshi nabonaga bidafite umutwe n'ikibuno. Byari inkuru z'abimukira bashakaga ubwatsi butoshye. Byari inkuru z'ingoma zateraga izindi zikazinyaga.

Byari inkuru z'abatunzi n'abakene. Nta bushakashatsi nasomye bwashoboraga kunsobanurira icyo amazuru yari ahuriyeho n'indangabwoko mu Rwanda. Sinigeze ngira icyo niga cy'umwihariko ku mateka y'Abatutsi, cyangwa ay'Abahutu. Icyo nasobanukiwe ni uko bari basangiye ubutaka batuyeho, bagasangira umuco, ndetse n'ururimi. Uko ibihe byagiye biha ibindi, bari baragiye bahumwa amaso n'amakimbirane yari yararanze ibihe bya mbere y'ubukoloni, mu gihe cy'ubukoloni, cyangwa nyuma ya bwo. Amakimbirane yo kurwanira gutwara no gutegeka. Amakimbirane ashingiye ku butaka, inka n'abagaragu. Ndetse n'amakimbirane ndengamipaka yo mu kinyejana cya makumyabiri. Hashize umwanya nsoma ibitabo bitansobanuriraga inkomoko y'urwango, ubugome, ndetse n'ubwicanyi, ndekera aho, maze nsohoka mu isomero.

Bigeze nka saa munani n'igice z'amanywa, umuntu akomanga ku rugi. Nyaruka gufungura. Ntabwo yari Shema, ahubwo yari mubyara wanjye Mugabo. Ndibwira nti, *Ishyano uyu aje gukora iki koko*?

Nti, "Amakuru yawe, Mugabo?"

"Ni meza. Ayawe?" Arambaza ati, "Ntabwo se umpa ikaze? Urasohotse?"

"Yeee, nari... Nari nsohotse."

Ati, "Nibyo? Ugannye he?"

"Mu mujyi."

"Noneho reka tujyane. Nanjye ngiye kureba inshuti yanjye ikorera ku maduka muri matewusi."

Nti, "Oya. Ushobora kugenda wenyine. Tuzavugana ejo."

Mugabo arahigima ati, "Ndabyumva. Ni ryari uzarekeraho kunyitaza? Ni ryari uzamenya ko ari wowe mwene wacu ngira wenyine muri iyi si? Mfite byinshi nifuza ko tuganira, ariko ntujya umpa akanya."

Mugabo yari ababajwe n'uko ntashakaga kumuha ikaze. Nuko kubera impungenge ko Shema yashoboraga kudusangana aho, nsaba Mugabo ngo tugendagendane mu busitani bwa Kaminuza, maze akunde abone uko ambwira ibyo yashakaga kuvuga.

Tugeze muri ubwo busitani, ntegereza ko Mugabo avuga ndaheba, ahubwo akomeza kwishunagura inzara z'intoki.

Ndamubaza nti, "Ko nta cyo uvuga se?"

Ati, "Karabo, hari icyo nifuzaga kukubaza. Ni iki gituma udasubiza amabaruwa mama wawe akwandikira?"

Nti, "Ese icyo ni cyo kikugenza?"

Ati, "Wirakara. Mama wawe arababaye cyane, kandi ni wowe wenyine afite wamuhanagura amarira."

Nubwo amagambo Mugabo yari avuze yari ankoze ahantu, sinashatse kumwereka umubabaro mu maso. Ndamubaza nti, "Hanyuma se ababaye kurusha njye, umwana we yasize wenyine yicwa n'irungu n'agahinda? Ntuhangayikire Mama. Araho, ari kumwe n'umugabo n'abana be."

Mugabo ahisha amaso ye, ati, "Ntabwo uzi ibyo uvuga. Ese wigeze usoma amabaruwa yakwandikiye?"

Nti, "Oya. Nta yo nasomye. Kandi, niba waje kunganiriza kuri Mama, waje umunsi mubi. Nakubwiye ko hari aho nshaka kujya."

Nkibivuga, telefoni yanjye iba irajwigiriye. Shema ati, "Karabo, uri he? Ndi ku rugi rwawe ndakomanga. Urahari?"

Mpindukirira mugabo, nti, "Ngomba kugenda. Ndakwinginze, uce muri iriya nzira yindi."

Niruka ngana ku cyumba cyanjye. Shema yari ahagaze imbere y'umuryango, afite umuba w'indabyo z'amaroza mu biganza. Yari yazanye keremu ikonje. Ntiyampaye umwanya wo kumuramutsa, ncuritse amaso kubera isoni. Yahise akurura iminwa yanjye ayisomana umururumba, maze abona kumpereza indabyo.

Mbere y'uko mushimira, mbona arahindukiye, ati, "Karabo, uriya musore uciye hariya ni nde?"

Nti, "Uwuhe?"

Ati, "Simbizi. Hari umuhungu wari urimo kutwitegereza cyane. Ndabona atari ubwa mbere mubonye. Arasa nka wa wundi wakuzaniye ibaruwa yari ivuye muri Malawi. Arakora iki hano?"

Nti, "Uwuhe...? Oya. Agomba kuba atari we."

Shema ati, "Reka tumwihorere. Biramureba. Uzamubwire ko nta cyo upfana na we, ndetse na mushiki we, n'ariya mazuru yabo abwataraye."

Sinasubije. Mpa Shema ikaze mu cyumba cyanjye, ariko mu gihe nashyiraga indabyo yari yanzaniye mu icupa ryabugenewe, ndabukwa ko nari nibagiwe guhisha uduseke twanjye. Nsenga Nyagasani ngo Shema ntaze gufungura utwo duseke.

Amatsiko ntiyihanganirwa. Mbere yo kwicara, Shema yahise afungura agaseke k'umutuku, maze akubita igitwenge, ati, "Ibi ni iki ra? Usigaye se warabaye nka ya nkumi ishaje itungwa n'ifoto y'uwo ikunda?"

Nti, "Nkubwire iki se? Urukumbuzi rwari rugiye kunyica. Nagombaga gushaka uko nagira ishusho yawe mu cyumba cyanjye, hafi y'umutima wanjye."

Ati, "Hanyuma se aka gaseke kandi k'umweru?"

Ubwoba bunshwanyuza amagufa. Nsimbuka kugasingira ariko Shema arantanga, aragafungura, maze akuramo ifoto ya Mama.

Ndadidimanga nti, "Ni...Ni iya..."

Ati, "Mbwira. Uyu mugore mwiza w'igitego ni nde?"

Naribajije nti, *Agomba kuba ari kuncenga*. Abantu bajyaga bavuga ko Abahutukazi batagiraga uburanga cyane. Nubwo njye nabonaga Mama ari mwiza, najyaga nibaza ko nta wundi wabonaga uburanga bwe.

Nti, "Fora uwo ari we."

Shema arasubiza ati, "Biroroshye kumumenya. Niba atari Mama wawe, ni nyogosenge." Yongeraho ati, "Ntabwo asa na so wanyu Kamanzi. Agomba kuba ari Mama wawe. Yari afite isura nziza kandi idatutsuye cyane. Bene ya sura idakurura abagabo b'amaraha, ahubwo abagabo nyabo bazi kwitegereza ubwiza bw'umwimerere kandi butuje." Arambaza ati, "Ni Mama wawe?"

Maze n'ikiniga cyanize ijwi, nti, "Yego."

Shema akomeza kwitegereza ifoto ya Mama, azunguza umutwe, maze anyiyegereza mu gituza ati, "Wirira. Roho ya Mama wawe ihorana nawe iteka. Ntashobora na rimwe kugutererana. Na njye, iyo umutima wanjye uremerewe, ndeba mu kirere, ngahamagara Mama." Asoma ifoto ya Mama, arangije ayisubiza mu gaseke.

Shema na we yari ambereye nka dogiteri Baziga ndetse na Muhire. Na we yari agiye ku ruhande rwa Mama. Nashatse kuvuza induru ngo mubwire ko yibeshyaga. Nashatse kumubwira ko Mama atari mu ijuru, ko ahubwo yari mu kindi gihugu, kandi ko yari yarantereranye, akansiga njyenyine, ndizwa n'urupfu rwa Papa na barumuna banjye. Ubwonko bwanyongoreye ko nari nkwiye kunezezwa n'uko Shema yari yasomye icyiza ku ifoto ya Mama. Maze ndatuza, mbirekera imana ngo zigenge ibyazo. Mfata keremu ikonje, mpereze iyindi Shema.

Nuko, ubwo twakundwakazanyaga, angaburira nanjye mugaburira, arambaza ati, "Karabo, wakwemera nkagusohokana?"

Nti, "Gusohoka? Urashaka ko tujya he?"

Ati, "Ngwino. Ndahakwereka. Ubu ni saa ngahe?"

"Ni saa cyenda."

Ati, "Haracyari kare. Reka tugende."

Nti, "Reka mpindure imyenda, ndaje."

"Nta mpamvu yo guhindura. Iyo kanzu yawe ni nziza ndayikunda."

"Ni ngufi cyane. Sinagenda nyambaye."

Ati, "Kubera iki se? Kereka tutari kumwe. Abibeshya bakanakureba, ndabakuramo amaso. Ndakwinginze gumana iyo kanzu, ubwo bururu bwayo burakenewe aho tugiye."

Dusohoka tunyunyuza keremu. Amaso y'abanyamazimwe bo kuri kaminuza yanteraga isoni. Tugeze ku marembo, Shema ahagarika tagisi, maze abwira umushoferi ngo atugeze ku kiyaga cya Nyandungu.

Ndabaza nti, "Ikiyaga?" Nari ngize ngo yari ashatse kuvuga ikibaya.

Ati, "Yego. Hasigaye hari ikiyaga cy'igicurano, gifite n'inkombe y'umucanga mwiza.

Nti, "Eee, nta byo nari nzi. Umuntu watekereje kuhacura ikiyaga akwiye gushimirwa. Nta kindi umujyi wa Kigali wari gukorera ikibaya cya Nyandungu."

Mu modoka, umushoferi yatunagagaho akajisho acishije mu ndorerwamo y'imbere ireba inyuma. Ngafata intoki za Shema ngo nzibuze gusagarira ubugufi bw'ikanzu yanjye.

Shema andambika ibiganza ku bibero, maze ati, "Noneho ndemeza ko ikintu wakuye kuri Papa wawe ari iryo zuru ritutsuye. Naho ibindi birangabwiza byose wabikuye kuri Mama wawe. Ariko we, ku ifoto, yasaga nk'utuje kandi ushishoza."

Nti, "Ubwo se urashaka kuvuga ko njye ntashishoza?"

Ati, "Reka da. Iyo uza kuba ushishoza, ntiwari kuba ukundana na mayibobo."

"Ngaho ndeka noneho, niba kugukunda ari ubupfapfa."

"Ntugire ikibazo. Nkunda ko uri mudatangirwa." Maze ansoma ku itama ngo ntuze, yongeraho ati, "Nawe numara kubyara abana bacu, uziga kujya ushishoza."

Isura ya Shema yari itatse inseko yakururaga ingingo

z'umubiri wanjye zose, nkabura ibyicaro. Yari yarahindutse cyane ku buryo ntashoboraga kubyiyumvisha. Yateraga inzenya nka kera tukibana kwa Data wacu Kamanzi. Nashakaga kumuhata ibibazo, ariko nkibaza ko ahari byari kuba byiza kurushaho, ari we ufashe icyemezo cyo kumbwira impamvu y'iryo hinduka. Nibazaga akazi yari asigaye akora. Nibazaga niba yari yararetse kunywa akamogi.

Tugeze i Nyandungu, tuva mu modoka. Shema amfata ukuboko, ndamukurikira. Tugana ku nzu ya kijyambere ariko ntoya, bacururizagamo imyenda y'imikino ngororangingo.

Shema ati, "Fata ibyo ukeneye byose byo kogana. Tugiye guhinduka amafi twogoge ikiyaga, twembi twenyine, nk'uko nagusezeranyije."

Nti, "Oya. Sinzi koga."

Ati, "Ntugire ikibazo. Ndakwigisha. Ufate n'utwo turindakurohoma."

"Shema, witangira kunserereza se. Cyangwa, ibi byo koga urashaka ko mbivamo."

Mfata umwenda wo kogana, njya mu rwambariro, na Shema na we ajya mu rw'abagabo. Mu minota mike twari mu kiyaga, twogoga nk'amafi.

Shema ati, "Sinakubwiye ko niba kuba inyoni bigoye, tuzibera amafi tukogoga inyanja? Nta mpamvu yo kurira imisozi. Ibyo kuzamuka imisozi ni ibya ba bandi imbehe zabo zabaga zuzuye ibijumba."

"Shema, ntabwo byari urwenya. Nakubwiraga imisozi y'ubuzima."

Ati, "Iyihe misozi? Ntabwo se twageze ku mpinga?"

Nti, "Igihe cyose tukiri mu isi, hazahora hari imisozi y'ubuzima tugomba kuzamuka."

Araceceka. Ibiganza bye bimfata mu mayunguyungu, maze nanjye naga igituza mu mazi, ndirekura ngo nyoborwe n'uwo murinzi w'ubuzima bwanjye. Uko umubiri wanjye wiyubaga mu mazi, niko n'umutima wagurukaga mu kirere, iyo amaso yanjye yakubitanaga n'inseko ya Shema. Igituza cye cyari cyuje icyusa n'igitinyiro, ariko kandi kigasa nk'ikirembuza ubukobwa bwanjye. Aberakazi bari hakurya, biyoroshe ibitambaro by'ubururu bucyeye, baratwitegerezaga cyane. Isoni z'abakobwa ziza kunyohereza kwicara ku ntebe z'imigano.

Shema arahansanga, arambaza ati, "Ngucire umugani?"

Nti, "Umugani? Iki gihe se?"

"Yego. Reba, izuba rirarenze. Ni igihe cyo guca imigani. Reka guseka. Tega amatwi."

Nti, "Ndayateze."

Ati, "Kera habayeho umugabo n'umugore. Babyarana umwana w'umukobwa. Bamwita Karabo. Yaje gukura ari mwiza cyane asa n'ururabyo rwo mu muhindo. Bari batuye hafi y'ishyamba, bibanira n'inyamaswa. Kubera ko uwo mwana w'umukobwa yari mwiza cyane, ibiremwa byose, yaba muntu cyangwa n'ibindi, byifuzaga kumukoraho. Bamwe bamucagaguragaho urugingo, ngo bajye guhumuza ubuzima bwabo. Yewe, n'abandi bakobwa ntibamugiriraga impuhwe. Bamushakagamo umubavu. Ntibari bazi agahinda n'umubabarowe. Ntibari bazi ko atari yishimiye gushikanuzwa hirya no hino. Buri wese yifuzaga agace k'urugingo rw'uwo mwana w'umukobwa. Inzuki zo zabarushaga kumenye kuryoherwa ubwiza bwe. Zaramusomaga, zikanyunyuza imbuto z'ubwiza bwe, maze zigakora amavangingo yaryoheraga abantu bagakunda kuyarigata. Umunsi umwe, igikomangoma, ishema ry'abahungu, ibendera ry'icyusa, agenderera ishyamba. Arabutswe ubwiza bwa Karabo, wari utatswe n'amabara y'umukororombya, afata umwanzuro ati, 'Njye sinzamuvuna nk'abantu n'inyamaswa z'iri shyamba. Sinzamucagagura. Ndamushaka wese uko ari. Nzabana na Karabo mu ibanga no mu ruhame. Amabara ye azamurikira buri cyumba cy'ubuzima bwanjye, kandi ubuzima nibunsharirira, nzamusoma nk'uko inzuki zibigenza, ariko aho guhindura ubwiza bwe amavangingo, njye nzamugumisha muri njye, maze akandakande amagufa y'ingingo zanjye zose. Umuhumuro we uzaba umubavu w'ibitekerezo n'ibyiyumviro byanjye, kugira ngo ibikorwa byanjye bitazatera isi umunuko. Shema atwara Karabo atyo, babana iteka banezerewe. Si njye wahera hahera umugani."

Nta kindi nagombaga kumukorera, uretse kumuhobera, cyangwa se nagombaga kumuhanira ko yari ansekeje byo kumvuna imbavu. Uwo munsi ntiwari usanzwe. Icyemezo nari namaze kugifata. Hagati ya Mama na Shema, amahitamo yari yoroshye: bombi bishobotse, cyangwa se Shema wenyine. Nta cyo nari mfite kindi cyo kumubwira. Ukuri konyine yagombaga kumenya ni uko namukundaga byahebuje. Ibisazi by'urukundo rwacu byashoboraga kurwanya ingengabitekerezo zose z'isi, bigahangana n'izuba n'ubukana bwaryo, kandi bikabasha gutegereza imvura, bidafite impungenge z'imbeho. Twavuye Nyandungu ibirenge biri ku isi, ariko imitima yagurutse, igana ijuru ry'urukundo.

———

Ku wa gatanu hageze, nk'uko nari narabisezeranyije Sugira, nyuma y'amasomo, njya gusura nyina. Ntabwo byari ukumusura bisanzwe gusa, nari ngiye no gusohoza ubutumwa bwa Muhire.

Kamana yari yicaye mu busitani, afite ikinyamakuru mu ntoki. Arahaguruka arandamutsa.

Gatarina asohoka mu nzu, ati, "Ikaze. Hari hashize iminsi myinshi. Ubanza amasomo yaragutwaye."

Nti, "Yego. Noneho rero ubu ndayafatanya no gukora ubushakashatsi busoza icyiciro cy'amashuri."

Ansaba ko mukurikira tukiyicarira mu nzu, maze ati, "Reka twiyicarire hano. Iyo utaza uyu munsi, nari kuzaza kukwishakira kuri kaminuza. Amakuru yawe?"

Nti, "Ni meza."

Ati, "Nahoraga mbaza Sugira niba uri amahoro. Ariko nyine uramuzi. Amagambo ye abarirwa ku ntoki. Nta cyo yambwiraga. Ugize uti, 'Urandika igitabo cy'ubushakashatsi busoza?'"

"Yego. Ndiho ndandika ku buryo amakimbirane yakwirindwa, abantu badahuje indangabwoko bafatanyije mu bikorwa bya politiki, ndetse no mu buzima bwabo bwa buri munsi. Biragoye kubona ibisubizo ku bibazo byose nibaza. Nta nyandiko nyinshi zihari zivuga ku Rwanda. Urugero, Abanyarwanda baturutse he?"

Gatarina ati, "Ibyo kandi rero. Nanga uburyo abiyita intiti basubizanya icyo kibazo ubujiji, ndetse n'ubuswa bwinshi."

Nti, "Ubwo mushatse kuvuga iki?" Nari mfite amatsiko y'ibitekerezo bya Gatarina ku nkomoko y'Abanyarwanda yajyibwagaho impaka na benshi.

Ati, "Ntuzigere wita ku byo abantu bavuga ku nkomoko y'abantu b'indangabwoko zitandukanye. Tutavuze gusa n'Abanyarwanda, nta we ushobora kukubwira inkomoko y'abantu muri rusange. Nta bushakashatsi bw'abahanga burabasha gusubiza icyo kibazo."

Ndongera nti, "Mumbabarire, sinsobanukiwe."

Ati, "Mwana wanjye, ukuri ni uko kuva na kera abantu bakunze kugenda bimuka, bava hamwe bajya ahandi. Yewe, na n'ubu turakimuka. Mu gihe cya kera, abantu bimukaga bashaka ubutaka butoshye bw'amatungo yabo, cyangwa se bwo guhingamo. Hariho n'abimukaga bahunze inyamaswa z'inkazi, cyangwa ibiza, urugero nk'imitingito cyangwa imyuzure. Ntitwakwibagirwa n'abajyanwaga bunyago kuba abacakara cyangwa abagaragu, ndetse n'abacirwaga ishyanga n'ingoma n'abami. Ingoma zateraga izindi ngoma, zikazinyaga abantu. Hari impamvu nyinshi zatumaga abantu bava ahantu hamwe, bakajya ahandi. Ni ngombwa gusobanukirwa ko ntawavuga ko abantu b'umuryango umwe, cyangwa igisekuru kimwe, bimukiraga rimwe. Nta n'uwakwemeza ko bafataga inzira imwe."

Nti, "Ubwo busesenguzi buranshimishije."

Ati, "Ikinsetsa ni uko, mu Rwanda, abantu b'indangabwoko runaka bagira batya bati, 'Twe turi Abanyarwanda kurusha bariya,' kandi barangiza bakihinyuza bavuga ko Abanyafrika bimukiye i Burayi, cyangwa Abanyaburayi bimukiye muri Amerika, ndetse n'Abanyafrika bajyanywe nk'abacakara, cyangwa izindi mpamvu, bafite uburenganzira nk'ubw'abandi banyagihugu b'aho bimukiye. Uretse ururimi n'umuco biduhuza, igikuru gikwiye gukomeza ubumwe bwacu ni uko twisanze muri uru Rwanda twese twita igihugu cyacu."

Ahari ibitekerezo bya Gatarina byari kumfasha ku bushakashatsi ku ndangabwoko, ariko nk'umusesenguzi wa politiki, nagombaga no kureba izindi nguni byareberwamo. Nagombaga kumenya igihe, ndetse n'uburyo Abanyarwanda bari barubatse indangabwoko z'Abatutsi, Abahutu, ndetse n'Abatwa. Nkanibaza n'igisobanuro cy'izo ndangabwoko mu kinyejana twarimo cya makumyabiri na rimwe. Naribazaga nti, *Ni iki cyatumye Abanyarwanda batiga kubana mu mahoro mu gihugu bita icyabo?'*

Igihe nashakaga kubaza Gatarina ibindi bibazo, Sugira aba yinjiye mu ruganiriro, atubaza ibyo twaganiraga.

Gatarina ati, "Ndiho ndiganirira n'umukobwa wanjye." Maze arahindukira, arambaza ati, "Wabisobanukiwe?"

Nti, "Yego. Murakoze."

Ati, "Karabo, reka tuzakomeze iki kiganiro ubutaha. Ngomba kujya guha Kamana icyo kunywa."

Mbere y'uko mbasezera, nsohoza ubutumwa bwa Muhire. Bambwira ko ahawe ikaze, ariko ntibagira icyo bavuga kuri Mbabazi.

Kuwa 28 Ugushyingo 2004, nagombaga kumurikira inteko y'abarimu icyo ubushakashatsi bwanjye bwagezeho. Ibyo byakorerwaga imbere y'imbaga y'abanyeshuri twiganaga, ndetse n'abandi bantu batari abo kuri kaminuza. Nari ngiye gupfundura inkangara ibitse agahinda, maze nkakareka kakaguruka hejuru y'ikirere cy'u Rwanda. Ubwoba bw'uko umuyaga w'ako gahinda washoboraga guhuha ugatoneka imitima ikomeretse bwanshwanyaguzaga mu gifu. Naribazaga nti, *Ndahagarara nte imbere y'Abahutu ngo mbabwire ko kuririmba no gusingiza Ubuhutu, ari nko kuramya isuka abana barwaye bwaki? Ndatinyuka nte kubwira Abatutsi ko uretse n'inka, Data w'Umututsi atagiraga n'inkoko?* Igihe cyaranyarukaga kigashyira ya saha. Nanzuye kutambara ikanzu y'umutuku. Kositimu y'umukara ni yo yagombaga gutuma abo barimu baha agaciro ubushakashatsi bwanjye.

Nk'intiti nyayo, mfata ibitabo, maze ngana mu cyumba kinini cyagenewe ibiganiro n'inama. Abarimu batatu bari bamaze kwicara bakikije intebe nini yasaga nk'uruziga. Umwe muri bo, Mwarimu Simon, yari yaramize bunguri amateka y'u Rwanda. Ahari yari kuza kumbaza niba nari narasomye ibitabo byanditswe n'Ababiligi cyangwa Abafaransa, biyitaga 'inararibonye ku Rwanda'. Nari kumusubiza nti, *Yego, narabisomye*. Ariko nkongera nti, *Ntabwo nemeranya n'ibyo banditse byose.*

Nyuma y'ijambo rye rirerire ritangiza igikorwa, Mwarimu Simon ati, "Karabo, umwanya ni uwawe."

Ndeba hirya, ndeba hino, maze nohereza intoki munsi

y'ameza, nirya inzara. Umutima uranyongorera uti, *Ba kigabo, igirire icyizere. Urabishobora.*

Nti, "Nakoreye ubu bushakashatsi mu Rwanda. Intego yanjye yari ukwiga niba amakimbirane yakwirindwa biciye mu kuba abantu badahuje indangabwoko bafatanya mu bikorwa bya politiki, ndetse no mu buzima busanzwe bwa buri munsi. Abanyarwanda igihumbi nibo basubije urutonde rw'ibibazo nakoragaho ubushakashatsi."

Mwarimu Simon arambaza ati, "Ubushakashatsi bwawe bwageze ku ki?"

Nti, "Abanyarwanda bafite byinshi bahuriyeho bibasaba guhuriza hamwe mu bya politiki ndetse no mu buzima busanzwe, baba babishaka cyangwa batabishaka. Urugero, mu Rwanda, nta riba rivomwaho gusa n'abantu b'indangabwoko runaka, kandi nta muhanda, cyangwa inzira igendwa gusa n'abantu b'indangabwoko runaka, ngo abandi ntibayikandagiremo."

Mwarimu Mutoro arabaza ati, "Ibyo bihuriye he n'ubushakashatsi bwawe?"

Nti, "95% by'abasubije ibibazo by'ubushakashatsi bwanjye bemeje ko bamenye neza agaciro ko kuba umuturanyi mwiza, igihe batangiye gufatanyiriza hamwe n'abo bafataga nk'abatari ababo."

"Mwarimu Mutoro ati, "None se se kera ntabwo bari abaturanyi beza? Niba batari bo, ese yaba ari yo mpamvu yateye amahano yo mu 1994?"

Nti, "Ubanza ntasobanuye neza icyo nashatse kuvuga. Sinavuze ko abaturanyi batagirana amakimbirane. Guturana neza kugomba guherekezwa n'ibikorwa bigamije inyungu ya bose, ndetse n'ibikorwa bya politiki idaheza, Abanyarwanda b'indangabwoko zitandukanye bose bagahamagarirwa gutahiriza umugozi umwe no guteza imbere igice cyabo cy'u Rwanda."

Mwarimu Mukamurego ati, "Wemeza se ko mu Rwanda hari abantu b'indangabwoko zitandukanye?"

Ndamusubiza nti, "Icyo kibazo nagiha ibisubizo bibiri, yego cyangwa oya. Igisubizo oya, gishingirwa ku kuba Abanyarwanda batuye hamwe, bakavuga ururimi rumwe, bagasangira umuco, kandi bakaba bari bahuje cyangwa bagihuje iyobokamana. Ibyo byose rero bituma Abanyarwanda bafatwa nk'itsinda ry'abantu rimwe, aho kuba amatsinda atandukanye. Naho, ku rundi ruhande, igisubizo yego cyashimangirwa n'uko indangabwoko ishobora kubakwa mu bitekerezo by'abantu, bashingiye ku mibereho cyangwa amateka bahuje. Mu Rwanda, rero, amateka ya vuba yatumye bamwe bibona nk'Abahutu, Abatutsi cyangwa Abatwa. Ahari, ntitwavuga ko izi ndangabwoko zishingiye ku bisekuru, uturere cyangwa umuco. Ahubwo ni izaciweho akarongo n'amateka Abanyarwanda baciyemo, cyane cyane aya vuba aha. Twavuga nk'amateka y'Ubuhake, Ubukonde, Uburetwa, n'Ibikingi, yatumye bamwe bibona nk'abakwiye icyubahiro, abandi bakibona nk'abaciye bugufi. Twavuga amateka y'ubuhunzi, kuryamirana, guhezanya, kwicana ndetse n'Itsembabwoko, yakomerekeje imitima ndetse akavangira n'ubwonko bwa benshi. Twavuga kandi amateka y'intambara z'impinduramatwara, ndetse n'izo kwibohora, zahaye bamwe intebe mu ntera y'abahizi, abandi zikabambika ipfunwe.

Mwarimu Simon ati, "Umwanzuro w'ubushakashatsi bwawe ni uwuhe?"

Nti, "Maze gukora ubu bushakashatsi, nanzuye ko amakimbirane yakwirindwa mu Rwanda, ari uko habaye ibitandukanye n'ayo mateka cyangwa ibisigazwa byayo. Buri Munyarwanda agomba kwishimira, kandi agakoresha uburenganzira ahabwa n'ubwenegihugu bwe, byaba mu mibereho ye ya buri munsi, mu mibanire ye n'abandi, ndetse no muri politiki y'igihugu, hatitawe ku ndangabwoko iyo ari yo yose yaba yibonamo. Ni ngombwa ko abanyapolitiki bashyiraho imirongo ya politiki y'igihugu ituma Abanyarwanda bumva batekanye kandi bafite agaciro mu gihugu bita iwabo. Ntawukwiye gufatwa nk'aho ari umwenegihugu ku rwego rwa kabiri, cyangwa rwa gatatu. Ntawukwiye kuryamirwa, cyangwa kwigizwayo, byaba mu mibanire n'abandi, muri politiki y'igihugu, cyangwa se mu bukungu. Ntawukwiye kwicwa ku mpamvu iyo ari yo yose."

Bamwe mu bari aho bankomeye amashyi, abandi barahwihwisa. Mwarimu Simon aranshimira, maze abwira abari aho ko inteko igihe guhura igafata icyemezo ku bushakashatsi bwanjye.

Nasohotse niruka ngana mu cyumba cyanjye. Numvaga mu kuvuga ku bushakashatsi bwanjye, ntari nigeze ngera ku ntego nari mfite. Sinari nabashije gukomeze imitima ikomeretse, ndetse no gusubiza ku murongo ab'ubwonko bwawutaye. Nari mfite impungenge ko mu kugerageza koroshya ikibazo cy'ingutu cy'indangabwoko mu Rwanda, nari nabaye nk'uwita ibigwari abari barahutajwe n'amateka ashingiye ku ndangabwoko, ndetse nkaba nari nahinduye abasazi abageragezaga guhunga izo nyagwa z'indangabwoko.

Umuntu akomanga ku rugi.

Ndabaza nti, "Ni nde?"

Ati, "Karabo, nkingurira. Ni njye, Sugira."

Nti, "Ndaje..."

Arambaza ati, "Byagenze bite? Ko amaso yawe se yijimye?"

"Nta cyo. Ndananiwe, ndashaka kuryama. Tuzabonana ejo, niba nta cyo bigutwaye."

Ati, "Nta kibazo. Gusa, nashakaga kuguha ibaruwa ya Mama wawe."

Nti, "Ibaruwa? Ni nde wayiguhaye?"

"Ejo nahuye na Mugabo... Ndakwinginze, noneho uyisome."

"Ntugire ikibazo. Ndayisoma nk'uko untegetse."

Ati, "Urakoze. Ndagiye. Ndakwinginze, ntiwongere kurira."

Nti, "Ijoro ryiza."

Nkubitaho urugi. Nitegereza iyo baruwa nari mfite mu ntoki, numva umutima uravunaguritse, ikintu kinyirukanka mu mara. Umunsi wari wamaze kuzura uwawo muruho. Sinashaka kongeraho ibindi. Mfungura agaseke k'umweru, nti, "Mama, wakoze kunyandikira." Njugunyamo iyo baruwa mu gaseke, maze ninaga ku gitanda, ngo nsinzire mpfumbase umusego wanjye utukura.

XII

Mu gitondo ubwo nibazaga aho nzajya kuba nyuma yo gusoza amashuri, amagufa y'ubupfubyi yarakomanganye. Imyaka yanjye ndetse n'uburyo nari nsigaye mbaho byari gutera akaduruvayo mu rugo rwa Data wacu Kamanzi. Kuba kwa Marume Gasana byo byari kumbera nko kuba mu kuzimu gutwika imitima itonekaye. Burya kuba imfubyi birababaza, ariko umubabaro nyawo wumvikana iyo imfubyi irebye hirya, ikareba hino, igasanga ihobera irungu gusa, nubwo yaba ikikijwe n'abantu benshi.

Nafunguye uduseke tw'abo nakundaga. Mbwira agaseke gatukura nti, "Waramutse mukunzi. Ejo, namuritse ubushakashatsi bwanjye. Ubu ndemeza ko ndangije icyiciro cya mbere cya Kaminuza. Cya gihe kirageze ngo tuzamukane imisozi y'ubuzima. Ese uriteguye?" Ntegereza ko ansubiza. Maze ijwi ryongorera umutima riti, *Yego, rukundo rwanjye, tuzazamukana imisozi y'ubuzima, twembi twenyine, nta wundi.* Ndibaza nti, *Kuki Shema anshubije atya kandi Dogiteri Baziga yarambwiye ko nkeneye Shema na Mama, bombi, mu buzima bwanjye?* Maze mpindukirira agaseke k'umweru, mfata ifoto ya Mama, ndamubaza nti, "Wumvise ibyo Shema avuze? Urabitekerezaho iki?" N'ibiganza bisusumira, mfata ibahasha nari naraye njugunye muri ako gaseke, nuko ntangira gusoma ibaruwa Mama yari yanyoherereje.

Ati, "Karabo mwana wanjye, ndandika iyi baruwa amarira anshoka amatama. Kibondo cyanjye, iyo nibutse ko uri wenyine mu Rwanda, umutwe wanjye wirukankamo ibivumvuri. Mu ibaruwa y'ubushize, nakuganiriye akaga naciyemo. Bisa nk'aho nishyura icyiru cy'ibicumuro bya muntu, wahindutse inyamaswa y'inkazi akadukira abe akabarya. Ndi mu munyururu. Abo tubana muri Malawi bamburiye ko nindamuka nshatse kuva mu gace dutuyemo, bazanyica. Igihe cyose nagerageje gutoroka, byarananiye. Ahari nari gufata iy'ishyamba, ariko sinari gusiga abana banjye b'abaziranenge. Kibondo cyanjye, sinkwiye kukkwikoreza amaganya yanjye. Iyo nibutse ko nari mfite imyaka makumyabiri n'ibiri nshyingiranwa na so, none ubu wowe ukaba ugize makumyabiri n'itanu, nsenga Uhoraho ngo azaguhe umugisha wo gushakana n'umugabo uzagukundwakaza nk'uko so yankundwakazaga. Amarira aratemba kuri uru rupapuro. Sinashobora kuvuga iby'urukundo rwanjye na Kalisa, so wakubyaye. Urukundo abantu b'iyi si batazigera basobanukirwa n'ubwonko bwabo bugerwa mu kiganza. Buri munsi, nishyura urupfu rwa Kalisa wishwe n'abo nitaga bene wacu. Umugabonyamaswa, tubana, antoteza buri joro, mbere y'uko anyurira nk'ingurube yasaze. Buri gitondo, ancira mu maso, akavuga ngo mwangira icyo ari cyo. Nibwo buzima mbayemo imyaka itandatu yose. Umugisha wonyine nakuye muri iyi myaka ni abana banjye batatu. Ni abavandimwe bawe, Karabo. Baraseka, barakina, kandi barasimbuka nk'abandi bana bose. Iyo ntabagira, umutima wanjye uba waraturitse. Nkesha ukubaho kwanjye inseko zabo, ndetse n'ibitoki byabo bisa nabi, kandi biteye ubwuzu, bakunda gufatisha amatama yanjye, basa nk'abambwira ko igihe kizagera ngashira umubabaro. Byananiye kurangiza uru rwandiko. Kibondo cyanjye, nanjye wazanyandikiye akabaruwa? Nzanezezwa no gusoma ko uraho. Amaso yanjye azasoma inyandiko yawe, ariko amatwi y'umutima yo azumva ijwi ry'Imana rinyongorera ko yasubije amasengesho yanjye. Nyagasani ntiyigeze antererana. Yansezeranyije ko azaguhoza mu gituza cye, kandi ko roho ye izakuzengurutsa urukundo n'impuhwe. Bambwiye ko warangije amashuri ya kaminuza. Nkwifurije iyindi migisha myinshi. Sinigeze ndeka kwizera Imana. Umunsi umwe, izambohora. Uhoraho azangarura mu Rwanda, ngushyire mu gituza, nguhobere, ngukomeze. Ahari sinzashobora kuguhanagura amarira warize iyi myaka icumi yose ishize, ariko nibura nzabasha kuguha igituza cyanjye, ucyegamire, maze ayo marira yawe atembe ku mabere yakonkeje urukundo n'amashereka. Ndagukunda Mwana wanjye. Nkwifurije amahoro n'imigisha."

Narangije gusoma iyo baruwa natohejwe n'amarira. Naribazaga nti, *Iyo ngira uruhushya n'itike y'indege byo kwinjira muri Malawi.* Ubundi nti, *Ariko se hehe muri Malawi?* Ubwonko bwananiwe kungira inama. Umunwa wabuze icyo uvuga. Icyari kumfasha ni ugusohoka, nkagira aho nyarukira.

Mu minota mike, nari maze kurira ipikipiki. Mbwira umumotari nti, "Tugende."

Ati, "Hehe?"

Nti, "Nyarutarama."

"Hehe nyine?"

"Atsa ipikipiki tugende. Ubu se wageze i Nyarutarama, ku buryo utangira kubaza niba dukata iburyo cyangwa ibumoso?"

Arambaza ati, "Ese wa mukobwa we wabaye iki? Ko mbona uta amarira?"

Nti, "Nta cyo. Ihute."

Muzungurutsa amaboko mu mayunguyungu,

mukomeza mu nda, maze uko yumvise gutera ku mutima wanjye, akibagirwa gukanda feri, akaba aragurutse bya bindi abapolisi bahanira. Mu minota itanu, yari ageze Kagugu.

Nti, "Hindukira, usubire inyuma. Nakubwiye ko tugiye i Nyarutarama."

Ati, "Hehe Madamu?"

"Madamazela."

"Mbabarira. Madamazela, wagombaga kumpagarika tugeze iyo wajyaga."

Ngeze kuri ayo marembo manini akwiye gutinywa, yo kwa Marume Gasana, ushinzwe umutekano ambaza uwo ndi we. Ndivuga, maze anyemerera kwinjira. Minisitiri n'umugore we bari bicaye mu ruganiriro.

Nti, "Mwiriwe."

Marume Gasana ati, "Amakuru yawe? Byakugendekeye bite?"

Nti, "Nta cyo. Ese Mugabo arahari?"

Ati, "Arahari. None se waje kureba Mugabo wenyine? Nta nubwo waturamukije. Mwana wanjye, wabaye iki?"

Mugwa mu gituza, ariko sinagira ijambo mvuga. Ahamagara Mugabo.

Maze mbere y'uko mbwira Mugabo ko namushakaga, umugore wa Marume ati, "Mugabo, ha mubyara wawe umutobe cyangwa icyayi."

Arambaza ati, "Karabo, urifuza kunywa iki?"

Nti, "Murakoze. Nta nyota mfite."

Aranyinginga ati, "Ntushobora kwanga icyo tukwakirije."

Nti, "Ngaho, nimumpe icyayi. Ndacyinywa ndangije kuvugana na Mugabo. Hari icyo nshaka ko tuganira."

Nkurura Mugabo mujyana mu busitani ngo tuvugane. Ankurikira nk'intama igiye mu ibagiro.

Maze nicara hasi mu byatsi, ndamubwira nti, "Nasomye ibaruwa ya Mama."

Arambaza ati, "Iyihe mu zo yakwandikiye zose?"

Nti, "Iyo wahaye Sugira. Ni yo baruwa yonyine nasomye. Umbabarire ko ntigeze nshaka kugutega amatwi, igihe cyose washakaga kumbwira ibya Mama. Ngaho, noneho, mbwira."

Ati, "Urashaka ko nkubwira iki? None se ntiyabikubwiye byose mu ibaruwa ye?"

Nti, "Yego, hari ibyo yambwiye, ariko si byose. Ndakwinginze, mbwira ibyo washakaga byose ko menya. Umbabarire kongera kubisubiramo, umuryango wa Mama wakoze ibitavugwa, rwose byarangoye kubababarira. Ariko ibaruwa ya Mama yatumye amarira antemba ku matama. Wakomeje kumbwira ko na we yanyuze mu bikomeye, sinkumve. Ariko gusoma amagambo ye bwite byanteye kumva uburemere bw'agahinda ke. Yashakanye n'uriya mugabo ate? Ni iki cyatumye atagaruka mu Rwanda hakiri kare? Yagiye muri Congo ate? Papa wawe se we, Marume Rwasibo? Aracyariho? Mbwira byose."

Mugabo ati, "Eee, urabaza ibibazo byinshi icyarimwe. Genda gahoro. Nyuma yo kuva i Kigali mu 1994, twagiye i Gitarama. Ariko Inyeshyamba Nkundagihugu zikomeje gukotana, nyuma y'iminsi mike, dukurikira abandi muri Congo. Papa niwe wagenaga ibiba byose..."

Nti, "Mugabo, mbwira kuva mukiri i Kigali? Kuki Papa wawe atohereje abasirikare cyangwa interahamwe ngo baze badukure mu nzu? Mama nta byo yamusabye?"

Ati, "Ntabwo mbizi. Ariko icyo nzi ni ... Um ..." Yubika umutwe hagati y'amavi, nk'aho yarwanaga n'amarira. Nta mpamvu yari afite yo kurira. Yamize bunguri agahinda ke, maze arakomeza, ati, "Akaga ka Mama wawe katangiye akimara kwinjira mu nzu y'iwacu. Papa yamubwiye ko atagombaga gusubira mu Batutsi yari yarashatsemo. Mama wawe yaratotejwe, aratukwa, ndetse rimwe na rimwe agakubitwa inshyi, igihe cyose yabaga ahangayikishijwe n'umugabo we n'abana be. Papa yari yaramubwiye ko atagomba kuvuga Abatutsi mu nzu ya Rwasibo... Karabo, umbabarire. Sinari nzi ko Papa ari umugome kugeza umunsi yahindutse igikoko, mu gihe cy'itsembabwoko. Sinzigera na rimwe mubabarira ibyo yakoze. Ni ishyano ry'umugome mubi."

Nti, "Komeza umbwire. Mbwira byose ibyo yakoreye Mama."

Arakomeza ati, "Ishyano ritagira uko risobanurwa ni uburyo yamutotezaga kubera ko yari atwite inda y'Umututsi. Twese ntawari wemerewe kugaburira Mama wawe. Papa yashakaga ko uwo mwana apfira mu nda, ariko siko byagenze. Umwana yaravutse, ariko ..."

Mugabo ntiyabasha gufata amarira ye. Nanjye sinabashije kumubuza guhogora.

Ikintu cyancigatiye mu mugongo kirankomeza ntangiye gucyeka ibyo yari agiye kuvuga, maze nti, "Marume yishe urwo ruhinja, ni byo?"

Ati, "Yego. Wabibwiwe ni iki?"

Nti, "Mama yari atwite ubwo yavaga iwacu, kandi mu ibaruwa ye, ntiyigeze ambwira ko mfite musaza wanjye. Nacyetse ko umwana yapfuye."

"Karabo, nta cyo naguhisha. Nahoraga nifuza kukubwira byose, ariko sinari nzi aho natangirira. Sinari nzi uko nakubwira ko nanjye nanga umuryango wanjye kubera ibyo bakoreye abo bitaga Abatutsi." Akomeza kwishuna inzara, gupfura ubwatsi bw'ubwo busitani, ndetse no guhisha amaso, ngo adahura n'ayanjye. Nuko ati, "Yego. Papa wanjye yishe musaza wawe. Umunsi uruhinja rupfa, numvise Mama abwira Papa ngo amaraso y'uwo muziranenge azamukurikirana iteka."

Ndamubaza nti, "Mama wawe se we ntiyari ashyigikiye ko Abatutsi bicwa?"

Ati, "Oya. Nawe yari yabaye shitani, kimwe na Papa. Mama wanjye yatotezaga mama wawe, akamuhata ibitutsi byinshi. Ariko, yabwiraga Papa ko atari we ukwiye kwica. Yamubwiraga ko akazi ko kwica yakarekera abakarani bo ku isoko."

Umujinya n'isesemi byombi byanize umuhogo, ubwo nategaga Mugabo amatwi, ambwira uburyo nyina nta mpuhwe yari afitiye Mama wari upfushije umwana we wenyine w'umuhungu. Nta mpuhwe yari afitiye abariho bicwa. Ikibazo cyonyine yari afite ni uko umugabo we yari yabaye umubazi w'abantu, kandi yarumvaga ko akazi ko kwica Abatutsi kari ako guharirwa abatindi. Byanyibukije Abahutu bamwe b'intagondwa bajyaga bavuga ko bo nta cyaha bakoze, gusa kubera ko nta we bishe n'amaboko yabo, kandi wenda bari mu bari bashyigikiye ubwicanyi, ndetse akazi kabo kakaba ako kuyobora abicanyi mu bwihisho bw'Abatutsi.

Kugira ngo tuvuge ibindi, nsaba Mugabo gukomeza antekereza. Nti, "Nuko rero muhungira muri Congo ..."

Ati, "Karabo, sinashobora kukubwira iby'inzira ndende twaciyemo tujya Congo. Mama wawe ntiyashakaga kujyana na twe. Yageregeje kwiruka, maze Papa amunagaho imbugita, imukomeretsa akaguru. Twagiye i Gitarama, Mama wawe aviriranaga. Nyuma yaje gushyira inyabarasanya ku gisebe, ndetse agipfukisha igitambaro." Amaze kuvuga atyo, ahindukiye, asanga ndarira, ati, "Eee, Karabo, ihanagure amarira."

Nari ndushye. Nari naniwe gukomeza kumva ukuntu Mama yagiye muri Congo afite ibikomere byo ku mutima n'ibyo ku mubiri. Mugabo yambwiye ukuntu Marume yakomeje gutoteza Mama muri Congo, aho yari yaramugize imbohe. Yambwiye ko umunsi umwe mu 1996, Marume Rwasibo yakubise Mama amuhora ko yari yamenye ko yari yagerageje gutoroka inkambi y'impunzi ngo agaruke mu Rwanda. Mugabo yanganirije ku ntambara yo muri Congo, n'akaga kababayeho, we, umuryango we, ndetse na Mama.

Ati, "Ubwo nari narabashije kwegera mama wawe, mubwira ko ntari nifatanyije n'urwango umuryango wanjye wangaga Abatutsi. Twari twaremeranyijwe ko tuzashaka uko tugaruka mu Rwanda. Igihe inkambi zaterwaga n'abo abantu, abenshi bacyekaga ko ari abasirikare bashya b'u Rwanda, ndashaka kuvuga abahoze ari Inyeshyamba Nkundagihugu, izindi mpunzi zatangiye guhunga, ariko njye na Mama wawe twiyemeza gufata iyindi nzira, twacyekaga ko yari kuduhuza n'aberekezaga mu Rwanda. Tumaze kwiruka ibirometero byinshi, twaguye agacuho, twumva ahari twagwa aho, tugafunga amaso, tukipfira. Byari biteye ubwoba."

Nti, "Yooo, Mugabo, wabonye byinshi. Kuki mutagerageje gufata inzira igana mu Rwanda?"

Ati, "Aho kugana mu Rwanda, twisanze mu mabusanyirizo y'imihanda izindi mpunzi zari zaciyemo ... Bose bari bahindutse imirambo."

Ndamubaza nti, "Bapfuye?"

Mugabo ati, "Yego. Muri bo harimo Mama na mushiki wanjye Ngabire ..." Arongera araturika ararira, mbere yo kuvuga ati, "Sinzibagirwa ukuntu Mama wawe yafashe igitenge yari yambaye, maze akagitwikiriza umurambo wa Mama, atitaye ku bibi yari yaramukoreye. Aho niho twahuriye na Hagira, umugabo wa Mama wawe. Twatekerezaga ko yari agiye kutubera umucunguzi, ariko intego ye ... kwari ugukoza isoni ubwambure bwa Mama wawe." Mugabo arongera araceceka akanya, maze ati, "Karabo, ndakwinginze, reka ndekere aha. Nzakubwira ibindi ubutaha."

Nuko ndamubwira nti, "Mugabo, ntewe agahinda gakomeye n'ibyo mwaciyemo. Ndumva niyanze kuko mbere hose ntigeze nshaka kugutega amatwi. Mbabarira, ndakwinginze."

Mbere y'uko Mugabo ansubiza, umugore wa Marume Gasana araturogoya ati, "Muraza se dusangire ifunguro ry'amanywa? Ko amaso yanyu yatukuye? Mugabo se yaba yakubwiye uko Abahutu bishwe ku bwinshi muri Congo?"

Mugabo aramusubiza ati, "Oya. Kuki ariko uhora uvuga ibyo?"

Undi ati, "Hari ikibi se mvuze? Nibazaga gusa niba noneho Karabo yumvise ko n'Abahutu na bo bishwe n'Abatutsi."

Mugabo aramubaza ati, "Ni nde se wakubwiye ko bishwe n'Abatutsi? Ariko kuki mwiha kumenya cyane ibyabereye muri Congo?"

Mukagasana akomeza kujya impaka, ati, "None se niba batarishwe n'Abatutsi, bishwe na nde? Bariyahuye?"

Mugabo ati, "Njyewe icyo nzi ni uko Mama, mushiki wanjye, ndetse n'abandi bose bapfanye nabo, bazize intambara yo muri Congo. Ntabwo namenya indangabwoko y'ababishe."

Umugore wa Marume Gasana ati, "Ngaho nimuze ku meza. Nzi neza ko musobanukiwe ibyo mvuga. Ibitabo byinshi, na za raporo, byaranditswe kandi bishyirwa ahagaragara. Muzabishake, mubisome."

Nahagurutse aho, mbwira Mugabo ko tuzakomeza ikiganiro cyacu undi munsi. Sinashoboraga kubona umunwa wo kurya ibyo biryo by'iyo ngirwamugore wa Marume.

Arambaza ati, "Karabo, ko ugiye tudasangiye ibyo kurya?"

Maze niruka ngana ku irembo nti, "Mumbabarire. Tuzasangira ubutaha."

Umutima wanjye wari uremereye cyane usa nk'ushaka kunsimbuka igituza ngo ujanjagurikire mu muhanda.

Ngeze mu cyumba cyanjye, nkura ifoto ya Mama mu gaseke k'umweru, mfata urupapuro n'ikaramu, maze ntangira kwandika:

"Mama mbabarira. Mbabarira ko nagufashe nk'umugore w'umugome. Amarira arimo gushoka kuri uru rupapuro akubere ikimenyetso cy'urukundo ngukunda. Agahinda kanjye karagukurikiye, kakubuza amahwemo. Umubabaro wanjye wawugendanye mu gituza cyawe, maze ukomeza gufata iry'iburyo, unsengera ngo Uhoraho akomeze kumba hafi. Mama, ndeka ndire, nongere mpogore, mvuze induru, nsakuze cyane, kugeza ijwi ryanjye rigeze aho uri, rikakubwira ko ngukumbuye. Papa yari yarambwiye ubupfura bwawe, ariko amaso yanjye y'umutima yahumishijwe n'uburyo abo musangiye izina bahotoye Papa, maze bakareka amaraso ye agatemba ataka. Ntiwigeze ugaruka guhagarika ayo maraso. Nicyo cyatumye nanzura ko kuba Umuhutu bisobanuye kuba umugome. Yego, Mama, ubu noneho ndi umukobwa mukuru, ndi inkumi. Ibaruwa yawe yatumye ndira. Navuganye na Mugabo, mubyara wanjye. Ni wowe wenyine ushobora kuntura uyu mutwaro uremereye nikoreye. Uzagaruka ryari mu Rwanda? Wenda njye nawe twazatangira umushinga wo komora imitima y'Abanyarwanda. Abaganga b'imitima baranananiwe. Abahanga mu by'imyitwaririre n'imitekerereze na bo baranananiwe. Tuzitangiriraho. Uzanyomora ibikomere mfite ku mutima, nanjye nomore ibyawe, mbere y'uko tuzajya kuvura Abahutu wita bene wanyu, n'Abatutsi nita bene wacu."

Maze gusoma iyo baruwa nari maze kwandika, umutima uti, *Oya, haracyari kare ngo umwandikire aya magambo yose. Ugomba gutegereza umunsi uzamubona amaso ku yandi.*"

Nshwanyuza urupapuro, mfata urundi, ndongera ndandika, nti:

"Mama, ibaruwa yawe nayisomye. Uzagaruka mu Rwanda ryari? Ndasenga ngo uzave mu kaga urimo. Ndagukumbuye. Yego, vuba aha nzambara ya kanzu y'abarangije kaminuza..."

Iyo baruwa, na yo, inanira kuyandika. Amagambo yambanye iyanga. Nuko mpamagara Mugabo ngo azampuze n'umuntu wajyaga azana ayo mabaruwa, kugira ngo nzamubaze umujyi n'agace Mama yabagamo, ndetse n'uko nashoboraga kumugeraho. Nari niyemeje gukura Mama muri iryo shyanga rya Malawi. Narotaga umunsi azagarukira mu Rwanda. Amaso yacu yari kuzaganira, n'iyo iminwa itari kuzabasha kugira ijambo isohora. Amarira yacu yari kuzasobanura imbamutima zacu. Ijoro ryose, naraye mu nzozi z'umunsi nari kuzongera guhura na Mama, nyuma y'imyaka myinshi twari tumaze tutari kumwe.

Iminsi yakurikiye, naguze ibinyamakuru ngo ndebe aho bashakaga abakozi. Nanditse amabaruwa menshi asaba akazi, maze nyohererza abamamaje imyanya, n'abatari barayamamaje. Nasabye amoko y'akazi yose ashoboka, yaba gukora nk'umugabuzi muri resitora, umuyobozi muri banki, cyangwa se umunyamabanga muri minisiteri. Nasabaga akazi k'abayobozi ndetse n'ak'abayoborwa. Intego yanjye yari ukubona akazi. Nagenze Kigali yose kuva mu mujyaruguru kugera mu majyepfo, ndetse no kuva iburasirazuba kugera iburengerazuba, nyanyagiza amabaruwa asaba akazi. Igisubizo cyari kimwe: "Tuzaguhamagara." Gutegereza byabaye gutegereza, kwihangana kumbera kwihangana. Kugira ngo mpangane n'irungu, najyaga njya gusura Data wacu Kamanzi, maze nkarangazwa n'ibitwenge bya murumuna wanjye Neza. Hanyuma, navayo, nkamanukira mu Cyahafi, gukina umukino w'abakuru na Shema. Iherezo ry'urukundo rwacu nari nararituye ibiganza by'Uhoraho. Sinjye wagombaga kwanga Shema. Ni we wagombaga guhitamo kumbera intwari, akazamukana nanjye imisozi y'ubuzima, cyangwa kuba ikigwari, akantererana igihe nari mukeneye kurushaho. Iminsi yanjye yasozwaga n'ikiganiro nagiranaga na Mama ndetse na Shema bo mu duseke. Nababwiraga ko mbakunda bombi cyane, nkongeraho kandi ko kubaho ntafite umwe muri bo byari gutera ubuzima bwanjye ubusharire burenze ubwo bwari busanganywe.

→

Kuwa 20 Ukuboza 2004, nk'uko byari bisanzwe, nari nirirwanye na Shema, mu mukino wacu w'isindarukundo, wari wanteye kutamenya aho amasaha yari ageze. Ubwenge busubiye ku gihe, nsanga bwije cyane, ngira ubwoba bwo gusubira ku icumbi kuri kaminuza.

Shema ati, "Ntugire ikibazo, wazagenda n'ejo."

Nti, "Oya, Shema. Ngomba kujya kurara mu cyumba cyanjye."

Ati, "Hanyuma iki cyo? Ni icyumba cya nde?"

"Iki si icyanjye. Ni icyawe."

Shema arambaza ati, "Mbwira, ufite ubwoba bw'iki? Ni iki twaza gukora ninjoro gitandukanye n'ibyo twiriwemo?"

"Sigaho. Ibyo se uvuga ni ibiki?"

Yari yifitiye uburyo bwe bwo kuncekekesha. Isindarukundo rirongera riratangira, maze nisanga nongeye kumuryama mu gituza, mpumirije amaso. Yacishagamo akankangura tukongera tugakora urukundo. Ngasinzira, akongera akambyutsa tugakora aka gatatu, aka kane, ijoro ririnda ricya, tugikora urukundo.

Mu gitondo, nkangurwa no kujwigira kwa telefoni yanjye, maze n'umubiri wari wabaye nk'uruboga rwa dodo, nanirwa kweguka. Shema asingira telefoni bwangu, ariko aho kugira ngo ayimpereze, ahubwo ahita yitaba.

Numvaga avugira kuri telefoni ati, "Uraho ... Inde? Mama we ...? Wowe uri nde ...?"

Nsimbuka igitanda ngo nyimushikuze. Maze n'uburakari nk'ubw'inzovu, arampirika, numva ni nk'aho ijuru ry'ikuzimu ringwiriye. Mponda igihanga ku mutwe w'igitanda.

Shema abaza uwo bavuganaga kuri telefoni ati, "Ngo ufite ibaruwa yavuye kwa Mama wa Karabo?" Maze kugira ngo ajijishe, yongeraho ati, "Yooo, ni byiza. Mbese araho?"

N'umutwe wandyaga, umutima wateraga cyane, n'umunwa wari wananiwe gufunguka, numvaga gusa Shema akomeza kwemeranya n'uwo bavuganaga kuri telefoni. Yasaga nk'udashaka ko uwo muntu amenya ko atari izi ibya mama.

Hashize iminota baganira, aramubaza ati, "Harya wavuze ngo witwa Sugira? Ngaho urakoze kumenyesha ko Karabo nta kindi ari cyo, uretse mwene wanyu."

Arangije kuvugana na Sugira, Shema ahita ajugunya telefoni hasi, ankura ku gitanda, arankurubana, afungura urugi, ngo anage hanze. Nicara hasi, nanga gusohoka.

Ati, "Karabo, ndakwinginze ntutume nkora ibyo ntashaka gukora ... Urashaka se ko nkohereza aho bene wanyu bashyize umuryango wanjye?"

"Nti, "Shema, reka nkubwire ukuri kose..."

Ati, "Ukuhe kuri? Ko Mama wawe bamwishe mu itsembabwoko ryakorewe Abatutsi? Urashaka se kunyumvisha ko ubwo abacu bahezeyo, Mama wawe we yazutse mu bapfuye, akabonekera muri Malawi? Ukuri ushaka kumbwira ni ukuhe? Ko wabashije kumbeshya iyi myaka yose? Wambwiye ko wacitse ku icumu, ndakwizera, ntazi ko nawe uri Umuhutukazi utagira umutimamuntu ...

Ndakwingize nsohokera aha." Yishima mu mutwe, maze ankurura ukuboko hafi yo kugushikuza mu kwaha, ngo anjugunye hanze y'icyumba-nzu cye.

Amaso ya Shema yari yamaze gushirira. Amenyo ye yarayakomanyaga, nkayumva. Igituza cye cyabyimbaga nk'aho yashakaga gufora, ngo ahinduke intare maze antontomere.

Ndamubwira nti, "Shema, mbabarira. Ntabwo nakubeshye. Impirimbanyi z'Abahutu zanyiciye Papa na barumuna banjye. Na njye baranyishe, nubwo Imana itemeye ko nshiramo umwuka. Ndakwinginze, tuza, utege amatwi icyo nkubwira kuri Mama wanjye."

Amarira yanjye akongeza umujinya we, maze uhinduka ibishashi by'umuriro. Shema yankubise urushyi rushyushye ku itama.

Ngerageje kongera kubumbura umunwa ngo mwinginge ambabarire, ampa urundi rushyi, ankubita inkonji mu mutwe, maze ansunikira hanze, ati, "Nsohokera mu cyumba, niba udashaka ko nguhotora nonaha."

Amaze kunjugunya hanze y'icyumba-nzu cye, Shema yahise avunira urufunguzo mu rugi, maze imyenda yanjye, isakoshi ndetse na telefoni, abinagira mu idirishya. Nicaye imbere y'icyumba-nzu cye nizengurikije gusa ikanga. Mu cyumba cye, numvaga urusaku rwinshi. Shema yavuzaga induru, anamenagura ibintu. Naratabaje, ariko ntihagira uza gutabara.

Telefoni yanjye irajwigira. Ndebye nsanga ni Sugira. Sinayifata.

Anyoherereza ubutumwa bugira buti, "Uri he? Ese uri amahoro?"

Ku mutima nti, *Ese ubu arabaza iki, azi ibyo amaze kubwira Shema?*

Hashize iminota mike, numva mu cyumba-nzu

cya Shema haracecetse. Ukuguru kwanjye kw'iburyo kuratitira. Ibiganza byanjye birasusumira. Ijwi ry'umutima rinyongorera ko ahari Shema yari ahisemo gushyira iherezo ku buzima bwe bwashariraga. Umutima wanjye wari gupfana na we.

Nkomanga ku rugi, nti, "Shema, mfungurira. Ndashaka kukubwira ijambo rimwe gusa nkigendera."

Shema ntiyansubije. Ndongera ndakomanga, ariko mpamagara n'izina rye. Ku mutima ndibwira nti, *Ubanza amatwi ye atakiri mazima.* Nkomangisha akabuye ku rugi. Shema arafungura. Yari akiri muzima. Ankururira mu cyumba-nzu cye. Ameza yari yuzuyeho ibiyobyabwenge, bisa nk'ifu y'umweru, ndetse hari n'icupa ry'inzoga ya Wisiki.

Nti, " Shema uri mu biki? Sigaho, ndakwinginze."

Ntiyansubirishije amagambo, ahubwo ibipfunsi. Yampondaguye ku nkuta z'icyumba cye. Arongera arankurura, ankubita urushyi, maze yongera kumponda ku rukuta. Nahise nta ubwenge, sinongera gukurikira ibyambagaho. Naribwiraga nti, *Nibura mpfiriye mu biganza bya rukundo rwanjye.*

XIII

Igitondo kimwe, mfunguye amaso, nitegereza hejuru ku
gisenge cyo mu cyumba nari ndimo. Nari ndi ahantu ntazi.
Ibintu bikoze muri pulasitiki byari bimpfutse amazuru.
Nari nzengurutswe n'imigozi, harimo n'iyangeraga hagati
y'amaguru. Icyo cyumba cyanukaga urupfu.

Ubwo mba numvise ijwi, nari nsanzwe nzi, ry'umugore
wiyamiriye ati, "Haleluya." Ahamagara muganga ati, "
Dogiteri, Dogiteri. Yakangutse. Imana ni nziza."

Dogiteri yaje yitwaje ibikoresho bye. Nuko anshyira
bimwe mu gituza, maze aravuga ati, "Nimumureke aruhuke.
Aracyananiwe."

Nahumirije amaso ndongera ndasinzira. Nza kumva
ibiganza bya Shema binkorakora mu misatsi. Ijwi rye
rinize na ryo rindirimbira indirimbo zituje z'Igifaransa,
harimo n'ifite amagambo agira ati, *Je t'aime à l'infini*
ya Benny B. Yazengurukije ukuboko kwe kw'umurinzi
ijosi ryanjye, maze ibiganza bye, bitagira icyo bitinya,
binkorakora ku moko. Nuko ngize ngo mwiyame, nsanga
nafashwe n'amashanyarazi y'urukundo. Aramanuka angera
ku mukondo, maze yinjiza urugingo rwe hagati y'amaguru
yanjye. Uko yakungutaga cyane urugingo rwe mu nguni

zose z'urwanjye, nihishwa n'ibyishimo nti, "Mmmm, eh, mmm , Shema, Shema... Hmmm, Shema..."

Numva ijwi rigira riti, "Ntabwo ndi Shema. Karabo, ni njyewe."

Nagize ngo amatwi yanjye arantengushye, maze nti, "Hmm? Oya weee. Sugira, wankoze ibiki?"

Ngerageza kweguka ngo ve mu gitanda, ariko iyo migozi imbuza kubyuka.

Ijwi ry'umugore riti, "Karabo, ubaye iki? Sugira, umubwiye ibiki? Ni iki kimuteye ubwoba?"

Sugira asubiza nyina ati, "Nta cyo. Ncyeka ko yarotaga."

Data wacu yinjira mu cyumba, yambaye imyenda ya gisirikare. Yari ari kumwe n'umugabo muremure wambaye itaburiya y'umweru.

Maze abwira Sugira na Nyina ati, "Mutubabarire, muduhe akanya."

Gatarina anyorosa ishuka, nuko abwira umuhungu we ngo amukurikire. Amarira yazengaga mu maso ya Sugira. Ntiyashakaga kugenda. Data wacu Kamanzi amukozaho ikiganza ku rutugu, aramusunika ngo asohoke.

Data wacu Kamanzi abaza dogiteri ati, "Yavuye muri koma ryari?"

Undi ati, "Hashize nk'isaha."

"Mwarangije kwandika raporo? Ngomba kuyishyira umushinjacyaha kugira ngo kiriya kinyendaro kibone isomo kitazibagirwa."

Dogiteri arasubiza ati, "Yamaze gusinywa. Mushobora kuyitwara."

Data wacu ati, "Murakoze. Umushinjacyaha ashobora gukenera kuvugisha Karabo ngo atange ubuhamya bw'ibyamubayeho. Ni ryari azaba ashobora kwibuka neza ibyo kiriya kiburaburyo cyamukoreye?"

Undi ati, "Dukeneye iminsi irenga itatu, ngo turebe ko yazashobora kugira icyo abivugaho. Aracyakomeza gusubiramo izina rya Shema. Agomba kuba ataragarura ubwenge neza."

Data wacu Kamanzi ati, "Sinzi ubwoko bw'uburozi yamuhaye. Reka ngende. Ndagaruka nimugoroba." Mbere y'uko asohoka, aranyegera ati, "Mwana wanjye, ntugire ikibazo. Polisi yamaze guta muri yombi wa muginga. Ntazongera kuguhohotera."

Nahindukije amaso ndayahisha. Shema yari yaratawe muri yombi. Amacumu atyaye yanjombaguye umutima. Naribwiraga nti, *Shema ntabwo yaba ari we wanteye ibi bikomere byose ku mubiri. Ntabwo bazi ibyo bavuga.* Ariko nageragaza kugera kure mu bitekerezo, nkabona ibice by'amashusho y'ibyari byarambayeho, ariko sinshobore kubyegeranya ngo mbisobanukirwe. Nabonaga ishusho ya Shema avugira kuri telephone, kandi Sugira na Mama biri mu magambo yavugaga. Hanyuma nkabona n'ishusho yanjye nicaye hasi, ndirira imbere y'icyumba-nzu cya Shema. Nkibaza nti, *Aho Shema ntiyaba yaramenye ukuri kuri Mama?* Nkongera nti, *Yego wenda. Ariko se yankubise iki cyatumye nisanga muri koma mu nzu y'indembe?* Byari byoroshye kubyumva. Nahumirije amaso kugeza nimugoroba, ku masaha yo gusurwa.

Mugabo wari waje kunsura, ati, "Bite Karabo? Ihangane."

Nti "Urakoze"

Mbere y'uko musobanuza ibyari byarambayeho, Gatarina na Kamana baba barinjiye. Bamaze gushima Imana Isumbabyose ko yankijije, bigira mu biganiro bya bo. Ntawashakaga kuvuga ku byari byarambayeho. Nibazaga ko wenda Sugira we yaza kugira icyo abimbwiraho. Gatarina anyegereye kumpa amata, ndamubaza nti, "Sugira ari he?"

Ati, "Yifungiranye mu cyumba cye kuva mu gitondo. Nta muntu n'umwe ashaka kuvugisha.

Nti, "Ndabinginze, ejo muzazane na we."

Ati, "Ndamubwira."

Birungi yari yicaye ku ntebe, imbere y'igitanda.

Ndamubaza nti, "Amakuru ya Neza?"

Ati, "Araho." Amaze kunsubiza, atunga intoki Mugabo ati, "Uyu muhungu se ko ntamumenye?"

Gatarina ati, "Ntabwo se umuzi? Uyu ni Mugabo, mubyara wa Karabo." Maze na we ahindukirira Mugabo aramubaza ati, "Ese So wanyu Gasana bite bye? Ntabwo nigeze mubona hano. Cyangwa ntabwo yamenye ibyabaye kuri Karabo?"

N'ijwi rigufi, kandi areba hasi, Mugabo arasubiza ati, "Naramubwiye. Muri iyi minsi afite akazi kenshi. Ibyo ari byo byose azaza kumureba vuba."

Gatarina ati, "Karabo amaze mu bitaro ibyumweru bibiri, none ngo nyirarume yabuze umwanya wo kuhagera?" Yasaga nk'ushaka kuvuga ko atari anyuzwe n'ibyo bisobanuro.

Ubwo nahise nta mu matwi ko nari maze ibyumweru bibiri mu bitaro. Mpita ntekereza ko ahari na Shema yari amaze ibyumweru bibiri muri gereza. Nifuje guca iyo minyururu yari inzirikiye ku gitanda cyo mu bitaro, ngo njye gusaba ko bamufungura. Nta muntu n'umwe wari ufite uburenganzira bwo gushyira Shema muri gereza. Bagombaga kumufungura, cyangwa se bakamfungana na we. Nyuma y'amasaha yo gusurwa, umuforomokazi yasabye abari aho bose gusohoka, maze aranyinginga ngo mpumirize, ndebe ko natora agatotsi.

Bucyeye bw'aho, Sugira yabaye uwa mbere winjiye mu cyumba. Ati, "Waramutse."

Nti, "Waramutse."

Ati, "Nkuzaniye amata Mama akoherereje."

"Urakoze."

Yicaye ku intebe, umunwa arawudadira, nk'aho atashakaga kumvugisha. Yakomeje kumpisha amaso ye, yari yazanye iminkanyari.

Nti, "Sugira, byangendekeye bite? Nta na kimwe nibuka."

Ati, "Ntabwo ubyibuka? Hmm, byihorere. Nta cyiza kirimo cyo kwibukwa."

"Kubera iki? Ntabwo se mfite uburenganzira bwo kumenya impamvu ndyamye kuri iki gitanda cyo mu bitaro, n'ibikomere umubiri wose?"

Sugira ati, "Ndakwinginze, wimbwira nk'aho ari njye waguteye ibyo bikomere... Ngirango ukwiye kuba wibuka aho wari waraye n'uwo mwari mwararanye."

Nti, "Ibyo ndabyibuka."

Ati, "Karabo, sinari narigeze ntekereza ko uri umukobwa watinyuka kurarana mu gitanda n'ingirwamusore, nk'aho uri... Naringiye kuvuga umugore we, oya ... indaya ye."

"Oya, Sugira, ndakwinginze, ntubifate uko bitari."

"Yego di, ubwo ni njye utazi ibyo mvuga. Ntabwo se wari waraye mu cyumba cye?"

Nti, "Sugira, ndashaka kumenya gusa ikintu kimwe. Ni Shema wankubise? Kubera iki? Nageze ku bitaro gute? Ndakwinginze mbwira."

Ati, "Icyangombwa ni uko ukiriho. Reka uzabanze ukire neza. Nzakubwira byose, nuva mu bitaro. Ni njye wakuzanye kwa muganga. Nari nakomeje kuguhamagara kuri telefoni inshuro nyinshi utayifata, kugeze igihe abagore batuye muri iriya misarani y'amazu, aho wita Cyahafi, bafashe telefoni bambwira ko wataye ubwenge. Imana yonyine ni yo izi uko byari kugenda iyo ntinda kukugeraho." Arangije kuvuga atyo, ampisha amaso ye, akomeza guhekenya amenyo.

Nza kwibuka ikintu cy'ingenzi, maze nti, "Shema yari yavuganye n'umuntu kuri telefoni. Harya si wowe mwavuganye?"

Sugira ati, "Nakubwiye ko ibyaba byiza ari uko warindira ukabanza ugakira neza. Nzakubwira byose."

Nti, "Oya. Mbwira. Ni wowe wavuganye na Shema kuri telefoni?"

Ati, "Icyo nzi cyo ni uko ntigeze mpamagara telefoni ya Shema. Ntabwo nari nzi ko asigaye ari umunyamabanga wawe. Ikindi kandi, si ibyo twavuganye byamuteye gukora ibyo yakoze. Yabitewe n'ibiyobyabwenge yiyahuza. Ni gute koko, mu bahungu bose, wahisemo uriya wishwe n'ibiyobyabwenge, uba mu kumba-nzu kazengurutswe n'ibishingwe, imisarani, n'abagore bambaye imyenda yuzuye ico?"

Nti, "Sugira, wavuze ko dukwiye kureka iki kiganiro."

Ati, "Yego, ariko ngomba kukumenyesha ko ejo nagiye ku bushinjacyaha gutanga ubuhamya. Nushaka ube umukunda byasaze, ntakwiye kuguhohotera atyo maze ngo abure guhanwa. Nubwo bwose utitaye ku rukundo ngukunda, ngomba kukurinda uriya Shema weguriye umubiri wawe, ndetse n'icyubahiro cyawe."

Ndamubwira nti, "Ndakwinginze, ntubyivangemo. Ni njye njyenyine uzi impamvu Shema yakoze ibyo yakoze. Mbwirira abaganga baze bambohore. Ngomba gusohoka muri ibi bitaro."

Mbere y'uko Sugira ansubiza, Data wacu Kamanzi aba yinjiye mu cyumba. Ati, "Karabo, wiriwe." Ahindukirira Sugira aramubwira ati, "Ariko kuki mudaha Karabo amahoro? Akeneye kuruhuka. Sohoka."

Sugira aba nk'unigaguwe n'umujinya, ariko ntiyashobora gusubiza. Arasohoka aragenda.

Mbaza Data wacu nti, "Mumuhoye iki? Ese sinumva ko ari we nkesha kuba nkiriho? Siwe wanzanye hano?"

Ati, "Ni byo. Ni we wakuzanye, kandi turabimushimira. Ariko noneho agomba kutureka, akaduha umwanya."

Nti, "Yari yanzaniye amata yoherejwe na nyina. Sinkunda uburyo muvugisha abo muri uriya muryango. Igihe kirageze ngo mwumve ko nkuze bihagije ku buryo nshobora kwihitiramo inshuti."

Data wacu Kamanzi ati, "Twabonye inshuti uhitamo. Shema se na we yari umwe muri izo nshuti wihitiramo? Reba uko yakugize. Aba Bahutu uhorana na bo, bo bazagukorera ibirenze ibyo. Igihe bazakwereka neza abo bari bo, ntuzatakaza ubwenge gusa, uzapfa."

Naramwitegereje numva mugiriye impuhwe. Ariko noneho, sinacecetse.

Nti, "Mumbabarire, ntimugire ngo ni ukububahuka. Ntaho mutaniye na Shema. Ngirango kwanga Abahutu yabyigiye kuri mwe."

Ati, "Ubwo se ushatse kuvuga iki?"

Nti, "Igihe Shema yari umusirikare w'umukadogo, mwaramufashe aza kubana na mwe, nk'umwizerwa mu babarindaga. Ikintu kimwe cyonyine yabigiyeho ni ukwanga Abahutu. Ariko, njya nibaza rimwe na rimwe urukundo mwamuhaye, mwe, Umututsi w'imfura yizeraga. Birababaje cyane kubona mumuhora ko ngo yampohoteye, kandi mwe munyicisha buri munsi ayo magambo yuje inabi."

Data wacu ati, "Karabo, ibyo uvuga ni ibiki? Uragereranya ibitagereranywa. Sindigera ngukubita. Shema ni umunywi w'ibiyobyabwenge. Ni icyago ku muryango Nyarwanda. Icyiza ni uko atazongera. Ubu ari mu buroko."

Nti, "Yego, ni byo koko Shema ni umunywi

w'ibiyobyabwenge, kandi ari no muri gereza. Ese muzi impamvu? Ni uko ari imfubyi itagira ababyeyi, ntigire n'abavandimwe. Ese yanywaga ibiyobyabwenge igihe yabanaga natwe? Umunsi mwafataga icyemezo cyo kumujugunya hanze muri iyi si isa nk'ishyamba, wenyine nta we afite wo kumwitaho, mwibazaga ko bizamugendekera bite? Ko nyina azakora ubufindo akamwoherereza inyoni zo kumwigisha uko akwiye kubaho? Sinzi icyo nkwiye kubabwira kindi. Ndabinginze gusa, mureke Shema na njye dukemure ibibazo byacu. Ni njye njyenyine uzi akaga ke. Ntakwiriye kuba ari muri gereza."

Data wacu anyitegereza nk'uwendaga kumpa urushyi, maze ati, "Karabo, ni gute ushobora kumpangara utyo? Kuki ngomba kuzira ibya kiriya kinyendaro wita Shema?"

Nti, "Mubyeyi, mumbabarire. Ntabwo nashakaga kububahuka. Ngomba kuba nataye umutwe. Ndashaka gusinzira, niba nta cyo bibatwaye."

Ati, "Ndagiye, ariko ukore uko ushoboye usubize ubwenge bwawe ku gihe. Shema ntabwo ari we musore ugukwiriye. Ni iki yaguhaye cyaguteye gusara ngo uramukunda?"

Nti, "Yampaye icyo nari nkeneye kurusha ibindi. Yampaye urukundo."

Data wacu akurura agatebe akegereza igitanda, amfata ibiganza, maze ati, "Ngaho mbwira, byaje se kugenda bite ngo uwo rukundo rwawe aguhohotere kinyamaswa kariya kageni? Reka kurira. Bishobora kugutera kubabara umutwe. Ndi so wanyu. Mbwira uko byagenze."

Ndamusubiza nti, "Shema yankubise kubera ko Mama ari Umuhutukazi. Nari naramubwiye ko Mama na we yishwe n'impirimbanyi z'Abahutu mu 1994. Naramubeshye. Ni cyo cyamuteye umujinya. Murabyumva?"

Data wacu yifata ku gahanga, abunza amaso iburyo

n'ibumoso, maze ati, "Ugomba kuruhuka. Tuzavugana ikindi gihe. Ngiye ku kazi. Birungi araza kukuzanira amafunguro." Nuko ansoma ku gahanga, arasohoka.

Mu maso ya Data wacu hari hahise hijima. Ahari nari mwibukije ko byose byatangiye umunsi Data yashatseho Umuhutukazi.

Hashize icyumweru, abaganga baransezerera. Data wacu Kamanzi ashyira imyenda yanjye mu mudoka ye, manze ansaba kwicara inyuma.

Mbere yo gusimbukira mu modoka, nti, "Ngiye kuri kaminuza gufata ibintu byanjye no guha imfunguzo ushinzwe imibereho y'abanyeshuri. Hanyuma, niba nta cyo bibatwaye, mungeze I Nyamirambo ku macumbi y'ababikira."

Amwenyura byo kunnyega ati, "Uti iki? None se ugiye kwiha Imana? Ugiye kuba umubikira?"

Nti, "Oya. Ndashaka gufata icyumba mu macumbi yabo. Ndabinginze, ntimubifate nabi. Ntekereza ko igihe kigeze ngo mve mu nzu y'ababyeyi. Maze gukura ku buryo nkwiye kwibana."

Ati, "Umbabarira nkubwize ukuri. Ahubwo icyo cyemezo kiragaragaza ko utarakura mu mutwe. Nta kazi ufite. Uzishyura ute se amafaranga y'icumbi? Ni nde uzaguha icyo kurya? Uzasabiriza?"

"Ntimuhangayike. Nzabaho uko izindi mfubyi zibayeho."

Data wacu ati, "Ubwo ni ubugoryi. Reka tujye gufata ibikapu byawe biri kuri kaminuza. Nyuma ndakwereka aho tubijyana."

Gatarina, utari kure yacu, anyicira ijisho ambwira ko ntakwiye kujya impaka na Data wacu. Ninjira mu mudoka, Data wacu arayatsa.

Amaze gutwara imodoka nko kuri metero magana atatu, arabaza ati, "Kubera iki uriya mugore adukurikiye?"

Ndasubiza nti, "Aduherekeje ku macumbi ya kaminuza."

Ati, "Karabo, ni irihe sano riri hagati yawe n'uriya mugore?"

Nti, "Imana izi ko ntagira Mama, singire na masenge, ni yo yanyohorereje uriya mubyeyi ngo ambere malayika murinzi."

Ati, "Aha, bariya bantu nibo bakuzuzamo ibitekerezo bibi."

Naracecetse. Ntabwo byari ngombwa kumubwira ko Gatarina atari umwe mu bo yavugaga, ahubwo yari Umututsi wiciwe abo mu muryango we bose mu gihe cy'itsembabwoko. Akaba yari yariyemeje kuba nyina cyangwa umuvandimwe w'abandi bacitse ku icumu.

Tugeze kuri kaminuza, ninjiye mu cyumba cyanjye njyenyine. Nsaba Data wacu Kamanzi na Gatarina kuntegererereza hanze. Nari nkeneye gusezera birambuye icyumba cyanjye. Amabanga yanjye yose yari ahambye muri ako kumba ka metero ebyiri kuri ebyiri. Nsasura amashuka ku gitanda maze nyashyira mu gikapu. Nshyiramo n'ibitabo byanjye, ndetse n'imyenda. Mfungura agaseke k'umweru, nkuramo ifoto ya Mama, ndamubwira nti, "Kabaye. Byarangiye. Ni wowe wenyine mfite kuri iyi si." Mfungura agaseke gatukura, nkuramo ifoto ya Shema, maze nti, "Mbabarira ko nubakiye urukundo rwacu ku kinyoma. Sinzigera nibabarira kuba narakomerekeje umutima wawe. Imisozi y'ubuzima bwanjye itwikirije amahwa menshi kandi atyaye. Sinagombaga kugusaba kuyizamukana nanjye." Nkurura ibikapu, umusego wanjye utukura, ndetse n'uduseke, ndasohoka. Data wacu yamfashije kubishyira inyuma mu modoka, ahagenewe imizigo. Maze kujyana urufunguzo ku biro by'uwari ushinzwe imibereho y'abanyeshuri, ndagaruka ninjira mu modoka.

Tugeze mu Rugunga, aho kugira ngo afate umuhanda ugana i Nyamirambo, Data wacu Kamanzi afata ugana mu Kiyovu.

Gatarina ampamagara kuri telefoni ati, "Karabo, ndagusabye, ntukomeze gushyogozanya na so wanyu. Emera akujyane iwe. Ni nka so wakubyaye. Uraza gushaka igihe cyiza cyo kuganira na we, mutuje."

Nti, "Ntabwo nzi ko biri—"

Anca mu ijambo ati, "Ubu ugomba gutuza. Gerageza kubaha so wanyu. Ngiye mu rugo. Turaza kongera kuvugana."

Sinajyaga nshidikanya inama za Gatarina, ariko ubwo bwo, numvaga anshobeye.

Mbaza Data wacu nti, "Kubera iki munjyanye mu Kiyovu aho kunjyana i Nyamirambo nk'uko nabibasabye?"

Ansubizanya igitsure ati, "Igihe cyose nkiri umubyeyi wawe, nzakujyana imuhira, aho ukwiye kuba. Ntugire ikibazo, iwanjye si muri gereza. Igihe uzashaka gutumuka, amarembo azaba yuguruye."

Nakurikije inama za Gatarina ndaceceka.

Tugeze mu rugo, njyana ibikapu mu cyumba. Inkuta za cyo zose zandebanaga umujinya. Kugira ngo amarira adashoka, nsohoka mu cyumba, nsanga Data wacu Kamanzi aho yari yicaye mu ruganiriro afite ikirahuri cy'amazi mu ntoki.

Ndamubwira nti, "Nifuzaga kubavugisha mbere y'uko musubira ku kazi."

"Karabo, mbabarire ujye kuruhuka. Ntabwo urakira neza. Tuzavugana ejo."

"Mumpe gusa amasegonda make. Hari icyo nifuza kubasaba, niba mushaka ko nguma muri iyi nzu."

Ati, "Hari icyo ushaka kunsaba? Ngaho mbwira." Arongera aricara maze antega amatwi.

Nti, "Nifuza kubasaba ibintu bitatu?"

Ati, "Icya mbere?"

"Ndabinginze mumfashe gukura Shema muri gereza. Ararengana."

Data wacu ati, "Ibyo ntibyashoboka. Agomba guhanirwa ko yaguhohoteye. Icyifuzo cya kabiri?"

Ndamusubiza nti, "Ubwo se hari impamvu yo kwirirwa nkivuga niba mutiteguye kunyumva? Nashakaga kubamenyesha ko ubu noneho mfite amakuru arambuye kuri Mama. Nkaba mbasaba ko mwamfasha kumugarura mu Rwanda."

Data wacu arambaza ati, "Karabo, noneho ibyo uvuga ni ibiki?"

Nti, "Icya gatatu ni uko niba mushaka ko nguma muri iyi nzu, mugomba kumva ko uretse umuryango Papa avukamo, dusangiye, mfite n'umuryango Mama avukamo, nkagira n'inshuti mwe mushobora kuba mudaha agaciro. Bashobora kunsura gusa aho ntuye. Ese muzabakira mu rugo rwanyu nk'abashyitsi b'umukobwa wanyu?"

Ati, "Noneho ndabyumvise. Utekereza ko wakuze ku buryo ari wowe ugiye kujya umpa amategeko. Kalisa, umuvandimwe wanjye, ntazangaya. Umbabarire nkubwire ko nta na kimwe nzakora mu byo wansabye. Wihangane gusa uyu munsi. Ejo nzakujyana kuri ayo macumbi y'ababikira. Sinshobora kukwemerera ko uhindura inzu yanjye ikoraniro rya bene wanyu b'Abahutu, harimo n'uwo mugore wita nyoko." Arahaguruka, aca mu muryango, arasohoka.

Ntera hejuru nti, "Mubyeyi, nibura nimumbwire gereza Shema arimo."

Nta byinshi nari ntegereje kuri Data wacu Kamanzi. Nagombaga gufata ubuzima bwanjye mu biganza.

Birungi aranyegera ati, "Ndakwinginze jya mu cyumba uruhuke. Uzavugisha so wanyu undi munsi, atuje kurushaho, kandi yamaze gutekereza ku byo wamubwiye byose."

Nti, "Nta cyo bimbwiye. Ni ubuzima bwanjye kandi ni njye njyenyine uzi ikinkwiriye. Mbabarira umbwire, Shema ari mu yihe gereza?"

Ati, "Ncyeka ko ari kuri kasho ya polisi i Remera."

Ndabaza nti, "Ibyumweru bine muri kasho?"

"Oya. Ntago mbizi... Nacyekaga... Bagomba kuba baramujyanye kuri gereza ya Kimironko."

Mpita nihuta ngana ku muryango nti, "Murakoze. Ndagiye."

Birungi ankurikira arangurura izina ryanjye ati, "Karabo, ntushobora kugira aho ujya umeze utyo. Waretse ukaza gusaba so wanyu akazakujyanayo ejo?"

Nti, "Ntugire ikibazo. Ndafata tagisi."

Nafashe inzira igana ku Kimironko, numva nkomeye kurusha ibibazo byanjye, umutwe ushikamye neza ku ijosi, ndetse n'umutima urusha uburemere agahinda. Nibwo bwa mbere noneho umutima n'umutwe byanjye byavugaga ururimi rumwe. Ntabwo nashidikanyaga ku rukundo nari mfitiye Shema, ariko ni we wagombaga gufata icyemezo cyo kunkunda, cyangwa kunyanga, nyuma yo kumenya ko mbarwa mu bo bitaga imvange. Naramukundaga, ariko nanjye narikundaga. Nakundaga uko yankorakoraga, ariko kandi nari nkumbuye no kurambika umusaya mu gituza cyanyonkeje amashereka n'urukundo. Icyemezo cyose Shema yari gufata, nagombaga kumufasha, bidatewe gusa n'uko yari umukunzi wanjye, ahubwo ko yari nka musaza wanjye wari unkeneye mu bihe by'amakuba.

Tugeze kuri gereza ya Kimironko, umushoferi wa tagisi yarahagaze. Ndamwishyura, nsohoka mu modoka.

Umupolisi wari ku muryango agenzura indangamuntu yanjye, maze arambaza ati, Urashaka nde?"

Nti, "Umuyobozi w'iyi gereza."

Ati, "Uramushakira iki?"

"Hari umufungwa akwiye gufungura byihutirwa. Ararengana."

Andebana agasuzuguro ati, "Ibyo noneho birasekeje. Wowe uri muntu ki uza gutanga amabwiriza hano?"

Nti, "Munyereke abayobozi ba gereza. Ndashaka kubavugisha."

Ati, "Jya kuri biriya biro. Baragusobanurira uko bigenda."

Ngeze kuri ibyo biro, bansobanuriye ko dosiye ya Shema yari yaramaze kugera mu nkiko, kandi ko ubushinjacyaha bwonyine aribwo bwashoboraga kungira inama. Nuko mbasaba ko bampa uruhushya rwo kuvugana na Shema.

Umwe mu bapolisi arambaza ati, "Mupfana iki?"

Nti, "Ari hano kubera njye."

Ati, "Ni wowe yahohoteye?"

"Yego. Araregwa ko yankubise, ariko ntabwo ari ukuri."

Aranyitegereza ati, "Ni ukuvuga ko uri umukobwa wa—"

Muca mu ijambo, n'ishema ryinshi nti, "Wa Coloneli Kamanzi."

Ati, "Nimunyure hano."

Anyereka intebe irambuye nicaraho, maze ajya guhamagara Shema.

Shema aje, umupolisi antunga intoki aramubwira ati, "Ufite umushyitsi."

Ariko Shema andabutswe ashaka gusubira mu cyumba cye, maze mpamagara izina rye nsakuza cyane.

Aranyegera ati, "Urakora iki hano? Nta cyo mpuriyeho nawe, cyangwa undi uwo ari we wese wo mu muryango wanyu. Mpa amahoro. Nyibagirwa nk'uko nanjye mvuma umunsi nigiyeho guhamagara izina ryawe."

Ndamubwira nti, "Ntabwo naje hano kureba umukunzi wanjye Shema. Naje gufasha imfungwa iri mu magorwa. Naje kwifatanya n'inzirakarengane irimo guhanirwa ubuhemu bwanjye. Nifuza kugusezeranya gusa ikintu kimwe: Nzakora uko nshoboye ufungurwe wabishaka utabishaka."

Shema aransubiza ati, "Ntuzabigerageze. Nta bufasha bwawe nkeneye. Ndetse, aha niho nshaka kwibera kuzageza umunsi iyi si izanduka mu yindi si. Genda wibereho n'abavandimwe bawe. Ntumpangayikire."

Nti, "Hari ibintu bitatu ukwiye kumenya: Icya mbere, ntabwo ndi Umuhutukazi, kandi na Mama ntasangiye ipfunwe n'abo bahuje izina. Icya kabiri, ndagukunda kandi nzagukunda iteka. Icya gatatu, ugire witegure kuzinga ibyawe ugasohoka muri iyi gereza. Humura, nugera hanze, nzakureka ubeho uko ubishaka. Ntabwo nzakubuza amahoro."

Sinamuhaye umwanya wo kunsubiza. Nahise mpaguruka ngana mu muryango. Asubira mu cyumba yari afungiwemo, yishima mu mutwe.

Nuko njya ku biro by'ubushinjacyaha, mpageze mbwira abantu bari aho bakirira abinjira ko Shema yaziraga ubusa, ko atari akwiye kuguma muri gereza.

Umugabo unanutse muremure, wandeberaga mu mataratara, ati, "Urashaka se ko dufungura umunyabyaha?"

Ndamusubiza nti, "Ngirango murashaka kuvugwa ucyekwaho ibyaha. Aracyari umuziranenge kugeza ubwo azemezwa ibyaha. Ni iki kibemeza ko yampohoteye?"

Ati, "Ibikomere ufite birabigaragaza."

Nti, "Mwabipimye se musanga narabitewe na Shema?"

"Oya. Tubwire uko byagenze."

Ndamubwira nti, "Nari nararanye na Shema. Mu gitondo, twabyukiye kuri wisiki. Ibyabaye byose twabitewe n'uko twari twasinze."

Ati, "Wa mukobwa we, wigerageza kutubwira ibinyoma. Dufite ibimenyetso, tukagira n'ubuhamya bwatanzwe n'abandi bantu. Genda. Tuzaguhamagara uze gutanga ubuhamya mu rukiko."

Ntibashatse kuntega amatwi. Natashye ntabashije gufunguza Shema. Abantu babiri bonyine nibo bashoboraga kumfasha gukura Shema muri gereza, dore ko ari bo bari baragejeje dosiye ye mu bushinjacyaha. Ahari wenda bari kujya kwivuguruza, bakavuga ko batari bafite amakuru yose ku byabaye.

Nasubiye mu Kiyovu kwa Data wacu Kamanzi, niyemeje kugirana na we ikiganiro gituje, maze ngakora uko nshoboye nkamuguyaguya nicishije bugufi. Numvise guhinda kw'imodoka ye, maze ngerageza gutunganya ijipo nari nambaye, ariko nishuna inzara z'intoki. Nibazaga aho ndibutangirire icyo kiganiro.

Data wacu Kamanzi na we yinjiye ampamagara mu izina, ati, "Karabo, wiriwe. Tugomba kuganira."

Nti, "Mbateze amatwi."

Amaze gusoma Birungi ku itama, amuhereza igikapu cya mudasobwa, yicara kuri imwe mu ntebe zari zikikije ameza yo kunyweraho ikawa, maze ati, "Karabo, nifuzaga kongera kukubwira ko ndi umubyeyi wawe. Ikintu kimwe cyonyine nashoboraga gukorera umuvandimwe wanjye

Kalisa, wishwe n'Abahutu, ni ukumurerera umwana we. Izo nshingano z'umubyeyi narazujuje. Si byo?"

Nti, "Mubyeyi, sinashatse kuba indashima. Sinabona amagambo yo kubashimira. Ariko—"

Anca mu ijambo, ati, "Ariko ubu umaze kuba mukuru. Ibyo ni byo ushaka ko nsobanukirwa. Nabyumvise. Kibondo, inshingano z'umubyeyi ntizijya zigira iherezo. Ntabwo ndi so wanyu gusa, ahubwo ndi no mu mwanya wa so."

"Ni byo. Sinashatse kuvuga ko ntabafata nk'umubyeyi wanjye. Navugaga gusa ko nkeneye kwisanzura birushijeho."

Ati, "Karabo, ntugire impungenge. Mfite igitekerezo. Ese ntibyaba byiza baguteguriye inzu yo hanze? Hariya wazabasha kwisanzura kandi ukabona n'ubwo bwigenge ukeneye." Maze ankubita agashyi ku bitugu, yongeraho ati, "Byumvikane ko ntaguhaye uruhushya rwo kujya uzana abaraza b'ijoro."

Ntangajwe n'uburyo Data wacu yamvugishaga, umutima wanjye usuka amarira, nti, "Mubyeyi, mumbabarire. Sinzi uko nari kubaho, iyo muba mutaranzanye kubana namwe mukandera nk'umukobwa wanyu. Nta cyo nigeze mbaburana. Mwampfubitse urukundo. Mumbabarire ko, mu gitondo, nabashizeho isoni. Nshimishijwe n'uko mwasobanukiwe amarangamutima yanjye, nubwo njye ubwanjye nari nabuze amagambo yasobanura impungenge zanjye.

Anyiyegereza mu gituza, maze ati, "Nta kibazo mwana wanjye. Wakoze kunyibutsa ko nshobora kuba narihugiyeho, nkibagirwa ko turi abantu babiri batandukanye. Ndi umubyeyi wawe. Ntuzigere na rimwe utinya kumbwira ibiguhangayikishije. Nk'umuntu mukuru, uzaba ufite uburenganzira bwo kwemera cyangwa kwanga inama zanjye, ariko sinzabura gukomeza kuziguha.

Nabwiye Data wacu akaga Mama yari yarahuye nako.

Maze ati, "Burya na bo barababaye." Ubwo yashakaga kuvuga Abahutu. Ariko yirinda kugira icyo avuga kibi kuri Mama.

Yaboneyeho umwanya wo kumbaza ibibazo ku rukundo rwanjye na Shema, maze n'isoni nyinshi, mubwira ko urukundo nari mfitiye Shema rwari rurenze urugero umutwe n'umutima byanjye byashoboraga gusobanukirwa.

Nuko nti, "Mubyeyi, ndabinginze, mumfashe gukura Shema muri gereza. Ibyanjye na we byararangiye, ariko umutima wanjye ntiwazatuza nzi ko Shema ari muri gereza kubera guhemuka kwanjye."

Data wacu yacecetse amasegonda make, nyuma ati, "Nta kibazo, ejo nzahamagara ibiro by'ubushinjacyaha. Ariko mfite impungenge ko, ubwo dosiye ye yageze mu nkiko, twasaba gusa ko yafungurwa by'agateganyo. Hanyuma tukazashaka umunyamategeko wo kumuburanira."

Nti, "Murakoze cyane mubyeyi. Sinzi icyo navuga. Ndabashimiye cyane."

Ati, "Ngaho ngwino tujye ku meza. Birungi arimo kuduhamagara."

Twasangiye ifunguro ry'umugoroba tumwenyura bidasanzwe. Umutima wanjye wumvaga nongeye gufatwa nk'igikomangoma kwa Data wacu. Narebaga Neza ansekera, ngashaka kumwibutsa ko nanjye nari nicaranye n'ababyeyi banjye.

Data wacu Kamanzi yubahirije amasezerano, maze hashize iminsi ibiri, Shema arafungurwa. Nubwo byose byari byararangiye hagati yanjye na we, nagombaga kumuvugisha, ariko nari mfite ubwoba bwo kujya iwe njyenyine. Mpamagara Muhire kuri telefoni.

Ati, "Karabo uraho. Hashize igihe kirekire."

Nti, "Ese ntiwamenye ibyambayeho?"

"Oya. Byakugendekeye bite?"

Nti, "Muhire, namaze ibyumweru bine ndyamye ku gitanda cyo mu bitaro."

Ati, "Mu bitaro? Kuki utambwiye? Mbwira, byagenze bite?"

Ndamubwira nti, "Muhire, tuza. Ubu meze neza. Gusa hari icyo nshaka ko umfasha... Hari aho nshaka ko umperekeza."

"Hehe?"

"Wowe mbwira gusa aho uri. Ndaza kukubwira byose."

Yambwiye ko yari ku ibarizo rye mu Gakinjiro, maze mfata tagisi nyarukirayo.

Arabutswe inkovu mu maso yanjye no ku mubiri, ati, "Karabo, wagirango wakubitswe n'amabandi. Ninde wakugize atyo?"

Nti, "Ni yo mpamvu ndi hano. Uwangize atya nta wundi utari Shema. Yampondaguye amaze kumenya ibya Mama. Nguko uko byagenze."

Nuko mutekerereza byose, ndetse n'uburyo nisanze ndyamye mu bitaro, na Shema na we bamushyize muri gereza.

Ati, "Mana yanjye! Uyu ni umurimo wa sekibi."

Nti, "Muhi, ni wowe wenyine ushobora kunyumva. Ndakwinginze ntumpakanire."

"Singuhakanire iki?"

Ndamubaza nti, "Nturi umukiristo wavutse ubwa kabiri? Imana ntiyagusabye kujya ufasha abarushye bose? Shema aragukeneye. Ugomba kumubera inshuti, cyangwa se umuvandimwe. Ndakwinginze uzamube iruhande, kandi ntuzigere na rimwe umusiga nk'uwatakaye muri iyi si y'abagome. Ibyo urabinyemereye?"

Ati, "Karabo, ibyo uvuga ni ukuri. Shema akeneye Uwiteka, naho ubundi, sekibi azamwangiriza ubugingo. Nakoze uko nshoboye ngo ahinduke, ariko nayobewe icyo nakora ngo areke kwiyahuza ibiyobyabwenge."

Nti, "Waramufashije, kandi yari yatangiye gutera intambwe. Ariko kubera guhemuka kwanjye, yarongeye asubira muri rwa rwobo. Sinzibabarira kuba ntarabwiye Shema ukuri kose ku muryango wanjye. Ariko se koko ubu kubera iki ari njye? Ni iki gituma ari njye ukwiye kwikorera umutwaro w'indangabwoko z'Abanyarwanda? Nikoreye umutwaro w'Abatutsi bahizwe, bakicwa nk'inzoka, kandi tukaba duhuje indangabwoko. Nikoreye kandi umutwaro w'Abahutu, ngo kuko amaraso yabo antembera mu mitsi, nubwo tudahuje izina, cyangwa ipfunwe. Muhire, ndarushye. Ndananiwe."

Muhire yarankuruye, andyamisha mu gituza cye, maze ati, "Karabo, rekera aho kurira. Si wowe kibazo. Ni iyi si yahumye kandi irwaye. Ntabwo uzayihinduza ayo marira. Nta wundi mutwaro ukwiye kwikorera keretse uw'urukundo."

Nti, "Muhire, reka tugende. Tugomba kujya kwa Shema."
Nuko tumanuka umuhanda ugana Cyahafi.

Ubwo Muhire yakomangaga ku rugi rw'icyumba-nzu cya Shema, namwihishe inyuma mu mugongo. Ntiyari kudufungurira iyo ambona. Ntawatwikirije. Muhire yarongeye arakomanga, ariko byasaga nk'aho nta muntu wari muri icyo cyumba. Twanzura ko Shema atari ahari.

Nuko mbaza umuturanyi wariho amesa imyenda imbere y'umuryango w'icyumba-nzu cye nti, "Mwaba muherutse kubona abatuye muri kiriya cyumba-nzu?"

Ati, "Umwe muri bo yagiye ku kazi, ariko undi arahari. Sinzi aho yari amaze iminsi. Yaje muri iki gitondo, yinjira mu cyumba, maze avunira urufunguzo mu rugi. Yasaga nk'uwataye umutwe."

Muhire amfata ukuboko dusubira ku rugi rwa Shema.

Ati, "Shema, ni njye, Muhire. Ndabizi neza ko uhari. Ndakwinginze nkingurira."

Shema ati, "Oya. Nta bashyitsi nshaka uyu munsi."

Muhire ati, "Hashize igihe kirekire. Ndashaka kumenya uko umerewe. Mfungurira. Ndamara gusa amasegonda make."

Shema yarafunguye. Muhire na njye duhita twinjira mu cyumba cye.

Shema ankubise amaso, arambaza ati, "Karabo, uranshakaho iki? Ntabwo ushobora kundeka nkiberaho mu mahoro?"

Naracecetse nkurikiza inama Muhire yari yangiriye.

Muhire ati, "Yambwiye uko byose byagenze. Karabo yaraguhemukiye. Ntiyari akwiye kubakira umubano wanyu ku kinyoma nka kiriya. Simusabira imbabazi, azabyikorera. Gusa, ndi hano kuko numva neza ibihe urimo gucamo. Ngirango icyo mvuga uracyumva. Si byo?"

Shema ati, "Ndakwinginze ntuvuge ku rukundo rwanjye na Karabo. Zari inzozi mbi, kandi ni byiza ko nagize amahirwe nkazisohokamo. Ubu narakangutse." Arampindukirira ati, "Karabo, uziko nta soni ugira. Ni gute utinyuka kuza hano? Warancuritse nemera ikinyoma cyawe imyaka icumi yose. Igihe cyose narizwaga n'ubupfubyi, wariranaga na njye. Nakubwiye ko ngukunda, nawe umbwira ko unkunda... Karabo, ni iki wanshakagaho? Bene wanyu b'Abahutu banyiciye ababyeyi n'abavandimwe banjye bose. Wansanze mu buzima bwanjye aho nahogoraga Mama ntanyumve ngo ampoze, maze utuma nibagirwa uwo ndiwe, imfubyi itagira kivurira muri iyi si y'abagome. Urukundo nagukunze rwanteye akaga gusa. Navuye mu gisirikare kubera urwo rukundo. Navuye mu ishuri kubera urwo rukundo. So wanyu yanaze mu muhanda nzira ko nagukundaga. Naho wowe, warankwenaga, maze ukanyereka ko dusangiye agahinda, kandi uzi neza ko umunsi umwe, nyoko w'Umuhutukazi azagaruka ntazi iyo avuye. Karabo, ndakwinginze nsohokera mu cyumba. Muhire, mfasha kwinginga Karabo asohoke."

Nti, "Shema, ndakwinginze mbabarira. Mbabarira kubw'akaga naguteye kose... Sinzi icyo navuga... Gusa, ngusabye imbabazi."

Ati, "Imbabazi z'iki? Ntakubabariye nakora iki? Reka kurira, imfubyi Shema idasubizwa muri gereza ngo kuko yaguhogoje. Genda wibereho... Va kuri Shema utagira impitagihe, ntagire n'inzagihe. Genda utegereze nyoko wazutse mu bapfuye ngo aze akwiteho, aho uwanjye yananiwe kugaruka mu isi y'abazima. Sohoka, nongeye kukwinginga."

"Shema, sinsaba kongera kugaruka mu buzima bwawe. Mfite ikimwaro. Ngusabye gusa kumbabarira maze ukikomereza ubuzima bwawe."

"Karabo, ndakwinginze rekera aho. Ubuzima uvuga ni buzima bwoko ki? Nakoze ibyo nagombaga gukora byose muri ubu buzima. Ntegereje urupfu. Mbwira, ni iki nsigaje?"

Muhire yegera Shema, amurambika ibiganza ku ntugu, maze ati, "Wivuga utyo. Uracyafite igihe kirekire imbere yawe. Ubuzima burakomeza."

Shema aramusubiza ati, "Muhire, uzi neza ko narigase ku miravumba yose yo muri ubu buzima. Ni iki ntaciyemo? Nzongera se mbe imfubyi bwa kabiri? Nzongera se nsubire mu muhanda kuba mayibobo? Ni gereza se ntarajyamo? Cyangwa ahari urashaka kuvuga urukundo no guhemukirwa?"

Muhire ati, "Igihe usigaje imbere ni kinini kurusha icyo usize inyuma. Imana igufitiye imigambi myiza."

Shema arahaguruka, afungura urugi, maze atwereka umuryango, ati, "Mwakoze kunsura. Ubu mushobora kugenda. Cyangwa se, abe ari njye usohoka."

Ntitwagiye impaka. Twaramusezeye dusohoka muri icyo cyumba.

Tugeze hanze, Muhire ansaba kumutegereza iminota mike. Namutegereje nirya inzara kandi nsusumira umubiri wose. Numvaga ari nk'aho umubumbe wose w'isi wari untsikamiye ku ijosi.

Muhire yagarutse hashize nk'iminota icumi, arambaza ati, "Karabo, ngire icyo nkubwira?"

Nti, "Mbwira, nta kibazo."

Ati, "Shema yababajwe cyane n'ibyo wamukoreye, ariko aracyagukunda. Muhe igihe cyo kubitekerezaho. Ubu aracyatunguwe."

Mbwira Muhire nti, "Sinzigera nibabarira kuba ntari narabwije Shema ukuri. Nari kuba narashyize iherezo ku rukundo rwacu kera. Ahari wenda yari kuba yarabonye undi mukunzi utararazwe umutwaro w'indangabwoko. None ubu sinzi icyo nakora. Muhire, mbwira, uru ni rwo rukundo bavuze? Ni uku rurangira? Sinzigera mbona imbaraga zo kwibagirwa Shema. Ndamukunda cyane. Njyewe wese nkunda Shema cyane."

Muhire ati, "Mu byo yavuze byose nakunzemo ikintu kimwe. Shema yababajwe n'uko yagukubise. Yambwiye ko atari azi ibyo yakoraga, kandi ko byose yabitewe n'ibiyobyabwenge. Yongeyeho ko ubu yiyemeje kubireka."

Nti, "Azashobora se kureka urumogi? Ndakwinginze uzamufashe."

Ati, "Nzamuhuza n'umuganga wamfashije, njye n'abandi twabanaga muri gereza, nabo banywaga ibiyobyabwenge. Shema ntiyakwifasha kureka ibiyobyabwenge. Akeneye ubufasha bwa muganga ndetse, n'ubw'abajyanama mu bijyanye n'imitekerereze."

Nshimira Muhire nti, "Urakoze. Nari nzi neza ko uri umwizerwa."

Twazamutse umuhanda wa Gakinjiro, maze tugeze ku ibarizo rye, ndamusezera, nihuta ngana iya Kiyovu. Nuko, nirambika ku gitanda mu cyumba nari narahawe mu nzu yo hanze, nongera kwibuka ibihe byose nari narabanyemo na Shema. Nahise mukumbura ampobera, dukina urukundo, ndyamisha umutwe mu gituza cye, ari ko niyumvira indirimbo zituje z'Igifaransa. Umusego wanjye utukura niwo wonyine nari nsigaranye. Narawupfumbase ndawukomeza maze ntangira kuwubobeza amarira.

Guhera uwo munsi, ubuzima bwanjye bwahindutse ubw'irungu, nta mukunzi wanjye Shema, nta n'inshuti yanjye Sugira. Uretse ifoto ya Mama nari mfite byinshi byo kubwira, nta kindi nari nsigaranye kitari udutwenge twa Neza, icyayi nyina Birungi yampaga, ndetse n'amasomo y'ubuzima Data wacu Kamanzi yampaga buri mugoroba.

XIV

Ku ya 14 Mutarama 2005, ku munsi wabanziriza uwo
guhabwaho impamyabumenyi ya Kaminuza, Data
wacu Kamanzi yanzaniye ikanzu yabugenewe ndetse
n'ingofero yayo, byo kwambara kuri uwo munsi mukuru.

Ati, "Akira. Ibyo ni byo uzambara ejo."

Nti, "Eeeh, mwabizanye? Sinashakaga kuzajyayo."

Data wacu ati, "Kubera iki? Ejo ni umunsi ukomeye.
Reba, baduhaye n'ubutumire bwacu. Birungi na njye
tuzaguherekeza. Hagomba kuzaba ibirori, kandi abo mu
muryango wacu bose ejo baratumiwe. Ugomba no gutumira
inshuti zawe zose."

Ndamubaza nti, "Inshuti zanjye?"

"Yego, ntugire ikibazo." Abivuga amwenyura, ati, "Bose
baratumiwe. Ejo ni umunsi mukuru wawe."

Turangije gufata ifunguro rya saa sita, ninjira mu
cyumba kwandika amazina y'abatumirwa. Nari mbabajwe
n'uko Shema atashoboraga kuza. Mfata telefoni, maze
n'intoki zasusumiraga, mpamagara numero ya Sugira.

Ati, "Uraho. Amakuru yawe?"

Ndasubiza nti, "Ni meza. Ayawe?"

Ati, "Ndaho, meze neza. Mbwira, warorohewe? Duherukana ukiri kwa muganga. Warakize neza?"

Ndikiriza nti, "Yego." Maze nongeraho nti, "Sugira, na... Nashakaga... Nifuzaga kugira icyo nkubwira."

Ati, "Hari icyo ushaka kumbwira? Ngaho mbwira nta kibazo."

Sinashoboraga guhita mubwira iby'umunsi mukuru, nk'aho ntacyari cyarabaye. Sinari kwirengagiza ko yari yarandakariye kuko nari narahisemo Shema aho kumuhitamo.

Ndamubaza nti, "Buriya se ntitwashaka aho duhurira tukaganira?"

Ati, "Nta kibazo. Nanjye nifuzaga kukuvugisha."

"Twahurira he?"

"Umbwire gusa igihe uba witeguye, ndaza kugutwara. Uyu munsi ni njye utwaye imodoka ya Papa."

Sinasobanukiwe icyari cyamuteye kunezerwa ku buryo yamwenyuraga bigaca muri telefoni bikangera mu matwi.

Nimugoroba ndohamo ijinisi yanjye y'umukara inyegereye cyane, ndese n'agapira k'ikijuju, nuko ihoni ry'imodoka ya Sugira risakuje, mbwira Birungi ko nsohotse ariko ntatinda. Yashushe nk'unyeganyeza iminwa, ariko ngirango yahise yibuka ko nari narahawe icyumba mu nzu yo hanze.

Ngeze mu modoka, nti, "Uraho."

N'ijwi rikonje, Sugira na we ati, "Uraho."

Ntiyansomye ku itama nk'uko yajyaga abigenza. Ahubwo yahise yatsa imodoka. Yari atandukanye na Sugira hari hashize amasaha make tuvuganye kuri telefoni. Inseko n'amagambo bye yari yabigize iby'igiciro cyitabonwa na bose. Sinamubajije aho yari anjyanye. Nyuma natunguwe no kubona tugannye *Corners of Lovers*, aho yari yaranjyanye umunsi wa mbere twasohokanaga.

Tuhageze, aparika imodoka, arasohoka, maze arandindira. Ntiyamfunguriye urugi nk'uko yari yarabigenje tuhazana bwa mbere. Maze gusohoka mu modoka, arayifunga, nuko akoresheje ibiganza, aranyerekera ngo ntambuke imbere.

Umugabuzi ataratwereka aho twicara, Sugira ati, "Turicara hariya, iruhande rw'umukino w'amazi."

Amaso yacu yarahuraga, ariko ntihagire n'umwe muri twe wereka undi amenyo. Tumaze kwicara, batuzanira urutonde rw'ibyo kunywa, nsaba umutobe w'indimu, Sugira na we asaba ikirahure cy'umuvino utukura.

Ati, "Wari wavuze ko hari icyo ushaka kumbwira."

Nti, "Yego."

"Ngaho mbwira rero."

"Ndaza kuba nkubwira... Nari ngukumbuye."

Arambaza ati, "Wari unkumbuye? Ute?"

Nti, "Sugira, ndakwingize umpe imbabazi."

Ati, "Z'iki?"

Nti, "Za byose. Ndakwingize umbabarire byose."

"Byose ni ibiki?"

Ndamubwira nti, "Sugira, icyo mvuga uracyumva. Warandakariye kubera ko... Kubera ko nari nararanye na Shema."

Arahigima ati, "Hmm... None se ntiwambwiye ko ntakwiye gufuhira Shema kuko njye ndi inshuti yawe isanzwe gusa? Kubera iki narakazwa n'uko wararanye n'umukunzi wawe? Ikindi kandi, n'iyo byambabaza, namenya uko ngenza agahinda kanjye. Ntaho waba uhuriye nako."

Nti, "Sugira, ntabwo nigeze mvuga ntyo. Ariko ndakwinginze umbabarire."

Asoma ku kirahuri cy'umuvino, maze ambaza niba hari icyo nashakaga kurya. Nsaba amafi yocyeje ku duti. Ahamagara umugabuzi amubwira kutuzanira uduti tubiri tubiri.

Ati, Karabo, ntugire ikibazo. Nafashe igihe cyo kubitekerezaho. Shema ni we wahisemo. Gusa ikinshengura umutima ni uko atagukunda nk'uko umukunda."

Nti, "Ushobora kuba ufite ukuri, ariko—"

Anca mu ijambo ati, "Karabo, umunsi wa mbere tuzana hano, nari nateganyije kukubwira iby'urukundo ngukunda. Nagukunze kuva tukiri abana. Ndagukunda n'umutima wanjye wose, roho yanjye yose, ubwenge bwanjye bwose, ndetse n'umubiri wanjye wose. Nashakaga kubikubwira. Ariko tugeze hano, nahise mbona ko umutima wawe utari witeguye. Mpitamo kongera guhamba iryo jambo ry'urukundo kure mu mutima wanjye. Maze ndindira igihe nyacyo cyo kuzarisohora. None ubu, ngirango igihe cyarancitse."

Nti, "Sugira, oya, ntuvuge iby'urukundo ubu..." Sinashakaga kongera kandi. Umutwe n'umutima wanjye ntibyari byiteguye kongera kumva ijambo *urukundo*.

Yishimye mu mutwe, amaso ayaganisha ibumoso n'iburyo nk'aho yikomezaga ngo adasuka amarira, maze ati, "Sinzibagirwa umunsi nagusanze wataye ubwenge, uryamye imbere y'icyumba cya Shema. Yari yaguhondaguye akumaramo intege. Amaraso yagutembaga ku myenda, yari yabaye ubushwange. Ubwo nibwo namenye ko ndi umunyantege nke. Ndiho ndirinda kuvuga ko ndi imbwa, ariko ndi yo."

Nti, "Sugira, wikwituka. Uri umuntu ufite umutima mwiza kurusha abo nzi bose."

Nifuzaga kumubwira ko Shema yari yarampaye uburozi bwo ku giti kera imbuto z'urukundo, ariko sinari guhangara amaso ye yari yuje agahinda. Nashakaga kumubwira ko Shema atahoraga akonje kandi arakaye, ahubwo ko yari umuhanga mu isindarukundo, yatakaga inseko ye yankururishaga, maze nkibagirwa izina ryanjye. Ni gute nari kumubwira ko byose byari byaratangiriye mu nzu ya Data wacu Kamanzi, Shema andirimbira indirimbo z'urukundo, ankorakora mu misatsi, ndetse ananyagaza umubiri wose kuva mu gituza, ku mukondo, kugera no ku rugingo rwo hepfo? Ahari nari kumubwira uko umubiri wanjye watsindwaga igihe cyose indoro ya Shema yahuranyaga umutima wanjye. Nahisemo kwicecekera.

Maze n'ijwi ryari ryamunize umuhogo, Sugira ati, "Karabo, ndagukunda ... Ndagukunda cyane. Ni iki nakora ngo umfungurire amarembo y'umutima wawe? Ndashaka ko umenya nk'umukunzi, bitari inshuti gusa."

Ndamubaza nti, "Hmm? Umukunzi umeze ute?"

Ati, "Na n'ubu nturabyumva. Urambaza niba nshobora kumenya kugukundwakaza? Karabo, ndi umuhungu. Niba ubishidikanya, unsabe nkuremo ipantalo nkwereke."

Ndakazwa n'uko yatekerezaga ko mpa agaciro umukino w'ibitsina. Maze mvugira hejuru nti, "Ese ni uko umfata? Indaya? Niba utekereza ko ndyamana n'abasore bose duhuye, ntabwo unzi. Ntugomba no kuvuga ko unkunda, niba umfata nk'indaya."

Sugira ati, "Karabo, mbabarira. Ntabwo ari byo nshatse kuvuga. Ndagukunda cyane ku buryo n'iyo waba wakoze ikibi, amaso yanjye atakibona."

Nti, "None se ubwo wari ushatse kuvuga iki?"

Ati, "Ntabwo ndi musaza wawe, cyangwa mubyara wawe. Iyo nguhamagaye ngo dusangire ifunguro rya saa sita, ni ukubera ko umutima n'umubiri wanjye biba byifuza kukuba iruhande. Iyo nje kugusura, ni uko mba nshaka kongera kwitegereza inseko yawe. Iyo mfashe akanya ko guhanga amaso ubwiza bwawe, mfata ingingo zanjye za gihungu nkazikomeza ngo zitubahuka ubukobwa bwawe. Urukundo ngukunda ntirwatinyuka kukwita amazina mabi, Ngire icyo nkwibariza?"

Nti, "Yego, mbaza nta kibazo."

Ati, "Numvise ko Shema yafunguwe. Ese muracyari kumwe?"

"Oya. Ibyacu byararangiye."

Sugira ati, "Ntimuzasubirane. Nta cyiza uzakura mu mubano wanyu. Karabo, ndakwinginze mpa amahirwe yo kugukunda. Dore ngupfukamye imbere, ngusaba urukundo."

Nti, "Sugira... Mbabarira wingenza utyo rwose."

Ati, "Karabo, si ngombwa ko hari icyo uvuga kindi nonaha, uretse 'yego'"

Nabuze icyo mvuga. Ndeba hejuru mu kirere, ngo muhishe amaso yanjye. Nuko, nti, "Sugira, ubu ikindaje inshinga ni ukugarura Mama mu Rwanda."

Ati, "Ndabizi. Ariko ibyo ntibihindura ko umutima wanjye ufite inyota y'urukundo rwawe." Nuko akurura intebe aranyegera, anshyira ibiganza ku matama, ampanga amaso, maze agerageje kunsoma, ndamusunika. Arambwira ati, "Karabo, niba hari n'urukundo na ruke umfitiye, twakubakira kuri icyo gitonyanga cyarwo. Ngusezeranyije ko rwazasagamba."

Ndamusubiza nti, "Umutwe wanjye wuzuye ibindi bibazo. Siniteguye uwundi mubano n'umusore."

Ati, "Icyiza ni uko namaze kukugezaho ubutumwa bw'umutima wanjye." Maze arambaza ati, "Ngire ikindi nkwisabira? Wankundira ukampa nibura umwanya n'igihe byo kukwereka urwo ngukunda uko rungana?"

Ndongera nti, "Sugira, nakubwiye ko ntiteguye umubano. Ndakwinginze unyumve."

Na we arahatiriza ati, "Ntabwo ngusaba ko wemera

kumbera umukunzi. Nta kuma mfite nakanda ngo umutima wawe uhite unkunda. Icyo ngusaba gusa ni ukunkundira ukampa umwanya n'igihe byo kugukunda. Nzagutegereza igihe cyose uzafata ukibyibazaho. Karabo, wankundira ukampa amahirwe yo kugukunda kandi nkagukundwakaza?"

Ni byo koko sinumvaga amashanyarazi akurura umutima wanjye ku wa Sugira. Ariko ubwonko bwanjye bwo bwanyemezaga ko yari umuntu mwiza. Sinashoboraga no kwirengagiza ko atari nka Shema, kuko we nibura twari duhuje umutwaro wo kuba babandi bitaga imvange. Yumvaga neza agahinda nari naratewe n'impirimbanyi z'Abahutu zanyiciye Data na barumuna banjye, kuko na we bari baramwiciye umuryango nyina yavukagamo. Ntiyashidikanyaga kandi ku bupfura bwa Mama w'Umuhutukazi, kuko yari yarabonye ubupfura bwa se w'Umuhutu. Abanditsi b'ibituma abantu bahuza ingendo n'intero, ntibari kuzuyaza kwemeza ko nari nkwiranye na Sugira. Naribazaga nti, *Kuki umutima wanjye udafungukira uwa Sugira?*

Nuko, nk'umwangavu wishwe n'isoni, mureba mu maso nti, "Yego."

Sugira atangaye arambaza ati, "Unyemereye amahirwe yo kukwereka urukundo rwanjye?"

Nti, "Yego, nguhaye umwanya wo kunyereka ko unkunda koko, ariko ubu ntitwavuga ko nemeye kukubera umukunzi."

Ati, "Karabo, urakoze cyane. Sinzi icyo navuga." Aranyegera, maze arampobera.

Umutima we wadundagamo ingoma nyafurika. Mu masegonda make, iminwa ye yari yageze ku yanjye, ariko amacandwe ye ankoze ku rurimi, ibyo gusomana mba mbivuyemo. Gusoma undi muhungu numvaga binteye gusuhererwa. Shema ni we wenyine wari ufite uburenganzira bwo kunsoma no kunkorakora. Nubitse amaso, maze nkomeza kwikora mu nzara z'intoki.

Ku bw'amahirwe, umugabuzi aba aruturogoye. Yari azanye amafi yo ku duti twari twatumije. Mu gihe twaryaga, Sugira yarandebaga akamwenyura. Nanjye nkamwenyura bya nyirarureshwa. Kwicarana na Sugira si byo byari binteye ikibazo. Ariko gutekereza ko yashoboraga kuba umukunzi wanjye byo byandyaga mu mutwe. Naribazaga nti, *Ahari sinahaye Shema umwanya uhagije wo gutekereza ku byatubayeho. Ahari wenda Shema azangarukira, we rukundo rwanjye rwa mbere.*

Nyuma yo kurya, ndeba ku isaha, nti, "Burije. Ngomba gutaha. Data wacu ataza kwibaza aho ndi."

Sugira ati, "Nibyo. Bimaze kuba saa mbili n'igice. Reka tugende."

Yishyuye ibyo twari tumaze kurya no kunywa, maze dusohoka muri iyo resitora. Amfungurira urugi rw'imodoka, maze na we yicara mu mwanya wa shoferi. Nuko aba ashyizemo kaseti y'indirimbo z'Inyarwanda. Ibyishimo yari afite mu maso byanteraga kwibaza. Naribwiraga nti, *Ubanza namwijeje ibitangaza.* Indirimbo ya Utamuliza nayo ntiyari yoroshye.

Sugira ati, "Karabo, umva iyo ndirimbo. Ndayigutuye." Nuko afasha Utamuliza kuririmba ati, "Kunda ugukunda! Oooooh! Ooooooh…"

Sinemeranyaga na Sugira ko Shema atankundaga. Ariko, sinari kwirengagiza ko urukundo rwanjye na Shema rwari urudashoboka. Ahari umuririmbyi Utamuliza yari afite ukuri. Ahari nagombaga kwiga gukunda Sugira. Yari yaranyeretse urukundo rwe kuva tukiri mu mashuri yisumbuye. Yari umusore abakobwa benshi bifuzaga kugirana umubano na we. Yaturukaga mu muryango ukize, kandi wubashywe. Yari agiye kurangiza kaminuza. Igikuru kuruta byose, twari duhuje kwitwa imvange kubera indangabwoko zinyuranye z'ababyeyi bacu. Nta gushidikanya ko ahazaza hacu, tubana nk'umugore n'umugabo, hari kuzaba nta makemwa. Nifuzaga kwirengagiza abavugaga ko umuntu akwiye gukurikiza ijwi ry'umutima we. Nagombaga kubaha ubwonko bwanjye. Ariko icyari kinteye impungenge ni uko burya mu rukundo, umubiri wumvira gusa amabwiriza y'umutima, utita ku bitekerezo by'ubwonko.

Tugeze mu rugo, Sugira yansomye ku itama mbere y'uko ninjira mu mu rugo kwa Data wacu, maze abanza gutegereza umwanya abona kwatsa imodoka, aragenda.

Ninjiye mu nzu, ndamutsa Data wacu Kamanzi n'umugore we Birungi, nti, "Mwiriwe. Mumbabarire ko ntashye bwije."

Data wacu arambaza ati, "Wari he?"

"Nsubiza ndidimanga nti, "Nari... Na.. Nari nagiye gutumira inshuti zanjye mu birori."

Ati, "Ngaho genda ujye kurya. Ntabwo twakurindiriye."

Nti, "Murakoze. Ntabwo nshonje."

Data wacu Kamanzi yanyeganyeje iminwa nkaho yari agiye kugira icyo avuga, ariko Birungi amwicira ijisho, umujinya arawumira. Ndabasezera njya mu cyumba cyanjye mu nzu yo hanze. Nirebye mu ndorerwamo, mbona ikimwaro cyanditse mu maso yanjye, numva ndiyanze. Mfungura agaseke gatukura, nkuramo ifoto ya Shema, ntangira kuyibaza ibibazo, nti, "Shema, mbwira. Kubera iki wiyemeje gutandukana na njye unziza amateka ntanditse? Ese urashaka guhindura izina ryanjye ukanyita 'uwanyina' kandi Data yaranyise 'uwase'? Urashaka se kunjugunya mu gituza cy'undi musore? Mbwira, ndakwinginze mbwira..." Nahinduye imyenda, ninaga mu gitanda, mpfumbata umusego wanjye utukura, maze mfunga amaso nibeshya ko nsinziriye.

Inzozi ntizamfashije gusobanura ihurizo ry'ubuzima.

Aho kugira ngo nkurure Sugira wenyine mu bitekerezo, yazanaga na Shema. Nkibona ndyamanye na Shema mu gitanda, Sugira ahagaze mu muryango, ampamagara, ndetse anyinginga ngo nsohoke muri icyo cyumba. Hashira akanya, simenye uko inzozi zihindutse. Nkongera nkibona ngenda mfatanye ibiganza na Sugira, ambwira uburyo ankunda cyane, ubwo Shema na we ahagaze hakurya y'umuhanda ampamagara ngo ninambuke musange twigurukanire. Abo basore bombi bakomeje kubyina muzunga mu nzozi n'ibitotsi byanjye kugeza mu gitondo.

Birungi ati, "Karabo, byuka witegure, udakererwa."

Nti, "Yee, bibaye saa ngahe?"

Ati, "Saa kumi n'ebyiri n'igice. Abarangiza kaminuza, ndetse n'ababyeyi babo, bagomba kuhagera saa moya n'igice."

Nti, "Reka mbyuke."

Nariyuhagiye, nditunganya, maze ngana mu ruganiriro. Nsanga Data wacu Kamanzi ari mu ikositimu y'ubururu bukaze. Yari aberewe no kwambara umwambaro utari uwa gisirikare. Birungi na we yari yakenyeye bya Kinyarwanda. Nabonaga bashushanya Papa na Mama. Amarira atangira gushaka gukuraho ibirungo nari niteye mu maso. Ibyishimo by'uko Data wacu yari yahaye agaciro ibirori byanjye byo kurangiza kaminuza byivanze n'agahinda ko kuba ababyeyi banjye batari bari aho, ngo basangire na njye uwo munezero.

Data wacu ati, "Nguyu umukobwa, w'umuhanga kandi w'ubwiza buruta bose, araje. Uraberewe kibondo."

Nti, "Murakoze."

Birungi ati, "Twakererewe."

Twinjira mu modoka turagenda.

Kuri kaminuza byari ibirori bikomeye ariko birambiranye. Izuba ryari rityaye, kandi intiti z'abarimu nazo zasimburanaga kuvuga ijambo rirerire, aho kugira ngo zitangire guhamagara amazina yacu. Naje guhamagarwa mu batsindanye amanota yo mu cyiciro cya kabiri. Sugira yari yicaye hirya mu banyeshuri batari barangije. We ibyo yigaga bijyanye n'ubwubatsi byatwaraga imyaka itanu.

Ibirori bihumuje, Birungi aranyegera, ampereza umuba w'indabyo, maze ansoma ku itama.

Data wacu Kamanzi na we arampobera, ampanagura amarira, maze ati, "Nezerwa mwana wanjye, reka kurira. Uyu ni umunsi w'ibyishimo."

Twinjira mu modoka dusubira mu Kiyovu.

Hari ihema rinini kandi ritatse birabagirana. Abo mu muryango wacu bose bari bateranye. Byasaga nk'inzozi kubona abo mu muryango wa Data bicaye mu ihema rimwe na Marume Gasana. Ababyeyi ba Sugira na bo bari bahari.

Marume Gasana ati, "Umunsi mwiza mukobwa wanjye. Wanteye ishema."

"Ninjye ukwiye kubashimira." Ndamubaza nti, "Mwabibwiwe na nde?"

Marume arasubiza ati, "Koloneli Kamanzi niwe wampamagaye ejo? Niwe wanyitumiriye mu birori."

Nti, "Ni we wagutumiye?" Nari ngize ngo ndumviranye. Ati, "Ni we."

Naramukije abandi bashyitsi, maze ndahunga. Numvaga biremereye umutima wanjye. Nirukiye mu cyumba cyanjye, mfata umusego wanjye utukura, maze nywusukaho amarira. Nararize ndahogora, nibagirwa ibyaberaga hanze. Sinari nzi icyandizaga, ariko ngirango amarira yaturukaga mu masanganiro y'agahinda n'ibyishimo. Nuko mfungura agaseke k'umweru mvugana na Mama, nti, "Mama, uri he? Ndakwinginze garuka. Ndakwifuza iruhande rwanjye. Ngwino urebe ibirimo kubera hano hanze. Data wacu Kamanzi ari kumwe na musaza wawe Gasana. Mama, birashoboka. Dushobora kongera kuba umuryango." Nuko nicara ku gitanda.

Bigeze aho numva umuntu akomanze ku rugi.

Nti, " Ni nde?"

Ati, "Ni njyewe. Ndakwinginze nkingurira."

Ndafungura, Sugira aba arinjiye.

Ahita anshikuza ifoto ya Mama, ati, "Karabo, urakora iki muri iki cyumba, n'ifoto ya Mama wawe? Bikugendekeye bite? Mbabarira ureke kurira."

Nti, "Sugira, nta kibazo mfite. Genda hanze, ndaje mu kanya."

Ati, "Oya, ntaho njya ngusize. Ihanagure amarira uze tujyane. Mama wawe azagaruka vuba. Ndabigusezeranyije."

Ndamubaza nti, "Urabinsezeranyije? Gute?"

Ati, "Niba unyizera na gato, ibyo bindekere. Nzakora uko nshoboye, nongere nguhuze na Mama wawe."

"Yee? Wizeye ko bizashoboka?"

Ati, "Yego. Ariko ubu, icyo nifuza ni uko usohoka muri iki cyumba. Bene wanyu baribaza aho uri." Arangije amfata ukuboko ansubiza mu ihema.

Ibirori byari birimbanyije. Nyuma yo kurya no kunywa, abashyitsi baranabyinnye.

Hashize akanya, Data wacu Kamanzi ahagarika indirimbo kugira ngo avuge ijambo, ati, "Uyu ni umunsi w'umunezero ku muryango wacu. Ni umunsi mukuru wa Karabo. Yanejeje, kandi yanteye ishema ry'umubyeyi. Mwese muzi ibyabaye mu gihugu cyacu. Se wa Karabo yari murumuna wanjye. Njye nabaga i Bugande nk'impunzi. Iyo nibukaga u Rwanda, nakumburaga ibihe by'ubuto bwanjye na Kalisa. Twari nk'impanga, kandi twarakundanaga cyane. Ariko ngarutse mu Rwanda, ifoto ya Kalisa yonyine nabashije kurokora ni uyu mukobwa we Karabo. Kalisa yakundaga cyane umuryango we. Yari abafitiye imigambi myiza. Nshimira Nyagasani wampaye amahirwe yo kubona ibirori byo kurangiza kaminuza by'umwana wenyine Kalisa yasize muri iyi si. Ndashimira umugore wanjye wamfashije kurera Karabo. Ndabashimiye mwese, ndetse n'abo tutaziranye, mwitabiriye ubutumire bwacu. Mbashimiye ko mwabaye hafi ya Karabo ku buryo bumwe cyangwa ubundi. Afite umuryango munini. Murakoze. Nimwongere mwuzuze ibirahuri byanyu."

Amagambo ya Data wacu numvise acyesheje umutima wanjye. Yari yahisemo kutangiza ibirori ngo avuge ko navukaga ku Muhutukazi, cyangwa ngo avuge iby'urwango yari afitiye Abahutu.

Hashize iminota mike, nanjye mpabwa ijambo, nuko nti, "Ndabashimiye mwese kuba mwitabiriye ubutumire bwacu. Ndifuza gushimira by'umwihariko Data wacu Kamanzi, nako Papa Kamanzi. Ndamushimira ko yandinze kugerwaho n'ubusharire bw'ubupfubyi. Nta cyo nigeze muburana, yaba amazi yo kunywa cyangwa se igitanda cyo kurambikaho umusaya. Iyi mpamyabumenyi ya kaminuza nabonye ni umusaruro w'ibikorwa bye, kandi nzahora mbimushimira. Ndashaka no kugira abandi nshimira. Mba ntangiriye kuri Devota utakiri muri iyi si y'abazima. Sinabona igihe gihagije cyo kuvuga ibyanjye na Devota. Musaza we Muhire ari hano, kandi azi neza umwenda mfitiye Devota. Uyu munsi kandi nejejwe no kuba Marume Gasana yaje kwifatanya na twe mu birori... Mumbabarire, nubwo mfite byinshi byo kuvuga, ndumva ntashobora gutondekanya amagambo. Ndashimira umuryango wa Kamana wambaye hafi, kandi batari barigeze bamenya ababyeyi banjye. Ndabashimiye mwese."

Nirinze gusuka amarira imbere y'abo bantu bose,

mpita nihuta nsubira kwicara. Hashize akanya Data wacu Kamanzi avuga ijambo risezerera abashyitsi.

Nuko mbere yo gutaha, Sugira arampamagara ansaba kumukurikira inyuma mu gikari.

Tugezeyo, ati, "Mukunzi wanjye, nagiraga ngo ngusezere. Ngomba kujyana na Papa na Mama."

Nti, "Ngaho, urabeho."

Ati, "Ndakwinginze ntiwongere kurira. Urabinsezeranyije?"

"Yego."

"Uzirikane ibyo nakubwiye. Nzakora uko nshoboye Mama wawe agaruke mu Rwanda. Ndabigusezeranyije."

Nti, "Urakoze."

Ati, "Reka ngende," maze aransoma, ahita agenda.

Njye na Data wacu, ndetse na Birungi, tumaze kugeza abashyitsi ku irembo, tugaruka mu ruganiriro, mbonera umwanya wo kubashimira cyane by'umwihariko.

➤

Ngira ngo imigisha yari yatangiye kunyoboka. Hashize icyumweru kimwe gusa, nyuma y'uko ndangiza kaminuza, telefoni irajwigira.

Uwari uhamagaye ati, "Mwiriwe. Navugana na Karabo?"

Nti, "Yego. Ni we muvugana."

Ati, "Aha ni kuri HROR, ishami ry'umuryango ushinzwe uburenganira bwa muntu mu Rwanda. Mwadusabye akazi k'Umukangurambaga ku burenganzira bw'Abagore. Twifuzaga kubatumira mu kizamini kuwa gatanu, kuwa 21 Mutarama 2005 saa yine za mu gitondo ku biro byacu, ku Kimihurura."

Nti, "Murakoze. Nzahagera ku gihe."

245

Na we ati, "Murakoze namwe."

Sinari nzi aho nahera nitegura ikizamini cy'akazi. Nahamagaye Sugira, anyemerera kumfasha. Twamaranye amanywa yose, ambaza ibibazo nk'aho yankoreshaga ikizamini, na njye nsubiza nk'ushaka akazi.

Bigeze aho ati, "Ni nde se ubu utaguha akazi?"

Nti, "Kubera iki se?"

Ati, "Usobanura ibibazo by'abagore ubivanye ku mutima cyane. Uremeza."

Ndamubwira nti, "Ahari wenda ni ukubera ibyo Mama yaciyemo. Nasomye ibitabo n'amaraporo menshi ku byabaye ku bagore mu ntambara yo muri Congo. Iyo ngira uburyo, nagakora ibishoboka byose nkarengera uburenganzira bw'abagore."

Sugira ati, "Uranyibukije. Ejo nagiye kuri Minisiteri ishinzwe impunzi n'Abanyarwanda bagaruka mu gihugu. Ariko sinasanzeyo umuyobozi ushinzwe impunzi z'Abanyarwanda. Umunyamabanga we yampaye gahunda yo kuzagaruka ku wa kabiri w'icyumweru gitaha."

Nti, "Sugira, ndagushimiye cyane."

Aramwenyura ati, "Oya ntunshimire. Ndiho ndabikorera mabukwe."

Mvugira hejuru nti, "Sugira!"

Anshyira ibiganza ku ntugu, maze ati, "Ndavuga uzaba mabukwe mu gihe kizaza."

Bigeze nimugoroba, aransoma, aransezera.

Ku wa gatanu wakurikiyeho, nambaye ishati y'umweru y'amaboko maremare, ijipo y'umukara, n'inkweto ndende, maze ngana ku Kimihurura kuri HROR. Ibibazo bambajije ntibyari bikomeye na gato. Byose nabisubije niyizeye. Nyuma yo kubazwa, bambajije igihe nashoboraga kuzatangira akazi. Mbabwira ko nari nshoboye guhita ntangira. Bambwira ko bazampamagara icyemezo nikimara gufatwa. Mbere y'uko ngere imuhira, bari bamaze kumpamagara, maze bambwira ko ari njye wari watoranyijwe, kandi ko nari gutangira ku wa mbere wakurikiyeho. Data wacu Kamanzi ntiyiyumvishije ukuntu nahise mbona akazi, nyuma y'icyumweru kimwe gusa ndangije kaminuza. Namubwiye ko byose nabikeshaga imigisha ye.

Kuwa mbere, nambaye ijipo y'ubururu bukaze, ishati y'ubururu bucyeye, n'inkweto ndende z'ubururu n'umukara, maze Data wacu Kamanzi antwara mu modoka angeza ku kazi. Umunsi wa mbere w'akazi wari uwo kunyereka ibyo uwo muryango wakoraga. Bampaye amaraporo menshi yarimo inkuru z'abagore bakorewe ihohoterwa rishingiye ku bitsina. Uko nasomaga buri nkuru, nibukaga akaga Devota yari yaragize ubwo impirimbanyi y'Umuhutu Abdullah yamuhohoteraga mu gihe cy'amezi atatu yose y'umwijima. Nakwibuka ko Mama yari akiri muri ako kaga, amarira akanziba amaso.

Saa kumi n'imwe z'umugoroba zigeze, nsohoka mu biro, maze mfata bisi igana mu Kiyovu. Ndangije kwiyuhagira, nsanga Data wacu Kamanzi n'umugore we Birungi, ngo dusangire icyayi, ndetse n'ifunguro ry'umugoroba.

Ku munsi wa kabiri w'akazi, noneho nafashe ikaramu n'ikayi nandika umwihariko wa buri nkuru. Nasobanukiwe ko abagore bamwe bananirwaga kwikura mu maboko y'abari barabagize ingwate, maze ntekereza ko wenda na Mama yari yarananiwe kwikura mu maboko ya Hagira, umugabo wari waramuhohoteye. Nguye agacuho, saa kumi n'imwe n'igice, ndataha. Nihutiraga kugera mu rugo nkaruhuka.

Ariko, ngezeyo, telefoni ntiyankundiye.

Nti, "Bite Sugira?"

Ati, "Ni byiza mukunzi wanjye. Akazi karagenda?"

"Yego. Ndiho ndakamenyera."

"Ngufitiye amakuru meza."

Nti, "Amakuru meza? Mbwira sha."

Ati, "Wibagiwe se ko nari mfite gahunda yo kujya kuri ministeri uyu munsi? Navuganye n'ushinzwe Abanyarwanda batahuka mu gihugu, mubwira ibya Mama wawe n'akaga yanyuzemo. Byamubabaje cyane. Yansezeranyije ko minisiteri izakora uko ishoboye ikagarura Mama wawe n'umuryango we mu Rwanda."

Nti, "Umuryango we? Ntiwamubwiye se ko Mama abana n'umuntu wakoze itsembabwoko?"

"Yego, nabimubwiye. Ahari yashakaga kuvuga abana be. Ariko n'umugabo we na we ashobora kuza kubazwa n'ubutabera ibyo yakoze."

Nti, "Sugira, binteye ubwoba. Uriya mugabo namenya ko Mama ashaka kugaruka mu Rwanda azamwica."

Ati, "Nakubwiye ngo iki? Ndakwinginze ungirire icyizere. Ubishinzwe yambwiye ko minisiteri ikorana n'imiryango mpuzamahanga ifite ubunararibonye mu gufasha abantu bari mu bibazo nk'ibya Mama wawe."

Ndamubwira nti, "Ndakwizeye. Ariko rwose bashatse bazarekera uwo mugabo muri Malawi, cyangwa bakazaba bamuzana nyuma."

Sugira yansezeranyije gukomeza gukurikirana iyo dosiye muri minisiteri buri cyumweru. Arangije ati, "Ese ufite gahunda yihe mu mpera z'icyumweru?"

Nti, "Nta gahunda ndafata."

Ati, "Uwakubonera se gahunda?"

"Yihe se?"

"Hari aho nshaka ko twazajyana kuwa gatandatu?"

Ndamubaza nti, "*Corners of Lovers*?"

"Oya. Ahandi. Mbabarira wemere."

"Sinemera utambwiye izina ry'aho tuzajya."

Ati, "Ndashaka kuzahagutunguza. Gusa icyo nakubwira ni uko ari ahantu uzakunda."

Nti, "Yego, ndemeye."

Amaze kunsezera, njya kwiyuhagira, maze nsanga Data wacu Kamanzi n'umugore we Birungi. Dusangira ifunguro rya nimugoroba, turangije, njya kuryama.

Gahunda y'icyumweru cyose yakomeje kuba imwe: Kubyuka njya ku kazi, nkirirwa mu biro umunsi wose, maze nataha nimugoroba, nkiyuhagira, nkarya, nkaryama.

Kuwa gatanu, Sugira anyoherereza ubutumwa muri telephone, ati, "Mukundwa, witeguye se gahunda y'ejo?"

Nti, "Yego. Harya tuzajya he?"

Ati, "Karabo, ntumbwire ko wari wabyibagiwe."

Nti, "Oya. Mbabarira. Iki cyumweru nagizemo akazi kenshi. Ni ya ndwara y'abakozi bashya. Nagombaga kugaragariza umukoresha ko mfite umwete w'akazi. Tuzajya he?"

"Ntugire ikibazo. Ejo uzahabona."

Kuwa gatandatu, nka saa tatu za mu gitondo, Sugira yari amaze kugera ku irembo ryo kwa Data wacu Kamanzi, atwaye imodoka ya benzi ya se.

Maze kumusoma ku itama, ndamubaza nti, "Sugira tugiye he? Mbabarira umbwire."

Ati, "Ihangane urahabona." Yongeraho ati, "Iyo kanzu yawe ni nziza, ariko uyu munsi, nakugira inama yo kwambara ijinisi n'inkweto za safari."

"None se tugiye kuzamuka ibirunga?"

"Wabimenye. Tugiye kuzamuka umusozi."

Nti, "Oya, mbabarira. Ntuvuge kuzamuka umusozi. Nta byo nashobora."

Ati, "ntugire ikibazo. Nunanirwa, ndagutwara ku bitugu."

Ndamubwira nti, "Nizere ko Mama wawe yakugaburiye ibigori by'impungure bihagije ukiri umwana."

Nuko yatsa imodoka, atwara agana ku Muhima. Tugeze

ku Giti cy'Inyoni, ntiyakomeza i Shyorongi, ahubwo afata agahanda k'ibitaka kari ibumoso. Twagenze n'imidoka iminota myinshi, mbere y'uko tugera aho twarebaga umusozi wa Musasa.

Sugira aparika imodoka, afungura urugi, maze arambwira ngo mve mu modoka. Twari mu rutumva ingoma, mu giturage gikikijwe n'imisozi miremire. Amfata ukuboko anyobora mu kayira gato. Umutima wanjye warateraga cyane. Nashakaga kumubwira ko ntari gushobora kuzamuka uwo musozi, ariko sinashakaga kumubabaza. Tumaze kuzamuka nk'igihe cy'iminota itanu, nanirwa gutera intambwe. Anshyira ibiganza mu mayunguyungu ngo amfashe gukomeza kugenda. Ndasimbuka musunika amaboko.

Ati, "Karabo, ariko kuki utemera ko ngukoraho?"

Nti, "Ntabwo ari uko ntashaka ko unkoraho."

Arongera ati, "Ariko ubwo uzabyumva ryari?"

Nti, "Numva ibiki?"

"Ko nshaka kugukoraho."

Ndamubwira nti, "Reka nicare hasi. Ndananiwe."

Ati, "Turacyafite urugendo rurerure. Tugomba kugera ku mpinga y'uyu musozi."

Nti, "Ni igihano se?"

Ati, "Oya, ni icyizimizo."

Ndamubaza nti, "Icyizimizo? Gute se?"

Aransubiza ati, "Ndakubwira nitugera mu mpinga. Ni ahantu hitwa Bwiza."

Amaso nayahanze mu kibaya, maze numva nsa nk'uhagaze hejuru y'ibibazo byanjye byose. Shema yari yaranze kuzamuka imisozi y'ubuzima bwanjye, none Sugira we yari yahimbye umukino wo kuzamuka umusozi, yitaga icyizimizo. Naribazaga nti, *Aho ntiyaba yarumvirije ikiganiro cyanjye na Shema?"*

Arambaza ati, "Dukomeze tugende?" Ariko mbere y'uko nsubiza, atangira kunkandakanda amaguru, maze ati, "Ntuhungabane. Uri kumwe na muganga w'amavunane yose. Mvura imitima n'amaguru."

Nuko ankanda buhoro yitonze kuva ku mano kugera ku mavi. Naribwiraga nti, *Urebye iyo biba ibiganza bya Shema, we wari uzi amahuriro y'ingingo z'umubiri wanjye wose.* Sugira akura icupa ry'amazi mu gikapu cye cy'urugendo, maze arampereza.

Ndahaguruka nti, "Reka tugende."

Ati, "Ntakitwirukansa." Maze yongeraho kumbaza ati, "Nshobora kugira icyo nkubwira?"

Nti, "Yego."

Arambika intoki ze ku matama yanjye, amaso ayahanga hagati y'ayanjye, nuko ubwo nageragezaga kumuhisha amaso, arambwira ati, "Ndagukunda." Areba hasi mu byatsi, arongera areba mu kirere, azunguza umutwe, maze ati, "Uzi uko agahinda ko gukunda umuntu mu ibanga karyana?"

Nti, "Urakoze." Ni ryo jambo ryonyine nari nshoboye kumubwira.

Ati, "Ntukwiye kunshimira. Nafashe icyemezo cyo kugukunda mu ibanga cyangwa ku mugaragaro. Umutima wanjye uzanezerwa kurushaho umunsi uzambwira ko nawe unkunda. Ariko nuramuka unafashe icyemezo ko biguma bitya, nzakomeza ngukunde nk'uko nagukunze kuva umunsi wa mbere naboneyeho inseko yawe."

Ndadidimanga nti, "Sugira, na... na njye ndagukunda."

Ati, "Ndabizi, ariko ndashaka n'urukundo rw'amaso n'umutima byawe." Ahita ahaguruka, maze ansaba ko dukomeza urugendo.

Kuzamuka uwo musozi ntibyari ikibazo gikomeye kurusha icyo kiganiro cy'urukundo.

Hashize akanya, tugera ku mpinga y'umusozi. Hari

ahantu hashashe neza bitaga Bwiza, kandi rwose hari
hafite ubwiza nk'ubwo muri Edeni. Hatatswe n'iminyinya
myinshi itanga igicucu, hejuru y'ibyatsi bitoshye. Sugira
afungura igikapu cye cy'urugendo, maze akuramo ikintu
cyasaga nk'igipirizo kinini. Nuko mbona atangiye kugihaga
umwuka. Icyo kintu cyaje guhindukamo igodora nyaryo.

Yirambika kuri iryo godora, maze ati, "Ngaha twahageze
ku cyanya cya Bwiza. Ngwino undyame iruhande."

Nti, "Iruhande rwawe?"

Ati, "Yego. Ntugire ikibazo. Iyo jinisi wambaye,
ikwegereye cyane, irakurinda ubukubaganyi bwanjye."

Nti, "Reka mbe nitegereza ubwiza bw'ubu busitani."

Nuko mba ngendagenda nsa nk'urangajwe n'ubwiza
bw'igihugu cy'imisozi igihumbi, ishyira ibibaya, bitatswe
n'amazi y'imigezi itemba isanga abaturarwanda bose.

Hashize akanya, ijwi rivugira hejuru rirandogoya riti,
"Karabo, ntabara, ndakwinginze."

Niruka nsanga Sugira, nti, "Ubaye iki? Bigenze bite?"

Ati, "Reba hano."

Nti, "Hehe?"

Arambwira ati, "Ku mugongo. Sinzi ikintu kindumye.
Ndunama ngirango ndebe ko kaba ari agasimba. Aba
aramfashe, arankuruye ngo ndyamane na we kuri iryo
godora, maze ati, "Cyagiye. Ndakwinginze ntiwongere
kunsiga. Kitagaruka."

Nti, "Sugira, sigaho."

Ati, "Reka ngufashe gukuramo inkweto. Ntugire ikibazo,
intoki zanjye ntiziza gukora ku ijinisi yawe."

Ndyamisha urubavu rwanjye iruhande rw'urwe, maze
twembi dukomeza kwitegereza amabara n'amasena y'ibicu
byo mu kirere cy'ubururu bwerurutse.

Ati, "Wabonye ubwiza bw'ikirere?"

Nti, "Yee, ni cyiza cyane."

Nuko ati, "Iyaba twakwibera inyoni tukigurukira."

Ndabaza nti, "Tukaguruka nk'inyoni? Njye nawe?"

Ati, "Yego. Reka ubutaha tuzabigerageze. Tugomba kuguruka nk'utunyoni mu kirere, aho twaba turi twenyine, nta wundi muntu. Ahari ho wabasha kumva indirimbo z'umutima wanjye."

Nyuma y'inzenya nyinshi zuzuye ibizimizo, twasangiye ifunguro yari yaje yitwaje. Tumaze kugogora, twongera gufata akanya ko kuzenguruka iyo mpinga y'umusozi, twitegereza ubwiza bwayo. Sugira yari yakomeje kwitwara nk'umusore ukwiye kandi udakubagana, nk'uko yari yabinsezeranyije.

Hashize akanya, amfasha kongera kumanuka uwo musozi. Ntibyatinze, tuba tugeze aho twari twasize imodoka. Ubwo twaganaga mu mujyi, twagiye tuganira ku buzima, ndetse tugacishamo tukanaseka akavuyo twabonaga ku Giti cy'Inyoni, harimo n'ukuntu igitambaro cyagurutse, kikava ku mutwe w'umugore wari uri ku ipikipiki, mu masangano y'imihanda ya Nyabugogo.

Tugeze kwa Data wacu Kamanzi, Sugira ansezera ansoma, ati, "Ijoro ryiza."

Nti, "Wakoze cyane."

Ati, "Nta mpamvu yo kunshimira."

Mva mu modoka, maze niruka njya mu cyumba cyanjye. Ijoro ryose naraye nibaza ibibazo ntari mfitiye ibisubizo. Ahari agaseke k'umutuku ka Shema nari mfite muri icyo cyumba niko kari kabitse uburozi bw'urukundo namukundaga. Nagakuye ku meza maze nkajugunya mu kabati. Nta mbaraga nari mfite zo kukanaga hanze burundu. Nuko mfunga amaso ngo nsinzire nubwo izo nzozi zambuzaga gufata igitotsi.

Kuwa mbere wakurikiyeho, umuyobozi mukuru wa HROR yambwiye ko uwo muryango wari ufite ishami ryawo muri Malawi. Mubwira iby'akaga ka Mama. Ansezeranya ko azasaza ibiro byabo biri muri Malawi kumushaka, bakamenya amakuru ye. Nahisemo kutabwira Sugira ibyo uwo muyobozi yari yansezeranyije.

Hashize iminsi mike, umuyobozi mukuru wa HROR yinjira mu biro byanjye ati, "Karabo, reba iyi foto. Uyu ni Mama wawe?"

Nti, "Reka ndebe."

Isura ye yari yarahindutse nk'iy'umukecuru wo mu giturage. Umubiri we, wahoraga ubundi utoshye, wari warahindutse urwirungu. Yari yarananutse cyane, yitwikiriye igitambaro mu mutwe cy'amabara menshi, asa nk'ayo mu gitenge yari yambaye. Ntiyari akiri umugore w'umusirimu, wafungaga imitsa ayiganisha inyuma, mu iburuze imukwiriye neza, ndetse n'ijipo imwegereye, ubwo yajyaga atambuka mu nkweto ndende, adupepera agiye ku kazi, buri gitondo. Uwo mugore wo ku ifoto nta cyo yari ahuje na Mama, uretse amaso ye n'iminwa, nubwo byari bisigaye bisa nk'iby'uwanyoye itabi.

Umuyobozi mukuru ati, "Reka kurira, ihangane."

Nti, "Mama yarahindutse. Yabaye indushyi."

Ati, "Hashize igihe, kandi yaciye muri byinshi. Icyiza ni uko abakozi bacu bavuganye na we mu ibanga. Yababwiye ko na we yifuza kugaruka mu Rwanda, ariko akaba adashaka gusiga abana be. Turiho turiga uburyo twamuzanana n'abana.

Nti, "Mubyitondere cyane. Umugabo we ni umugome. Ashobora kumwica."

Ati, "N'umugabo we twaramuvugishije."

Ndamubwira, "Mwaramuvugishije?"

"Yego, twavuganye na we ukwe. Ariko ntitwamubwiye ko twanabonanye n'umugore we. Twamushishikarije gutaha mu Rwanda azanye n'umuryango we."

"Yaremeye se?"

Ati, "Oya. Atekereza ko yahita yicwa akigera mu Rwanda. Tuzakomeza tumuganirize. Niba yaragize uruhare mu itsembabwoko, agomba kuzaza akabihanirwa n'ubucamanza."

Uwo munsi wambereye nk'ubuki burura. Umutima wanjye wifuzaga kongera kubona Mama, ariko ubwonko bwanjye bwambazaga icyo nzabwira abari banzi nk'uwarokotse itsembabwoko ryakorewe Abatutsi, kandi wiciwe abo mu muryango we bose. Naribazaga nti, *Ni gute nzababwira ko ngiye kwakira umuryango wanjye uvuye mu nkambi z'impunzi z'Abahutu, muri Malawi?*

Ngeze mu rugo, mu gihe niteguraga kujya kwiyuhagira, telefoni irajwigira.

Nti, "Karame."

Uwari uhamagaye ati, "Karabo, bite? Ni Muhire. Umva. Uriho urareba televiziyo?"

Nti, "Oya."

Ati, "Reba vuba kuri *Celebrity TV*. Ndaza kuguhamagara nyuma."

Ahita ava ku murongo ntaramubaza impamvu ngomba kureba iyo televiziyo. Data wacu Kamanzi n'umugore we Birungi ntabwo bari mu rugo. Nshyiraho televiziyo yo mu ruganiriro. Shema yari yatumiwe mu kiganiro cyitwaga Fashion Stars Show, cyavugaga ku mideli. Yari yambaye ijinisi y'ubururu, yarengejeho agapira k'ubururu, n'agakoti k'ikijuju. Siniyumvishaga uburyo yari yarahindutse. Nasaga nk'imbwa ireba filimi.

Umushyushyarugamba ati, "None se iki gihembo wabonye uzakimaza iki?"

Shema arasubiza ati, "Ndateganya kongera igishoro mu bucuruzi bwanjye bw'imideli."

Yari yarabaye umugennyi w'imideli, ari nabwo bucuruzi yari asigaye akora. Shema yari yaratsindiye igihembo cy'amadorali ibihumbi ijana, mu irushanwa ryabereye Atlanta, i Georgia, mu Leta Zunze Ubumwe z'Amerika. Siniyumvishaga impamvu y'izo mpinduka zo mu kanya gato. Nkomeza kumukurikira ubwo yasobanuraga uburyo yahangaga imideli.

Umushyushyarugamba aramubaza ati, "Hari urubyiruko rwinshi rw'Abanyarwanda rushaka kugira icyo rwakwigezaho, ariko bagatekereza ko bigoye kubona igishoro. Ese wemeranya na bo?"

Shema ati, "Yego, nanjye nari nka bo. Amahirwe nagize ni uko nabashije kwiga mu ishuri ry'imideli no kudoda, ryanyigishije byinshi bijyanye n'impamvu umuntu ahitamo umudeli runaka. Najyaga nkunda kwitegereza abantu nakundaga, nako umuntu nakundaga. Igihe cyose nabaga ndi njyenyine, nashushanyaga imideli yabera urubavu rwe."

Undi ati, "Uwo uvuga ni umukunzi wawe se?"

Shema ati, "Oya, twaratandukanye. Naramukundaga, kandi nzamukunda iteka. Ariko ibyacu byararangiye. Gusa, n'uyu munsi, igihe cyose nshaka gutekereza ku mideli mishya, nkurura ifoto ye, ibitse kure mu bwonko bwanjye, maze ngashushanya ku rupapuro. Buri mudeli wose nahanze usobanura agace k'inkuru y'ubuzima bwanjye na we, cyangwa se ubwe ku giti cye."

Umushyushyarugamba ati, "Ibyo birashimishije cyane. Niba nta cyo bigutwaye, wambwira impamvu mwatandukanye?"

Shema ati, "Oya, ntabwo ari ngombwa. Ubu afite ubuzima bwe, na njye mfite ubwanjye. Gusa nakubwira ko mukesha byinshi. Yambaye iruhande igihe nari njyenyine, nsabitswe n'agahinda. Sinari kuba nkiriho iyo aza kuba ataranshishikarije kubaho, igihe nabonaga nta cyindi ntegereje mu buzima, uretse urupfu. Nubaha ko ubu afite ubuzima bwite bwe. Asigaye akundana n'undi musore, kandi mbifurije ihirwe."

Umushyushyarugamba asoza agira ati, "Urakoze. Twiteze iyindi mideli uzakomeza guhanga."

Nkimara kumva ibyo Shema yari amaze kuvuga, nahise nzimya televiziyo, nirukira mu cyumba cyanjye, mpfumbata umusego wanjye utukura, ndawukomeza. Telefoni irogoya amarira yanjye.

Muhire arambaza ati, "Wamubonye kuri televiziyo?"

Nti, "Yeee, namubonye."

Ati, "Nguwo rero Shema wanshinze kwitaho nka murumuna wanjye. Ntakinywa urumogi. Asigaye afite ubucuruzi yise *Shema Designs*. Mbere nanjye nabanje kugira ngo nta cyo bizamumarira, kugeza atsindiye kariya kayabo. Anteye ishema."

N'ijwi ryari ryananiye gusohoka mu kanwa, nti, "Na njye biranshimishije."

Muhire ati, "Karabo, Shema aracyagukunda."

Nti, "Wenda, ariko ikidutandukanya kirusha uburemere urukundo ankunda."

Ati, "Nta cyo naguhisha. Shema yambwiye ko agukunda cyane. Ariko yongeraho ko atazashobora kukubabarira ko wamubeshye ku byerekeye indangabwoko yawe, ndetse no kuri mama wawe. Shema aracyafite ibikomere ku mutima. Aracyavuma Abahutu bamwiciye umuryango."

Nahise nsezera Muhire, telefoni nyifasha hasi. Ntabwo nashakaga gufungura ako gaseke k'indangabwoko z'Ubuhutu n'Ubututsi.

Nabyutse mu gitondo nafashe icyemezo kidakuka. Saa yine z'amanywa, mfata telephone mpamagara Sugira. Musaba ko tuza kujyana kuri *Corners of Lovers*.

Nyuma y'amasaha y'akazi, twagiyeyo. Dusaba ibyo kunywa.

Mbere y'uko umugabuzi abizana, ndeba Sugira mu maso nti, "Ndemeye."

Arambaza ati, "Hmm? Wemeye iki?"

Nti, "Kuba umukunzi wawe."

Ntegereza ko asimbukana ibyishimo kunsoma, ndaheba.

Ati, "Karabo, urasa nk'ufite agahinda. Byagenze bite?"

Nti, "Nta cyo. Gusa natekereje ku cyo wansabye, none niyemeje ko twakwiha amahirwe."

Sugira ati, "Amaso yawe ntiyemeranya nawe. Ni yo agaragaza neza ikikuri ku mutima."

Nanjye nti, "Noneho hitamo niba wemera ibyo nkubwiye, cyangwa niba ufata ibyo amaso yanjye avuga."

Sugira ageze aho ati, "Karabo, ndagushimiye. Uzi neza ko ngukunda cyane, kandi ko inzozi zanjye ari uko nazagupfumbata mu gituza, kugeza ku mperuka y'isi."

Arahaguruka, anca inyuma mu mugongo, maze anzengurutsa amaboko ku ijosi, nuko ibiganza abimanura mu gituza. Iminwa ayikubita ku yanjye. Mbwira umutima kuziba, ugakurikira amabwiriza y'ubwonko. Uburyo bwonyine nari guhana Shema ni uko nari gusoma undi musore nshishikaye, umutima wanjye wabishaka utabishaka. Nahumirije amaso ndirekura.

Tumaze gusomana, Sugira andambika ibiganza ku matama, aranyitegereza, maze ati, "Ndagukunda."

Ndamusubiza nti, "Nanjye ndagukunda."

Ubwo twasangiraga ibyo kunywa n'ibyo kurya, Sugira yafashe umwanya wo kongera kunyibutsa uko yari yarankunze kuva tukiri mu mashuri yisumbuye. Maze ansezeranya ko nta kintu cyangwa umuntu uzigera adutandukanya. Abantu benshi bajyaga bavuga ko abantu-gore bakunze gufata ibyemezo bakurikije ijwi ry'imitima yabo. Ariko njye nari niyemeje gukurikiza inama z'ubwonko mu gufata icyemezo gikomeye cy'ubuzima. Sinari kuzabona undi musore unkunda kurusha urwo Sugira yankundaga. Ubwonko bwanjye bwari bwaranyemeje ko nubwo Shema yankundaga, urukundo rwe rutari rwuzuye, igihe cyose yakomezaga kunshyira mu gatebo kamwe n'impirimbanyi z'Abahutu, zamugize imfubyi.

Turangije gufungura, Sugira yangejeje kwa Data wacu Kamanzi. Maze, tugezeyo, aransoma mbere y'uko nsohoka mu modoka. Numvaga umutima wanjye uremereye. Ishusho y'inseko ya Shema yari ikomeje kumata ku nkuta z'ibitekerezo byanjye. Ariko nagombaga gukora uko nshoboye nkayisiba, maze nkayisimbuza iya Sugira.

XV

Gahunda yo kugarura Mama mu Rwanda yakomeje kugorana, nubwo nta ko minisiteri ndetse n'umuryango mpuzamahanga batagiraga.

Umunsi umwe mu Ugushyingo 2005, umuyobozi mukuru wa HROR yampamagaye mu biro bye, maze amenyesha ko yamenye ko minisiteri na yo yari irimo gukora kuri dosiye ya Mama, none bakaba bari biyemeje guhuza ibikorwa na bo.

Ati, "Umugabo wa Mama wawe yemeye kuzagarukana mu Rwanda n'umuryango we."

Ndabaza nti, "Bazazana?"

Ati, "Yego. Ni byo byiza. Nyoko ntiyazazana abana ise ubabyara atabimwemereye."

"Bazaza ryari?"

"Ntibazarenza ukwezi gutaha."

Nari naramaze kubwira Sugira ko na HROR yari irimo kumfasha kugarura Mama mu Rwanda. Nyuma y'akazi, njya kumubwira iyo nkuru nziza. Twemeranya ko igihe cyari cyigeze ngo tubwire abandi bo mu muryango iby'iyo gahunda. Nemera ko njye njya kubibwira Data wacu Kamanzi, hanyuma mu mpera z'icyumweru, Sugira akazamperekeza no kubibwira Marume Gasana.

Ndamwihanangiriza nti, "Tuzababwira gusa ko Mama azaza. Ntitugomba kubabwira abarimo kubidufashamo."

Ati, "Kubera iki?"

Nti, "Tugomba kwitonda. Sinzi niba Data wacu Kamanzi ashaka ko Mama agaruka mu Rwanda. Kandi byongeye, niba Marume Gasana yarigeze ashaka gufasha mushiki we, aba yarabikoze kera."

Ngeze mu rugo, ndiyuhagira, maze nsanga Data wacu Kamanzi mu ruganiriro, ngo tuganire.

Nti, "Mwiriwe."

"Mwiriwe. Hashize igihe. Uracyabana natwe muri uru rugo?"

"Yego, uretse akazi kenshi. Hari icyo nifuzaga kubabwira."

"Mbwira."

Nti, "Mama wanjye agiye kugaruka mu Rwanda."

Data wacu Kamanzi ati, "Ngo agiye kugaruka? Hanyuma se umugabo we?"

Nti, "Iby'umugabo we simbizi. Icyo nzi ni uko Mama azaza ukwezi gutaha. Azakenera aho kuba. Bishobora kuzansaba gukodesha inzu nzabanamo na we."

Arambaza ati, "Muri uwo mushahara wawe w'intica ntikize?"

Nti, "Nzashaka amazu adahenze."

Data wacu Kamanzi nta byinshi yashakaga kubivugaho. Mbonye yicecekeye, nirukira mu cyumba cyanjye.

Kuwa gatandatu wakurikiyeho, Sugira amperekeza kwa Marume Gasana. Marume yambajije niba nari maze kumenyera akazi ko kuri HROR, mubwira ko nari maze kuba inararibonye mu byerekeye uburenganzira bw'abagore.

Maze nti, "Mama azagaruka mu Rwanda ukwezi gutaha."

Mbere y'uko Marume Gasana asubiza, Mugabo ati, "Iyo ni inkuru nziza."

Marume ati, "Itonde, Mugabo." Maze arampindukirira, arambaza ati, "Ugize ngo Musanabera azagaruka mu Rwanda? Hanyuma se umugabo we? Abana se?"

Nti, "Ibyabo simbizi. Icyo nzi ni uko Mama agiye kugaruka."

Ati, "Bizaba ari ikosa rikomeye akoze mu buzima. Gusa icyo nzi ni uko Hagira, umugabo niyiziye, atazemerera nyoko kugaruka mu Rwanda."

Ndamubaza nti, "Ugize ngo umugabo wiyiziye?"

Ati, "Yego. Twabonanye ubushize ubwo najyaga muri Malawi. Narabasuye."

Nti, "Ubushize uri muri Malawi? Ntiwari warigeze umbwira ko wajyaga usura Mama."

Marume ati, "Karabo, ntunyumve nabi. Nabasuye kabiri gusa. Kandi, ntabwo naba ndi umuyobozi muri iyi leta, ngo ngaruke mvuga ko nagiye gusura impunzi z'Abahutu. Ni njye wakuzaniraga inzandiko ze."

Nti, "Mama ntabwo ari impunzi iyo ari yo yose; ni mushiki wawe. Ni iki gituma udashaka ko agaruka mu Rwanda?"

Ati, "Winshimuza. Ntiwigeze ungisha inama mbere y'uko ufata gahunda yo kumugarura. Ni umugore washatse kandi ufite abana. Baramukeneye."

Mbaza Marume nti, "Hanyuma se njye?" Nuko mpindukirira Sugira nti, "Tugende. Nta kindi dufite cyo gukora hano."

Sugira amfata ukuboko ati, "Karabo, ihangane."

Nti, "Niba udashaka ko tugenda, sigara. Wirirwe."

Mpita nsohoka muri iyo nzu. Sugira na Mugabo

barankurikira. Umujinya wanigaguraga mu muhogo. Ubwonko bwanjye ntibwiyumvishaga ukuntu Marume Gasana atashakaga ko mushiki we agaruka mu Rwanda, kandi we yari mu byubahiro byo kuba minisitiri muri Leta atemeranyaga na yo.

Mbaza Mugabo nti, "Ariko mwabaye mute? Muzahinduka ryari? Kuki utigeze umbwira ko inzandiko za Mama zazanwaga na Marume Gasana?"

Mugabo ati, "Ndakwinginze mbabarira. Data wacu Gasana yari yarantegetse kutazabikubwira. Yashakaga kuzijugunya, ariko ndamwinginga ngo azimpe. Namusezeranyije ko ntazakubwira uwazizanye."

Nti, "Kuki atashakaga ko menya ko ariwe wazanaga inzandiko?"

Ati, "Agomba kuba hari amabanga yibitseho. Yambwiye ko yari inshuti ikomeye y'umugabo wa Mama wawe." Mugabo aceceka umwanya, maze yongeraho ati, "Reka ibya Data wacu Gasana tubyihorere. Nejejwe n'uko Mama wawe agiye kugaruka. Iyo gahunda ndayishyigikiye. Gusa, ndakwinginze ntuyishyiremo Data wacu Gasana. Ntawamenya icyo yakora. Simwizera."

Nti, "Mugabo, urakoze."

Nahavuya nafashe umwanzuro ko ahari abantu benshi batifuzaga kubona Mama agarutse mu Rwanda. Nari ntewe ubwoba cyane no gutekereza ko bashoboraga gukora ibyo bashoboye byose ngo ntazaze.

———➔

Kuwa 17 Ukuboza 2005, nari ndi mu cyumba cyanjye nibaza niba Mama azaza mbere ya Noheri. Imitsi y'umubiri wanjye yasaga nk'iyahagaze, yiteguye igaruka rye. Kujwigira kwa telefoni birankangura.

Nti, "Karame."

Umuyobozi mukuru wa HROR ati, "Karabo, ngufitiye amakuru meza. Mama wawe azaza ejo."

Nti, "Ejo? Kuki mutambwiye mbere?"

Ati, "Ntugire ikibazo, imyiteguro yo kumwakira yose yarakozwe."

Nti, "Yeee? None se azaba he?"

Ati, "Azazana n'umuryango we. Minisiteri yabateguriye amacumbi bazaba barimo mbere y'uko babasha kwibonera ahandi ho kuba."

Ndamubwira nti, "Ndabashimiye cyane."

Nta bindi bibazo nari mfite. Byasaga nk'aho byose bari barabishyize ku murongo.

Nirukira mu yindi nzu, kubwira Data wacu Kamanzi n'umugore we Birungi, nti, "Mama azaza ejo."

Bavugira icyarimwe bati, "Ejo?"

Nti, "Yego. Ndabinginze mwese muzaze tujye kumwakira ku kibuga cy'indege mpuzamahanga cya Kigali."

Data wacu Kamanzi arambaza ati, "Azashyikira he? Wamukodeshereje inzu?"

Nti, "Oya, ntabwo mbizi."

Bombi basaga nk'abareba filimi y'agakabyo.

Nirukira mu cyumba cyanjye, mfata ifoto ya Mama, maze mushimira ko yemeye kungarukira. Mpamagara Sugira musaba ko amenyesha ababyeyi be. Nahamagaye n'abandi bantu bake mu bari bazi ko ndi uwo bitaga imvange, kandi ko Mama yari akiriho. Dogiteri Baziga ndetse na Muhire bari muri bo. Nari nzi neza ko bari gushimishwa no kumenya ko inama zabo zitabaye impfabusa. Namenyesheje na Mugabo mu ibanga, ariko musaba ko nta wundi abibwira.

Bucyeye bw'aho Sugira amperekeza kugurira Mama indabyo ndetse na shokola z'abana be. Saa munani z'amanywa, Birungi ampamagara kuri telefoni maze ambwira ko we na Data wacu Kamanzi batari bubashe kuza ku kibuga cy'indege. Ntabwo yagombaga kunsobanurira impamvu.

Njye na Sugira twageze ku kibuga cy'indege hakiri kare.

Sugira ati, "Dore uriya ni wa mugabo ukora muri ministeri y'impunzi n'Abanyarwanda bagaruka mu gihugu. Wasanga na we ategereje Mama wawe."

Nti, "Reka tumwegere."

Maze kwibwira uwo mugabo, yambwiye ko nsa na Mama. Hashize akanya, abandi bantu batangira kuhagera. Barimo ababyeyi ba Sugira, Muhire, ndetse n'inshuti ye Karega. Natangajwe no kubona Marume Gasana azanye na Mugabo.

Maze nikuba kuri Mugabo nk'aho nshaka kumuhobera, ndamubaza nti, "Sinakwihanije kutabibwira Marume Gasana?"

Mugabo ati, "Nta byo namubwiye. Yabibwiwe n'umugabo wa Mama wawe. Na we barazanye."

Mbere y'uko nsubiza, wa mugabo wo kuri minisiteri aba arampamagaye, ati, "Indege imaze kuhagera. Bariya bapolisi mubona hariya ni abari buhite bafata umugabo we."

Ndabaza nti, "Mugize ngo iki? Barahita se bamutwara muri kasho?"

Ati, "Vuga gahoro. Birakorwa mu ibanga rikomeye."

Nti, "Mama se iyo gahunda arayizi?"

Ati, "Oya. Nta yo azi neza. Bamubwiye gusa ko umugabo we ashobora kuzabazwa n'ubucamanza iby'ibyaha yakoze."

Hashize iminota mike, Abanyarwanda bagera nko kuri makumyabiri basohoka mu nzu yo ku kibuga. Ku mipira bari bambaye y'umweru, hari handitseho ngo, *"Karame, Rwanda."* Minisitiri w'impunzi n'Abanyarwanda bagaruka mu gihugu, ari kumwe n'abandi bayobozi b'igihugu, barabasanganira. Marume Gasana na we yari yasanze abayobozi, bagenzi be.

Umugore umwe, muri abo bantu bari baje, aranyitegereza. Yari ari kumwe n'abana batatu. Yasaga nk'uwo umuyobozi mukuru wa HROR, hari hashize amezi make, anyeretse ku ifoto. Ndiruka ndamusanganira, maze mugwa mu nda. Arampobera, arampfumbata, arankomeza cyane, maze ansaba kurambika umusaya wanjye mu gituza cye. Ari we, ari njye, ntawagize ijambo abwira undi. Wa mukozi wo kuri minisiteri aratwegera, asaba Mama kwinjira muri bisi. Yari agiye ku macumbi minisiteri yari yabateguriye i Gahanga muri Kicukiro. Uwo muyobozi atubwira ko dushobora gukurikira iyo bisi. Mpereza Mama umuba w'indabyo ze, ndetse na shokola nari nazaniye abana. Sinamenye aho Marume Gasana yazimiriye. Mugabo yambwiye ko yahise agenda akimara kumenya ko Hagira bamufashe. Njye, Sugira, ndetse na Mama we, dukurikira iyo bisi i Gahanga.

Minisiteri y'impunzi n'Abanyarwanda bagarukaga mu gihugu yari yarabakodeshereje amazu meza, arimo udukoresho duciriritse. Mama yari atuje ariko ubona yashobewe. Nashoboraga kubara amagambo ye. Yasaga nk'ufite ubwoba bwo kuba yari akikijwe n'abantu benshi. Numvaga ntiteguye kugumana na we iryo joro. Nari nsazwe n'urukundo nari mfitiye uwo mubyeyi wari Mama, ariko kandi ntewe ubwoba n'uko yari asigaye asa.

Sugira na nyina bangejeje kwa Data wacu, mpita njya mu cyumba cyanjye nihisha mu buriri, maze mpfumbata cyane umusego wanjye utukura. Nagombaga kwirekura, ngaturika nkarira, umusego nkawutosa.

Mu gitondo, nsubira kureba Mama, ariko ibibazo byose nashakaga kumubaza byanga kunyerera ku rurimi. Na Mama na we nabonaga adashaka gutangiza icyo kiganiro nari ntegereje imyaka myinshi.

Hashize akanya, mfata icyemezo cyo kuba kigabo, maze nti, "Nari ngukumbuye."

Na we ati, "Na njye nari ngukumbuye. Ese inzandiko nakwandikiye zakugezeho?"

Nti, "Yego."

Ati, "Nta gisubizo cyawe nabonye. Natekereje ko nyokorume ataziguhaye."

Nti, "Zangezeho. Ntabwo nari nzi icyo nakwandikira n'aho natangirira. Hari byinshi dukwiye kuganira... Mama, nabaye imfubyi imyaka hafi cumi n'ibiri, nta Papa, nta Mama..."

Amarira atangira kumubunga mu maso. Areba hasi, maze arongera arampindukirira ati, "Mbabarira, mwana wanjye."

Ndamubaza nti, "Nkubabarire iki?"

Ati, "Nazinutswe umunsi nabasize, mwebwe na so, ku isaha mwari munkeneye kurushaho... Nibazaga iki koko? Mbabarira. Ndakwinginze umpe imbabazi."

"Mama, nzi impamvu wadusize. Ariko sinzi impamvu watinze kugaruka."

Ati, "Mbabarira..." maze arongera asuka amarira, nuko arekera aho kuvuga.

Turira twembi.

Nti, "Mama, reka kurira."

Mama ati, "Oya, Karabo, ni wowe ukwiye guhanagura amarira yawe. Ayanjye azahora antemba ku matama. Nzishyura urupfu rwa Kalisa n'abana banjye ubuzima bwanjye bwose."

Nti, "Oya, Mama, ntukwiye kwirenganya. Nta ruhare wagize mu rupfu rwabo. Na we wagezweho n'akaga ka biriya bihe."

Aho kumubaza ibibazo byose nari mfite, ahubwo muhanagura amarira. Na we ntiyari yiyoroheye. Nta kindi nagombaga kongeraho.

Arambaza ati, "Karabo, wazanjyana ku buturo bwa so na barumuna bawe?"

Nti, "Yego. Twajyayo n'ejo niba nta kibazo."

Naganiriye na Mama birambuye kandi bitishishanya. Namubwiye uko impirimbanyi z'Abahutu zishe Papa na barumuna banjye, ndetse n'uko njye narokotse itsembabwoko. Na we yambwiye akaga yahuye nako mu itsembabwoko ryakorewe Abatutsi, ndetse n'uko umuryango we wamwishe urubozo ngo kuko yari yarashatse Umututsi.

Yageze aho, aritsa, maze ati, "Hari ubwo njya numva byari ngombwa ko mfatanya na Kalisa kwikorera umusaraba w'urupfu. Nari kubabara birushijeho iyo impirimbanyi z'Abahutu ziza kuba nanjye zitarankoreye ibibi. Nari kuba nicuza birenza uko nicuza ubu... Iyo nza kuba narapfanye n'umugabo umwe rukumbi nakunze byari kuba byiza... Ahari ubanza Imana ifite impamvu yaturokoye. Tugomba kuberaho Kalisa, Fifi, Dudu, ndetse n'uruhinja rwanjye rwishwe ku munsi wa mbere rwaboneyeho izuba."

Yambwiye ko yari anejejwe n'uko Data wacu Kamanzi yari yaranyitayeho mu gihe Mama wambyaye yasaga nk'utakiriho.

Nti, "Nanjye nshimira Data wacu Kamanzi. Ariko igihe kirageze ngo ancutse. Ngomba gushaka inzu twakwimukiramo wowe nanjye."

Mama ati, "Oya, ibyo sinabishyigikira."

Ndamubaza nti, "Kubera iki?"

Ati, "Ngomba kuzabanza ngashaka abantu, bakamperekeza gushimira ku mugaragaro Kamanzi ko yakureze nk'uko so ukubyara yari kukwirerera."

Nti, "Mama, ubwo se Data wacu abaye adashaka kukwakira iwe?"

Ati, "Azanyakira. Ntugire ikibazo."

Ndamubwira nti, "Mama, Data wacu Kamanzi yanga Abahutu. Ahari wenda nta byo uzi..."

Mama aransubiza ati, "Ugomba kumwumva.

Impirimbanyi z'Abahutu zamwiciye se, kandi zituma aba impunzi imyaka myishi y'ubuzima bwe. Hanyuma nk'aho ibyo bitari bihagije, zimwicira murumuna we yakundaga cyane, so Kalisa. Sinshaka kuvuga ko akwiye kubanga, gusa ndashaka kuvuga ko dukwiye kumva agahinda ke. Kubabarira bitwara igihe kirekire."

Nti, "Hanyuma se wowe? Impirimbanyi z'Abahutu ntizakwiciye umugabo n'abana?"

Ati, "Nanjye nyine ni yo mpamvu numva agahinda ka Kamanzi. Reka ibyo tubireke. Gusa, icyo ukwiye kumenya ni uko Kamanzi ari so wanyu. Umugomba icyubahiro nk'icyo wagahaye so. Nanjye kandi ndamwubaha nk'umugabo wacu, nk'uko mu Kinyarwanda yitwa."

Nti, "Ntacyo, nzakujyana iwe."

Uko amaso yanjye yitegerezaga Mama, amatwi yanjye yo yari yashobewe. Koko abantu ntibahinduka. Nubwo yari atuje cyane, kandi asa nk'unaniwe, Mama yari akiri umugore w'ijambo ridakuka. Mu maso ye, hari hashushanyije agahinda, umubiri we wari wumye. Numvaga nshaka kumusaba ngo ankundire aturike, atere urusaku, ambwire umubabaro n'umujinya yari afite.

⟶

Hashize iminzi ibiri, nk'uko nari naramusezeranyije, njyana na Mama ku rwibutso rw'itsembabwoko ryakorewe Abatutsi rwa Kigali. Sugira yadutwaye mu modoka ya se.

Tugeze ku gituro cya Papa na barumuna banjye, Mama yitwikira igitambaro mu mutwe no mu maso, arapfukama, maze ati, "Kalisa, nongeye kugusaba, nkwinginga ngo umbabarire. Maze imyaka myinshi ngusaba imbabazi. Nyumva umbohore. Ubu noneho nzi neza ko Imana yakwakiriye mu bugingo buhoraho, ikaba yaraguhaye imbaraga z'ijuru, kugira ngo urinde umwana wacu Karabo. Ndagushimira." Ararira, ntitwabasha kumuhoza.

Mama yinjiye mu nzu y'urwibutso, maze turamukurikira. Twasuye ibyumba byayo byose dutuje, gusa yagera ku mafoto amwe, akayatunga urutoki ati, "Ndebera."

Tuvuye ku rwibutso, Sugira adusiga kwa Data wacu Kamanzi mu Kiyovu. Nibazaga niba Data wacu aza kugerageza uburyarya, cyangwa niba aza gusuka kuri Mama urwango rwose yari amufitiye.

Tumaze gukomanga ku rugi, Birungi yaradukinguriye, maze ati, "Ikaze. Uyu ni Mama wawe?"

Nti, "Yego." Maze ndahindukira nti, "Mama, uyu ni Birungi, muka Data wacu Kamanzi."

Birungi atwereka aho twicara, maze ajya kumenyesha Data wacu Kamanzi. Yagarutse hashize iminota mike, aricara, akomeza kwirebera televiziyo. Ntiyatwakirije ibyo kunywa nk'uko yajyaga abigenzereza abandi bashyitsi be.

Hashize nk'iminota icumi ducecetse, dutumbiriye televiziyo, Data wacu Kamanzi arashyira aza mu ruganiriro. Ati, "Muraho."

Mama arasubiza ati, "Muraho. Nejejwe no kukubona. Kalisa yajyaga akunda kukuvuga."

Data wacu na we ati, "Na njye Kalisa yajyaga akumbwira. Yanyohereje ifoto y'ubukwe bwanyu, ariko ndabona warahindutse cyane. Urugendo rwagenze rute?"

"Rwagenze neza ariko rwari runanije. Twabanje kuzunguruka Afrika yose, mbere yo kugera i Kigali."

Birungi arahaguruka atubaza icyo twifuzaga kunywa. Twembi twasabye icyayi. Ntegereza ko Data wacu Kamanzi na na Mama bakomeza kuganira, ndaheba.

Maze mbwira Data wacu Kamanzi nti, "Tuvuye ku rwibutso, gushyira indabyo ku gituro cya Papa."

Ati, "Wajyanyeyo se na nyoko?"

Nti, "Yego."

Data wacu Kamanzi arimyoza, areba Mama kuva ku mano kugera ku mutwe, maze afata telekomandi ahindura umurongo wa televiziyo.

Mama yikora mu nzara nk'ukuramo imyanda itarimo, maze ati, "U Rwanda rwabayemo ishyano ritaraba ahandi."

Data wacu aramubaza ati, "Nawe se urabizi?" Nuko arampindukirira ati, "Karabo, nguyu nyoko. Afite byinshi akwiye kugusobanurira. Ni iki cyatumye asiga umugabo n'abana be ngo bicwe na bene wabo?"

Ndamusubiza nti, "Mubyeyi, mumbabarire rwose. Ibyo twabivuzeho. Nabasobanuriye uko byagenze."

Mama ati, "Karabo, sigaho. Ntukwiye gusubiza utyo so wanyu. Ibyo avuga ni ukuri."

Ndabaza nti, "Ni ukuri? Gute se?"

Data wacu aramwenyura byo gukwena Mama, asobekeranya amaguru, maze arambwira ati, "Nyoko akwiye kukubwira impamvu Abahutu bishe so, kandi yari yarashatse mushiki wabo."

Mama ati, "Karabo, ushobora kuduha akanya? Ndashaka kuvugana na so wanyu turi twenyine. Ndaza na we kukuvugisha nyuma."

Ndasubiza nti, "Oya, ntaho njya. Ibyo ushaka kuvuga bivuge na njye numva."

Data wacu Kamanzi na we ati, "Karabo amaze gukura. Nta cyo njye nkeneye ko umbwira. Sobanurira umukobwa wawe. Afite uburenganzira bwo kumenya uko Abahutu bene wanyu bamwiciye se."

Mama yihanagura mu maso, arwana n'amarira yamunigaga nk'aho yaragiye guturika, maze atangira kuvuga, ati, "Ni byo. Muravuga ukuri. Iyo nza kuba ntarasize Kalisa... Iyo nza kuba naragumanye na we... Ahari sinari kuba narabashije kunesha abicanyi, ariko nibura nari kuba narapfanye na we, cyangwa se akaba yarapfuye andyamye mu gituza. Nagombaga kugumana na we kugeza ku rupfu nk'uko twari twarabisezeranye."

Data wacu Kamanzi avugira hejuru ati, "Wa mugore we, mira ayo marira. Kalisa yaragukundaga n'umutima we wose, ariko wowe... wamuteye umugongo gusa kubera ko... yari Umututsi. Nzi neza ko abicanyi boherejwe na basaza bawe."

Mama ati, "Ibyo Karabo yabikubwira. Abishe umugabo n'abana banjye ni abo twari duturanye mu Biryogo. Ntabwo ari abo mu muryango wanjye. Yewe, nta kindi nkwiye kuvuga hano. Abo nkwiye guhora nsaba imbabazi ni Kalisa n'abana banjye. Nagombaga kuba naranze gusohoka mu nzu. Nagombaga kugumana na bo." Ijwi rya Mama ryari nk'aho agahinda n'umujinya byombi byamurwaniraga mu muhogo.

Data wacu ati, "Mbabarira, ntukomeze gushinyagura. Erega uravuga nka wa wundi, wari uyoboye abandi bicanyi, wavuze ngo bazazane abo yishe bamushinje mu rukiko. Ubwo ni ubugome bukabije... Oya, birarenze. Wa mugore we, nsohokera mu nzu. Ndakwinginze."

Data wacu yahise ahaguruka adusiga muri urwo ruganiriro rw'inzu ye. Birungi aba atuzaniye ibikombe bibiri by'icyayi. Nashakaga gusaba Mama ngo areke kunywa icyo cyayi, ariko we yahise ashimira Birungi, maze akubita agakombe ku munwa nk'aho rwose nta burakari yari afitiye Data wacu Kamanzi.

Abwira Birungi ati, "Ikiganiro cyanjye na Kamanzi cyabaye kigufi. Uze kumumbwirira ko mbashimira ko mwabaye hafi Karabo nk'ababyeyi be rwose."

Undi ati, "Ndamubwira."

Mama yongeraho ati, "Urakoze. Nzategura umunsi nzaza kubashimira ku mugaragaro."

Birungi arasubiza ati, "Oya, ibyo ntabwo bizaba ari ngombwa. Nta cyo twakoze kidasanzwe."

Tumaze kunywa icyayi, mbona Mama nta gahunda afite yo gusezera ngo tugende. Mwibutsa ko bisi ya nyuma ya Gahanga yashoboraga kumusiga, *cyari ikinyoma*. Asaba ko yasezera kuri Data wacu Kamanzi, ariko Birungi amubwira ko yagiye, atakiri mu rugo. Byari ikinyoma. Data wacu yari mu cyumba cye, gusa ntiyifuzaga kongera kuvugana na Mama.

Tumaze kurenga irembo, mbwira Mama nti, "Noneho ntubyiboneye? Ngomba kuva mu rugo rwa Data wacu. Niba udashaka ko mbana nawe, nzashaka aho njya kuba njyenyine."

Mama ati, "Oya, ndakubujije. So wanyu ntabwo ari umuntu mubi. Biriya byose yambwiye uyu munsi, yari kumbwira ibisa na byo mu mwaka w'i 1978, ubwo narambagizwaga na so."

Ndabaza nti, 'Kubera iki?"

"So wanyu ashinja Abahutu kuba aribo bamuteye akaga kose yaciyemo kuva se yakwicwa mu 1963. Inkovu z'umutima we zongeye kugirwa mbisi no gusanga, nyuma y'imyaka mirongo itatu n'umwe, Abahutu barongeye bakica murumuna we, ndetse n'abandi benshi bo mu muryango wabo."

Nti, "Ariko agomba kumenya ko uwo murumuna we yakundaga yari umugabo wawe."

Mama ati, "Azagera aho abyumve. Ariko ubu, izo ni intambara zanjye, ntabwo ari izawe. Kamanzi ni so wanyu. Sinzigera na rimwe nkwemerera ko umwubahuka."

Numvaga nshaka kumusubiza ariko mbura amagambo nyayo namubwira. Siniyumvishaga impamvu atari arakariye Data wacu Kamanzi.

Nuko ikiganiro nkiganisha ku bo mu muryango we,

nti, "Ubwo se ni na byo uzambwira kuri Marume Gasana? Ntuzambwire ko na we nkwiye kumukunda no kumwubaha nka Marume."

Ati, "Yego, nawe sinzakwemerera ko umwubahuka."

Nti, "Mama, umutima wa Marume Gasana urijimye kandi wuzuye urwango. Ntumbwire ko na we umwumva."

Mama ati, "Mwana wa, sinzigera na rimwe ndengera urwango, ariko nzi ko abantu benshi bafite imitima ikomeretse, kandi n'ubwonko bwa benshi bukaba bwaravangiwe... Icyo nakubwira gusa ni uko nyokorume Gasana ukwiye kumukunda kandi ukamwubaha. Gusa, ukwiye kumenya ko adatandukanye cyane na mukuru we Rwasibo, wanyiciye uruhinja."

Nti, "Na we se ni umwicanyi? Na we se yagize uruhare mu itsembabwoko?"

Mama arasubiza ati, "Oya, sinigeze mbona hari uwo yica. Ntabwo yari mu Rwanda mu 1994. Ariko, na we atekereza ko Abahutu bari bafite impamvu zo kwanga Abatutsi."

Nti, "Noneho abo mu muryango wawe bose ni intagondwa z'Abahutu, ni byo?"

Ati, "Oya. Bamwe mu bo mu muryango wanjye bashinja Abatusi akaga Abahutu bagize mbere ndetse no mu gihe cy'ubukoloni. Ariko, hari abandi benshi bumva ko nta mpamvu n'imwe yagombaga gutuma Abatutsi bigizwayo mu gihe cy'imyaka yose yakurikiye impinduramatwara y'Abahutu. Nta kintu na kimwe cyasobanura, cyangwa ngo kirengere abakoze itsembabwoko ryakorewe Abatutsi."

Nari mfite ibindi bibazo byinshi byo kubaza Mama ku Rwanda, kuri Congo, ndetse n'isi muri rusange, ariko ibyo yari yambwiye uwo munsi byari bihagije. Naramuherekeje mugeza iwe i Gahanga, maze mfata bisi, ndagaruka.

Nsanga Data wacu Kamanzi mu ruganiriro, maze ahita ambaza icyo natekerezaga ku byo yari yavuganye na Mama.

Nti, "Nababwiye uko byagenze kuwa 07 Mata 1994. Mama nta cyo apfana n'abishe Papa na barumuna banjye. Kandi niba mushaka kumenya icyatumye atagaruka mu Rwanda kera, muzafate igihe mumutege amatwi. Azababwira ishyano yaboneye kuri abo Bahutu mwita bene wabo. Ndabinginze ntimuzongere kumushinja urupfu rwa Papa. Ni ukumutoneka umutima."

Data wacu ati, "Mbabarira, nari natwawe n'agahinda. Icyiza ni uko Mama wawe yagarutse. Ncyeka ko wari umukumbuye cyane."

Nti, "Yego. Na... Namusabye ko yakwemera tukimukana mu yindi nzu, ariko yampakaniye. Ngo arashaka kuzabanza akaza kubashimira ku mugaragaro ibyo mwankoreye."

Ati, "Unkundiye sinakwemerera ko uva muri iyi nzu. Aha ni iwanyu. Mama wawe aracyazirikana umuco. Ugize ngo arashaka kuza gushimira?"

Sinari nsobanukiwe n'impamvu yamwenyuraga. Maze gufata ifunguro ry'umugoroba, njya kuryama.

Kuwa 25 Ukuboza 2005, Sugira amperekeza kwa Mama, kwizihizanya na we Noheri. Yari yateguye inyama zivanze n'isombe, ndetse n'umuceri w'ipilawo. Saa kumi n'ebyiri, nibwo twasezeye kuri Mama.

Sugira amaze kwatsa imodoka, ambwira ko hari amakuru meza yari amfitiye.

Nti, "Amakuru meza? Mbwira sha."

Ati, "Oya, sinyakubwira. Ndayakwereka."

Nti, "Ngaho yanyereke."

Ati, "Ihangane."

Duca mu mujyi rwagati. Maze amfata ukuboko, tuzamukana inzu ndende y'ibara ry'ikijuju yari hafi y'iposita.

Akura urufunguzo mu mufuka, ati, "Ngaha twahageze. Nashakaga kukwereka ibiro byanjye bishya."

Nti, "Yeee? Ibiro byawe? Uzakoreramo iki?"

Ambwira ko Papa we yari yamuhaye amafaranga yo gutangira ubucuruzi bwo kujya yiga imishinga y'ubwubatsi. Ndamusoma mubwira ko binejeje.

Ati, "Sindarangiza kukwereka."

Nti, "Hari n'ibindi se ukinyereka?"

Ati, "Yego. Reka dusubire mu modoka. Tugiye kwizihiza Noheri yacu twembi."

Yatsa imodoka tugana kuri hoteli y'inyenyeri eshanu yitwaga *GrayStyle*.

Twinjira mu kumba kazamura abantu. Ubwo ubwoba bwari butangiye kundya mu magufa. Naribazaga nti, *Aho Sugira ntiyaba anjyanye mu cyumba cya hoteli?'* Twarazamutse tugera ku gasongero kubatse nk'ikibuga, ariko hose hari hijimye. Mba nyobewe aho Sugira aburiye muri uwo mwijima. Mvuza induru ndahamagara ngo abantu baze kuntabara. Ngiye kumva numva amajwi meza aririmba mu Kinyarwanda ati, "Imvura iragwa ariko igahita, ubutaka bukongera bukuma, izuba rirava, ariko rikaza kurenga, rigasimburwa n'ijoro, ariko urukundo ngukunda ni nk'imvura idahita cyangwa izuba ritijima."

Amatara yatse, Sugira aba ampfukamye imbere, afite mu ntoki impeta ikoze mu ifaranga, maze ati, "Karabo, ndifuza kugutura mu mutima, nawe ugatura mu wanjye iteka. Wemeye kuzambera umugore? Ndakwinginze."

Nashakaga kwiruka ngo mpunge, ariko mbura aho nyura. Yego koko nari naremeye kuba umukunzi wa Sugira, ariko hari hakiri kare ngo tube twavuga ibyo kubana.

Nti, "Sugi... Sugira..."

Ati, "Karabo, mbabarira."

Nti, "Yego... Ndabyemeye."

Nuko anyambika impeta ku rutoki. Umugabuzi wo muri hoteli na we aba afunguye shampanye. Sugira ashyira ikirahuri cye ku minwa yanjye, ngo nsomeho. Nanjye aba ari uko mugenzereza. Iminwa yacu iba irahuye. Hanyuma ubwo twasomanaga, abaririmbyi na bo baba bahindutse Frederic François, bati, *"Mon coeur te dit je t'aime, il ne sait dire que ça..."* Sinashoboye kwihangana. Indirimbo z'Igifaransa rwose ntizari iza Sugira. Zari umwihariko wa Shema. Sinashoboraga kuzibyina ndi mu gituza cy'undi musore. Sugira abona ko ntari mu myanya, amfata akaboko, maze dusubira kwicara. Yifuzaga ko ubukwe bwazaba mbere y'impera za 2006.

Ndamubaza nti, "Mbere y'uko umwaka utaha urangira? Ntabwo tuzaba twariteguye bihagije."

Ati, "Kubera iki?"

Nti, "Nk'urugero; ngomba gushakira Mama aho kuba. Ntabwo azaguma mu macumbi ya Leta."

Sugira ati, "Ibyo ni byo, ariko biroroshye."

Nongeraho nti, "Ikindi ni uko hari iby'ibanze tugomba kwitaho mbere y'uko twavuga iby'ubukwe."

Ati, "Icyo nacyo kiroroshye." Arambaza ati, "Urashaka se ko nkwereka umubare w'amafaranga mfite kuri konti?"

Ndamusubiza nti, "Sugira, igikenewe ntabwo ari amafaranga gusa."

Ati, "None se ko umbwira ko tugomba kubonera mama wawe aho aba, ubundi uti dukeneye kubanza kugira ibyangombwa by'ibanze mbere y'ubukwe, ikibazo nyacyo ni ikihe?"

Nti, "Oya. Navuze ko dukeneye igihe gihagije cyo kumenyana mbere y'uko twakwemeza itariki y'ubukwe."

Ati, "Kumenyana?"

Nti, "Nshatse kuvuga ko dukeneye igihe gihagije cyo kurambagizanya. Kubaka urugo si umukino."

Sugira ati, "Nta kibazo. Uzafate igihe cyose ukeneye cyo kunyiga. Njye nta n'ubwo nkeneye n'iyindi segonda, ngo nemeze neza ko ari wowe Imana yaremeye kuzaba mama w'abana banjye."

Twamaze umwanya kuri icyo gisenge. Turarya, turanywa, ariko umutima wanjye utari hafi.

Ngeze mu rugo, nirukira mu cyumba cyanjye. Nari mfite ibibazo byinshi byo kubaza umusego wanjye utukura. Sinashoboraga kuzaba umugore wa Sugira. Nari nkeneye urukundo rwe, ariko sinifuzaga ko ibiganza bye byankoraho. Numvaga rwose ntamwemerera ko ankora ku bukobwa.

Hashize iminsi nta muntu n'umwe ndabwira ko Sugira yansabye ko twazabana. We yari yarahise abibwira ababyeyi be, maze barampamagara baranshimira. Mu bwonko bwanjye, nari ntariyumvisha ukuntu Sugira yambera umugabo. Sinari kubwira Mama ko hari gahunda nari mfitanye na Sugira, igihe cyose umutima wanjye numvaga ukigurumanira Shema.

⟶

Kuwa 05 Mutarama 2006, nasubiye ku kazi. Ngeze mu biro, umuyobozi mukuru ambwira ko yifuzaga ko njya kuri televiziyo, nkavuga inkuru y'ukuntu nahujwe na Mama nyuma y'imyaka myinshi tutari kumwe. Ndamuhakanira. Anyibutsa ko ubuhamya bwanjye bwari gufasha abandi bagore bashoboraga kuba bari bakiri mu kaga nk'aka Mama. Nabajije Mama niba nta cyo byari bitwaye kuvuga ibye kuri televiziyo, arabyemera.

Kuwa 12 Mutarama 2006, nari mu cyumba cy'ibiganiro

cya televiziyo HPC. Umunyamakuru yambajije ibibazo byinshi. Yambajije uko umuryango wanjye wishwe mu itsembabwoko ryakorewe Abatutsi, ndetse n'uburyo Mama yadusize. Mubwira ibyatubayeho muri icyo gihe, ubusharire bw'ubuzima bwakurikiyeho, ndetse n'urwango nari mfitiye Abahutu, harimo n'umugore nitaga Mama.

Arambaza ati, "Wakomeje kwanga Mama wawe se kugeza igihe mwongeye guhura?"

Nti, "Oya. Ibintu byari byarahindutse. Nubwo nari ngifite ibibazo byinshi ntari mfitiye ibisubizo, nari mbabajwe n'akaga Mama yari yaragiriye mu nkambi z'impunzi."

Ati, "Ni akahe kaga yaciyemo?"

Mubwira ishyano Mama yahuye na ryo. Maze nongeraho ko maze guhura na Mama, nasobanukiwe ko bitari bimworoheye kwikura mu ntagondwa z'Abahutu zari zaramugize ingwate.

Abanyamakuru baba bakoze ubushakashatsi mbere y'ikiganiro. Ubwo nagiye kumva numva agize ati, "Hari uwo mwiteguraga kurushinga mwatandukanye mu buryo bubi cyane amaze kumenya ko Mama wawe ari Umuhutukazi. Watubwira kuri ayo makuru?"

Nti, "Oya. Ibyo nta byo nshaka kuvugaho. Nta muntu niteguraga gushingana na we urugo."

Ati, "Ndavuga umukunzi wawe. Ntabwo wigeze se ukubitwa n'umukunzi wawe amaze kumenya ibya Mama wawe?"

Nafashe akanya mbere yo gusubiza. Nza kwibuka ko icyo kiganiro cyacaga imbonankubone kuri televiziyo. Sinari kubeshya.

Maze, nti, "Yego, nari mfite umukunzi... Oya... Ndashaka kuvuga umuhungu twuzuraga. Sinzi niba yarankundaga nk'uko namukundaga. Ntiyari kuba yarakoze ibyo yakoze."

Umunyamakuru ati, "Uracyamukunda? Mwashoboye se kwiyunga?"

Nti, "Oya. Ntabwo twiyunze. Ibyanjye na we byararangiye. Ubu mfite undi."

Ati, "Ubwo se agarutse akagusaba imbabazi?"

Maze n'ikiniga kinshi ndamubaza nti, "Ariko ingingo y'icyi kiganiro yahindutse? Naje hano kubara inkuru ya Mama. Sinaje kuvuga iy'urukundo rwanjye. Mbwira niba ikiganiro cyageze ku musozo."

Ati, "Iki ni ikiganiro tuvugaho ibijyanye n'uburinganire, ndetse n'ihohoterwa rikorerwa abagore. Ni yo mpamvu nifuje kumenya uko umukunzi wawe yaguhohoteye."

Nti, "Ibyanjye bitandukanye n'ibya Mama. Ndakwinginze, ibande ku kaga ka Mama. Njye sinshaka kuvuga ibyanjye."

Ati, "Nta kibazo."

Nabwiye uwo munyamakuru ko ibyo Mama yari yaranyuzemo byanyumvishije ko akaga u Rwanda rwagize kagize ingaruka cyane ku bagore, mu isi yayoborwaga ahanini n'abagabo.

Hashize iminota mike, asoza ikiganiro, maze nsohoka muri icyo cyumba, nibaza nti, *Ibisazi byanteye kuvuga kuri Shema kuri televiziyo ni bwoko ki?* Ntabwo nifuzaga rwose kumushushanya nk'umuntu uhohotera abandi, oya.

Nkimara kwinjira mu modoka yo ku kazi, telefoni yanjye iba irajwigiriye. Nibwo bwa mbere nari mbonye numero yari impamagaye.

Nti, "Karame."

Arambaza ati, "Karabo, ni nde waguhaye uburenganzira bwo kujya kumvuga kuri televiziyo?"

Nti "Ngo iki? Nigeze se mvuga izina ryawe ?"

Ati, "Bishatse kuvuga se ko utamvuzcho?"

Nti, "Shema, uranshakaho iki ? Wowe se ntiwamvuzeho ubushize uri kuri televiziyo?"

Ati, "Nibe nanjye navuze ku mukobwa nakundaga. Ariko wowe… wowe wavuze k'umusore waguhohoteye, maze wongeraho ko ubu ufite undi mukundana. Nshobora kumenya uwo musore uwo ari we?"

Ndamusubiza nti, "Ntibikureba. Iyo uza kuba warankundaga, tuba tukiri kumwe. Ni nde wahagaritse urukundo rwacu? Ntabwo ari wowe? None se wahise umpisha mu gikarito, ngo abandi basore batazambona?"

Aceceka umwanya muto ariko aguma ku murongo wa telefoni. Numvaga ampumekera mu matwi.

Nuko, ati, "Karabo ndacyagukeneye. Mbabarira umpe nibura isegonda rimwe nkubwira ijambo rimwe gusa."

Nti, "Hmm?"

Ati, "Ndagushaka. Kandi nzi neza ko nubwo nawe wirengagiza, ucyinkunda."

Nti, "Oya. Ibyanjye nawe byararangiye."

Ati, "Hanyuma se isezerano wampaye? Wansezeranyije ko uzankunda iteka, naba mbishaka cyangwa ntabishaka. Ariko iyo si yo mpamvu nifuza kukuvugisha. Mfite ikibazo kandi ni wowe wenyine wamfasha. Ndakwinginze ntumpakanire. Uze aho ntuye uyu mugoraba. Mba Kacyiru. Ntugire ikibazo."

Nti, "Nta kibazo. Ndaza nyuma y'amasaha y'akazi."

Byamusabaga gusa gukora kuri telekomandi, ngahita ntakaza ubwenge. Ubwonko bwanjye bwanyemeje ko kubera impeta yo kurambagizwa nari nambaye, Shema atari gutinyuka gushaka kunkorakora. Naribwiraga nti, *Koko wasanga afite ikibazo. Yaba wenda akeneye ko mufasha.*

Amasaha yihuse vuba. Habura iminota itanu ngo saa kumi n'imwe zigere, telefoni iba irajwigiriye.

Ndayifata nti, "Karame."

Sugira arambaza ati, "Mukunzi wanjye, uracyari ku kazi?"

Nti, "Yego."

"Naza kugutahana?"

"Oya."

Ati, "Kuberi iki, sheri?"

Nti, "Hari akazi ngomba kurangiza… kandi hari n'aho Mama yantumye, nyuma y'akazi."

Sugira ati, "Ndabyumva. Ariko wenda nakugeza aho ugomba kujya."

Nti, "Oya, ntiwigore. Ndafata tagisi."

Ati, "Niba ari ko ubishaka, nta kibazo." Yabivuze ababaye. Byasaga nk'aho yari yasobanukiwe ko hari icyo nari mukinze.

Nuko mfata inzira igana Kacyiru. Ngeze imbere ya za minisiteri, mpamagara Shema. Anyobora ku nzu ye yari hafi ya sitasiyo ya peteroli, ku muhanda ugana ku Kinamba. Mpageze, natunguwe no kubona inzu nini, nziza kandi itatse neza. Ntagushidikanya ko yari iy'umugennyi. Amarido y'ibara ry'ibihogo rivanze n'amabara y'umweru udacyeye ndetse n'aya zahabu, intebe n'ameza bikoze mu rubaho, itapi irambitse hasi isa n'ibara ry'amahembe y'inzovu rivanze n'irya kawa, ubwo simvuze ibibumbano n'ibindi bintu byari bitatse urwo ruganiriro. Shema yari yarahindutse undi muntu. Yampaye ukuboko, maze ansoma no ku itama. Numva amashanyarazi anyirutse mu mubiri, ariko niyemeza kumwitaza.

Anyereka aho nicara, ati, "Ikaze. Nejejwe n'uko wemeye ubutumire bwanjye. Naguha iki cyo kunywa?"

Ndasubiza nti, "Amazi."

Arambaza ati, "Amazi? Amazi bwoko ki?"

Nti, "Amazi buzi."

Arayanzanira. Shema yari ashoboye kunkura mu myanya. Yari yambaye ikabutura ya kaki hamwe n'agasengeri k'umweru. Uko nakubitaga amaso igituza cye, nananirwaga kwicara neza, amaguru akanga kwegerana. Maze na we yabona ko byanyobeye, akaba aramwenyuye. Ngahisha amaso, ngo ntabona amenyo ye maremare yari atatswe n'ishinya yirabura.

Arambaza ati, "Ese kuki urimo uritwara nk'umushyitsi?"

Nti, "Ni ukubera ko ndi umushyitsi nyine."

Ati, "Karabo, oya rwose nturi umushyitsi muri iyi nzu."

Ndamubaza nti, "Ariko Shema, wibwira ko uri iki? Ni gute ushobora kumpamagara ngo nze iwawe, ugatangira kunsekera nk'aho ntacyabaye hagati yanjye na we, nk'aho ushaka kubinyibagiza? Nshobora kumenya icyo wampamagariye?"

Ati, "Nari ngukumbuye."

"Iyo ni yo mpamvu wampamagaye?"

"Ntabwo ari yo yonyine."

Nti, "Ngaho mbwira. Wavuze ko ufite ikibazo. Ni iki?"

Shema ahindura ibyicaro, maze aza kwicarana na njye mu ntebe itambitse, ati, "Karabo, nagutumiye iwanjye kuko numvaga ari ho twaganira twisanzuye. Ndashaka... Nagiraga ngo ngusabe imbabazi. Ndakwinginze umbabarire ibyo nagukoreye. Ndabyicuza cyane. "

Nti, "Nkubabarire? "

Ati, "Yego. Ngusabye imbabazi mbikuye ku mutima. Ndakwinginze, mbabarira ubusazi bwanjye. Ibyo wavuze kuri televiziyo byatumye numva ndi ikigwari."

Ndamubaza nti, "None se urasaba imbabazi kubera ibyo navuze kuri televiziyo?"

Ati, "Oya. Nako... Inkuru ya Mama wawe yambabaje cyane. Rimwe wigeze gushaka kumbwira ibya Mama wawe, ariko ubusazi bwanjye ntibwankundira kugutega amatwi."

Nti, "Hanyuma se ubu ibisazi byawe byarashize?"

Shema ati, "Karabo, ndakwinginze umva ibyo nkubwira. Naretse kunywa urumogi. Sinkinywa inzoga. Ubuzima bwanjye bwarahindutse. Ndashaka kuba Shema wanshishikarizaga kuba. Byose ni wowe mbikesha."

Shema yakomezaga kunyegera, maze umubiri wanjye umubabarira mbere y'uko ubwonko bwanjye butekereza ku byo yavugaga.

Nuko nsoma intama imwe ku mazi, ngo mbobeze iminwa, maze nti, "Shema, nta kibazo. Narakubabariye. Ariko ibyanjye nawe byararangiye."

Ati, "Urakoze. Ese ni byo koko hari undi musore mukundana? Ndabona wambaye impeta ku rutoki."

Nti, "Hmm? Impeta?"

Ati, "Karabo, ugomba kuzirikana ko ngukunda kandi nzagukunda iteka ... Ndakwinginze mbwira nawe ko ucyinkunda nk'uko wabinsezeranyije."

Amaze kuvuga atyo, ampanga amaso nk'aho yari ategereje igisubizo. Iminwa yacu iba iramatanye. Insinga z'amasharanyazi y'urukundo rwacu zitangira kunyirukanka mu mubiri. Ntangira kunyunyuza amacandwe y'umusore wenyine wari uzi aho akora nkibagirwa izina ryanjye. Ubwo na we intoki ze aba azinshoye mu misatsi. Nibagirwa aho nari ndi. Ndiyoroshya, ndamwiyegurira, ngo angenze uko ashaka. Twakoze urukundo nk'aho bwari ubwa mbere. Namuhamagaye amazina ye yose, maze mugabira inka ntatungaga. Navugije induru y'ibyishimo nk'iy'umugore ubyaye kane. Nuko tugeze ku byishimo by'ikirenga, akurura umwenda wari utwikiriye iyo ntebe irambitse, aranyorosa. Aba ashyizemo indirimbo z'Igifaransa, arandeka muryama ku bibero. Twagumanye dutyo kugeza saa yine z'ijoro, ubwo namwingingaga ngo andeke ntahe.

Arongera ati, "Karabo, ni iki nakora ngo umbabarire? "

Ndamusubiza nti, "Nta cyo. Shema, ndakwanga."

Arambaza ati, "Uranyanga?"

Nti, "Yego. Ubu koko ni ibiki watumye nkora? "

Ati, "Hmm ? Ntabwo se wabikunze ? Karabo, ndagukunda. Ngaho mbwira ko wowe utankunda. Cyaba ari ikinyoma."

Mpfuka ikiganza mu maso, ngo muhishe isoni. Hari hashize iminsi mike nemeye kuzarushinga na Sugira. Numvise niyanze kuko nari namuciye inyuma.

Shema ati, "Karabo, ufite umusore ukurambagiza, ntabwo ufite umugabo. Ushatse wakwisubira."

Nti, "Oya, sinabikora. Arankunda cyane."

Arambaza ati, "Hanyuma wowe? Na we se uramukunda?"

Nti, "Yego, ndamukunda."

Ati, "Amaso yawe ntiyemeranya n'iminwa yawe. Karabo, niba ugiye kubana n'umuntu udakunda, uzaba wihemukiye cyane mu buzima."

Nti, "Hanyuma se gukunda umusore utankunda ? Ni byo byaba ari bizima?"

Ati, "Karabo, ndagukunda. Ariko ubu si njye turiho kuvugaho. Ndabyumva ko udashaka kongera kumpa amahirwe, ariko wisanga umusore udakunda."

Nti, "Reka nkore ibyo mbona bikwiye. Mbabarira wibagirwe ibyabaye uyu mugoroba. Ni ikosa rikomeye. Ntibizongera. Nemeye kuzarushinga n'undi musore, kandi mu gihe kiri imbere nzashakana n'unkunda."

Shema arambaza ati, "Ariko ubundi mbwira, uwo musore ugiye kubana na we ni nde?"

Ndamusubiza nti, "Uramuzi. Nta cyo mfite cyo kumukubwiraho."

Ati, "Ntumbwire ko ari wa muhungu mwiganaga…"

Nti, "Mbabarira... Sinshaka kubivugaho."

Atangaye, arambaza ati, "Karabo, ugiye gushakana n'Umuhutu? Kubera iki koko?"

Urwango Shema yari afitiye Abahutu rwari rukiri ubutita. Nicujije impamvu nari namuguye mu gituza.

Nti, "Ugize ngo iki ? Ntumbwire ko ugifitiye urwango Abahutu?"

Ati, "Ibyo si byo mvuze. Karabo, Abahutu bakoreye ibidakorwa umuryango wawe. Ndakwinginze ntujye gushakana n'Umuhutu."

Ndamubaza nti, " None se nzashakane nawe Umututsi unyangira ko ngo Mama ari Umuhutukazi?"

Shema ati, "Biratandukanye. Mama wawe na we yagiriwe nabi n'Abahutu, nubwo bari bene wabo. Nagusabye imbabazi. Kandi nzigusabye mbikuye ku mutima. Karabo, ndagukunda. Sinitaye ku kuba Mama wawe yaba Umututsikazi cyangwa Umuhutukazi. Kuri njye, uri Umututsi kandi warokotse itsembabwoko."

Nti, "Kunkunda ni kimwe, ariko kwemera uwo ndi we, na cyo ni ikindi. Ugomba kumva ko ubuzima bwanjye bufitanye isano n'Abatutsi ndetse n'Abahutu. Uramutse wemeye gufatanya urugendo rw'ubuzima nanjye, waba witeguye kuzakira bene wacu ndetse n'inshuti zanjye b'Abahutu. Mbere y'uko ibyo ubyumva, nta mubano nagirana na we."

Aratsimbarara ati, "Ibyo ari byo byose ndakwinginze ntuzashakane n'Umuhutu udakunda, ngo kubera ko ari we uzakwemera."

Nti, "Nakubwiye ko mukunda. Mbabarira umperekeze. Ndashaka gutaha."

Shema yaracecetse, maze ajya mu cyumba cye ahindura imyenda, araza, nuko dusohoka muri iyo nzu. Afungura urugi rw'imodoka y'ijipe yari yaraguze, arambwira ngo ninjire angeze mu rugo. Twagiye tutavugana.

Tugeze mu Kiyovu kwa Data wacu Kamanzi, aparika imodoka, maze aba arankuruye aransoma. Nashakaga kumwishikuza, ariko arankomeza cyane, dusomana nk'iminota itanu.

Ati, "Ndagukunda."

Sinamusubije. Nasohotse muri iyo modoka nirukira mu cyumba cyanjye.

Nagerageje kwiyuhagira n'amazi menshi ngo ndebe ko nakwikuraho umuhumuro wose wa Shema. Nararize, kandi nkomeza kwituka, nibaza impamvu nakoze urukundo na Shema kandi naremeye kuzarushinga na Sugira. Ijoro ryose naraye nicira urubanza, ndwana no kwirukana Shema mu nzozi zanjye.

XVI

Mu gitondo nabyutse nitegura kujya ku kazi. Telefoni yanjye yari mu isakoshi. Ndebye nsanga Sugira yari yampamagaye inshuro umunani zose ambura. Sinari nzi icyo nza kumubeshya.

Bigeze saa yine z'amanywa, arongera arampamagara. Mubeshya ko nari naraye nibagiriwe telefoni mu biro.

Arambaza ati, "Uyu mugoroba ufite iyihe gahunda? Nifuzaga kuza kugufata?"

Nti, "Yego, nta kibazo, waza."

Numvaga ntari butinyuke kumureba mu maso, ariko nta kundi nari kubigenza, niba narashaka gukomera ku cyemezo cyo kwibagirwa Shema, ngakurikira inama z'ubwonko bwanjye. Nari naremereye Sugira ko tuzarushinga, kandi icyo cyari cyararangiye.

Umunsi ntiwabaye muremure. Mu masaha make Sugira yari amaze guparika imodoka imbere y'ibiro byanjye. Avamo ansoma ku itama, mbere yo kumfungurira urugi ngo ninjire.

Ati, "Mama yadutumiye gusangira na bo uyu mugoroba. Nizere ko ntayindi gahunda ufite."

Umutima uba uransimbutse. Naribwiriga nti, *Aho Gatarina yaza gusoma mu maso yanjye ko hari ibyo mpishe.*

Nti, "Ese twazagiyeyo kuwa gatandatu utaha?"

Sugira ati, "Oya, Karabo, ndakwinginze, ntiwange. Ejo naguhamagaye inshuro nyinshi ngo mbikubwire mbere y'uko mwemerera. Sinashatse kumubwira ko nakubuze kuri telefoni. Mbabarira, namubwiye ko uboneka uyu munsi. "

Nti, "Nta cyo, reka tugende."

Tugeze iwabo, twasanze Mama we yateguye isombe zitekanye n'inyama, hari umuceri urimo ibirungo, ibijumba, maze nk'aho ibyo bitari bihagije, yari yanatetse n'ibishyimbo bivanze n'intoryi. Nyina wa Sugira yari umubyeyi w'igitangaza. Najyaga nibaza niba nyuma y'ubukwe bwacu, Sugira atazashaka ko mba umuziranenge nka nyina. Mbere y'uko tujya ku meza, nyirasenge wa Sugira, umugabo we, ndetse n'abana babo baba barinjiye.

Kamana abaha ikaze, maze arababwira ati, "Uyu ni Karabo, umukazana wacu, uwo Sugira yahisemo."

Gatarina na we yungamo ati, "Ni umugisha ku muryango wacu. Ntabwo ari umukazana gusa, ahubwo njye mufata nk'umukobwa wanjye."

Nyirasenge wa Sugira arampobera, maze na we ati, "Mugomba kuba mwibagiwe kongeraho ko afite uburanga butaboneka ahandi kuri uyu mubumbe w'isi."

Ku meza, nakoze amakosa menshi. Ubwa mbere, nagize ntya nkoma ikirahuri cy'amazi cya nyirasenge wa Sugira, maze ameza yose aratota. Sinashizwe, igihe nari ngiye kongera umunyu mu biryo, wose nawumennye mu isahani yanjye, ku buryo nyina wa Sugira yarinze kunzanira indi sahani. Amaso abo bantu bose bari bampanze yanteraga isoni. Sinari mfite ibisubizo by'ibibazo bibazaga. Buri wese yavugaga ku bukwe bwanjye na Sugira, ndetse n'uburyo yahisemo umugeni ukwiye. Naribazaga nti, *Ese koko Sugira yahisemo neza?* Umutima wanjye ntiwemeranyaga nabo.

Hashize akanya turangije gufungura, ndasezera. Sugira aramperekeza angeza kwa Data wacu. Ndamusoma nirukira mu rugo. Ngeze mu cyumba mpamagara Mama kuri telefoni.

Ati, "Karabo, ni amahoro? Ni iki gitumye umpagara aya masaha?"

Nti, "Ejo nzaza imuhira. Hari icyo nifuza ko twazaganira."

Ati, "Nta kibazo, nzaba mpari. Nizere ko uri amahoro."

Ndamusubiza nti, "Yego, nta kibazo."

Amasaha y'akazi arangiye ku munsi wakurikiyeho, nagiye kwa Mama. Sinashoboraga gukomeza kugira ibanga ibyanjye na Sugira. Byari ngombwa ko ubukwe bwanjye na Sugira buba vuba kugira ngo Shema anyibagirwe burundu.

Ngeze mu rugo, nakirwa n'indamukanyo ndetse n'inseko za barumuna banjye na musaza wanjye.

Mama ati, "Ikaze, Karabo. Yezu akuzwe."

Ndasubiza nti, "Iteka ryose."

Ampa igikombe cy'amata, maze ati, "Ni iki kiguteye guhangayika?"

Nti, "Mama, nta kibazo, ariko, hari ikintu gikomeye nshaka kukubwira." Nuko musobanurira igisobanuro cy'impeta nari nambaye ku rutoki.

Arishima cyane ati, "Si wa musore waje gusangira natwe kuri Noheri? Ni umusore w'icyusa n'igikundiro. Bikira Mariya yasubije ugusenga kwanjye."

Ndamubaza nti, "None se wari warabisengeye?"

Ati, "Nari narasenze Imana ngo izampe amahirwe yo kuba nkuri iruhande ku munsi w'ubukwe bwawe. None yansubije. Ariko hari ikibazo—"

Nti, "Ikibazo?"

Ati, "So wanyu. Tugomba kubimubwira. Niwe uzahagararira so."

Nti, "Njye ndumva atari ngombwa ko twihutira kubimubwira. Azaba abimenya."

Mama ati, "Oya, nta cyo twakora nta mugisha aduhaye. Ariko kandi, ngomba no kubanza kuzamushimira ku mugaragaro ibyo yagukoreye, mbere y'uko njya kumubwira iby'ubukwe."

Mbaza Mama nti, "Ese wibagiwe uko yakwakiriye ubushize? Urumva azemera kwakira ibyo birori byawe byo kumushira? Mama, sinumva impamvu ituma utabona ko ibintu mu Rwanda byahindutse."

Ati, "Nzamuvugisha. Ibyo bindekere."

Nti, "Oya, Mama. Ni njye ubwanjye uzabanza kuvugisha Data wacu Kamanzi."

Nubwo Mama atabishakaga, numvaga ari njye wari ukwiye kuvugana na Data wacu Kamanzi. Mama ntiyari azi ko nyuma y'itsembabwoko, ibintu byari byarahindutse. Abantu ntibari bakibana neza. Yumvaga Data wacu Kamanzi akwiye kugira ijambo mu bukwe bwanjye nk'uwari mu cyimbo cya Papa. Ni byo koko Data wacu Kamanzi yari yaranyemereye kwihitiramo inshuti, zaba iz'Abahutu cyangwa iz'Abatutsi, ariko sinari kurota ko yari kwemera gutumira inshuti ze mu bukwe, aho bamwana we yari kuba ari Umuhutu, ntavuze Mama, umugore w'Umuhutukazi bari kuba bicaranye nk'aho ari umugabo we, nk'uko byafatwaga mu muco. Nahereje Mama amafaranga nari namuzaniye, ariko sinamubwira ko nari natangiye gushaka inzu njye na we twari kuzimukiramo.

Nsubira kwa Data wacu Kamanzi.

Ambonye, andamukanya urugwiro, maze ati, "Karabo, uraho. Amakuru yawe?"

Nti, "Ni meza. Hari umwanya mufite se ngo ngire icyo mbabwira?"

Twinjira mu ruganiriro, maze ati, "Nanjye, nifuzaga ko tuvugana, ariko ntitujya duhuza amasaha. Simenya igihe uvira mu nzu mu gitondo, cyangwa igihe utahira nimugoroba."

Ntangazwa n'uko na we yari antegereje. Nibajije icyo yifuzaga kumbwira kiranyobera.

Nti, "Mumbabarire ko maze iminsi ntaha bwije. Urugero, nk'uyu munsi nari nagiye kwa Mama."

Ati, "Hari icyo nifuzaga kukubaza. Ejo bundi umuntu yarampamagaye ambwira ko wari kuri televiziyo. Buriya koko byari ngombwa ko uvuga biriya byose kuri televiziyo?"

Nti, "Hari ikibi se navuze?"

Ati, "Buriya se byari ngombwa ko abantu bose bamenya ko Mama wawe ari Umuhutukazi wari mu nkambi z'impunzi?"

Ndamusubiza nti, "Yego, kuri njye byari ngombwa. Mumbabarire kubibabwira, ntekereza ko na mwe muri mu bakwiye kumenya ko Mama na we yahohotewe kandi akicwa urubozo n'impirimbanyi z'Abahutu. Bamwiciye umugabo n'abana, barangije banamujyana mu nkambi z'impunzi nk'imbohe yabo. Nimuramuka ibyo mubisobanukiwe, ntimuzongera kumutoneka umutima, mumushinja urupfu rwa murumuna wanyu."

Avugira hejuru ati, "Karabo!"

Nti, "Mubyeyi, kiriya kiganiro cyavugaga ko ihohoterwa rikorerwa abagore. Nifuzaga kubabwira ko mwongera urusenda mu gahinda ka Mama."

Arambaza ati, "Nte se? Namugize nte?"

Nti, "Nk'ubu mvuye iwe. Mama rero we akomeje kuzirikana umuco, Nyarwanda ku buryo abafata nk'uri mu cyimbo cy'umugabo we. Yumva abagomba icyubahiro nk'icyo yagahaye Papa. Nari nagiye kumubwira ko... Nako, reka mbyihorere."

Arambaza ati, "Wari wagiye kumubwira iki?"

Ntabwo byari igihe gikwiye cyo kumubwira ko niteguraga kurushinga. Data wacu Kamanzi yari guhita yanzura ko ari Mama wari wampitiyemo gushakana n'Umuhutu. Nuko mpindura ikiganiro mubwira ko nari nagiye kubwira Mama ko nshaka ko nimuka tukabana, ariko akaba yari yanambye, akambwira ko yagombaga kuzabanza gushimira Data wacu ku mugaragaro, mbere y'uko musezera.

Data wacu ati, "Reka kurira. Nta kibazo, Mama wawe azaze igihe azabonera umwanya."

Bucyeye bw'aho, njya kumenyesha Mama ko Data wacu Kamanzi yari yemeye ko yazaza kumushimira. Ambwira ko agiye kubwira abahoze ari inshuti za Papa bakazamuherekeza. Mubaza niba yari no kubwira musaza we Gasana ngo azamuherekeze.

Ati, "Nari naramubwiye ibyo nteganya. Ntashaka kubimfashamo. Yambwiye ko nta cyo apfana n'Abatutsi nashatsemo."

Hashize ibyumweru bibiri, bamwe mu bahoze ari inshuti za Papa baherekeza Mama kwa Data wacu Kamanzi. Bamuzaniye urwagwa ndetse n'inzoga za kizungu. Fideli, umwe muri abo bagabo bari bambaye amakositimu, niwe wafashe ijambo mu mwanya wa Mama. Data wacu Kamanzi yasubije iryo jambo avuga ko atari akwiriye gushimirwa ko yareze umwana we. Fideli amwibutsa ko na kera mu muco Nyarwanda, abagabo bajyaga bagabira inka abagore babo, maze nabo bakabashimira mu birori byo gukura ubwatsi. Nuko abari aho baraseka.

Hashize iminsi mike ibyo birori bibaye, ninginga Mama ngo ankundire twimukire mu nzu nifuzaga gukodesha.

Aranyangira, ati, "Njye mfite undi mugambi."

Nti, "Umugambi wuhe se kandi?"

Ati, "Minisiteri y'impunzi n'Abanyarwanda bagaruka

mu gihugu yatubajije icyo badufasha, ngo tubone aho gutura.
Njye nahisemo ko bakongera kunyubakira inzu. Bambwiye
ko kubera ko umugabo wanjye yazize itsembabwoko
ryakorewe Abatutsi, bazafatanya n'ikigega gifasha abacitse
ku icumu ry'itsembabwoko, maze bakanyubakira. Nzatura
mu nzu ya so."

Nti, "Mama, koko byashoboka ko twakongera kuba mu
nzu yacu?" Sinari narigeze ndota kuzasubira kuba iwacu
mu Biryogo.

Ati, "Yego." Maze yongeraho ati, "Hanyuma rero
ugomba no kubwira umukunzi wawe ko nkeneye igihe
cyo kubanza nkubaka inzu. Ku munsi w'ubukwe bwanyu,
uzasohokera mu nzu ya so."

Nti, "Ngo? Ubwo se kubaka bizatwara igihe kingana
iki?"

Ati, "Igihe cyose bizamara. Nibigenda neza, ibikorwa
byo kubaka bizatangira ukwezi gutaha. Bizarangira mu
mpeshyi ya 2007."

Nabimenyesheje Sugira, maze nubwo atari yishimiye
gutinza ubukwe bwacu kugera muri 2007, yavuze ko atari
kwanga icyifuzo cya Mama. Ikibazo cyari kinkomereye
cyari uburyo nari kuzakomeza gucengacengana na Sugira,
twiteguraga kurushinga, ndetse na Shema, wahoze ari
umukunzi wanjye. Nagombaga kumesa kamwe, nkiyemeza
kutazongera kuvugana na Shema.

Amezi yakurikiyeho ntiyanyoroheye. Nageze aho njya
kubana na Mama I Gahanga. Ubwubatsi bwari bwaratangiye
nk'uko yari yarabiteganyije. Mama na Data wacu Kamanzi
nabo bakomeje gukina uburyarya. Icyiza ni uko birindaga
kubwirana amagambo akomeretsanya. Narinkomerewe
no kuba Shema yarakundaga kumpamagara kuri telefoni.
Yakoraga uko ashoboye ngo njye iwe. Rimwe yazaga

kundeba ku kazi, ubundi akansaba ko tujya gusangira ikawa. Igihe cyose yambwiraga ko akeneye kugira uwo baganira, umutima wanjye wanyemezaga ko nta wundi yari afite uretse njye. Twari twararahiye kuzubaha imbibi z'ubucuti bwacu. Yagombaga kumenya ko we yari inshuti yanjye gusa, aho kumbera umukunzi. Ariko byageraga aho bikatunanira, tugatsindwa, maze tugahora twihana icyaha kimwe; gusomana byarangiraga dukinira mu buriri. Igihe cyose namwibutsaga ko niteguraga kurushinga n'undi musore, yaranyingingaga ngo ndeke gushakana n'Umuhutu. Nkamuhakanira.

→

Twageze muri Nyakanga 2007 inzu Mama yubakaga amaze kuyisakara ndetse no kuyishyiramo inzugi n'amadirishya. Hari hasigaye gusa kuyisiga amarangi no kubaka inzu zo hanze.

Mama arambwira ati, "Noneho rero mwakwemeza itariki y'ubukwe bwanyu"

Ndamusubiza nti, "Twamaze kuyemeza. Ubukwe bwacu buzaba kuri Noheri mu Ukuboza 2007. Hazaba hashize imyaka ibiri kuva Sugira ansabye kuzamubera umugore."

Ati, "Ese so wanyu mwarabiganiriye?"

Nti, "Oya, nzamubwira. Vuba aha nzajya kumusura tuganire."

Hashize iminsi ibiri njya kwa Data wacu Kamanzi. Sinari nzi aho nahera.

Ndamubwira nti, "Na... Nagiraga... Hari icyo nifuzaga kubabwira."

Ati, "Mbwira nta kibazo."

Nti, "Vuba aha ndifuza kurushinga."

295

Ati, "Ntiwumva rero! Ayo ni amakuru meza. Biranshimishije. Kuki se mbona wowe ushishiriwe? Uwo musore w'umunyamahirwe ni nde?"

Nti, "Muramuzi. Ni umuhungu wa Kamana n'umugore we Gatarina."

Data wacu yishima mu mutwe, maze amara umwanya acecetse, nta cyo avuga.

Bigeze aho ati, "Ndabyumvise. Nyoko yakugiriye inama yo gushaka Umuhutu."

Nti, "Mama ntaho rwose ahuriye n'icyemezo cyanjye. Nta n'ubwo yari aziranye n'umuryango ngiye gushakamo."

Data wacu Kamanzi arambaza ati, "None se ibyo bihindura ko uwo mugiye kurushingana ari Umuhutu?"

Nti, "Oya. Ariko, ahari nkwiye kubibutsa ko nanjye mfite amaraso y'Abahutu."

Ati, "Ndabizi. Ni yo mpamvu navuze ngo ndabyumva. Nkwifurije kuzagira urugo ruhire."

Nacecetse akanya, maze nti, "Mama yari yambwiye ko ari mwe muzaba muhagaze mu cyimbo cya Papa ku munsi w'ubukwe bwanjye."

Ati, "Ngo iki? Ubwire nyoko ashake Abahutu bene wabo bazamuhagararire. Hari imiryango ntahana nayo inka n'abageni. Ibyo urabyumva?" Ahita ahaguruka ansiga mu ruganiriro njyenyine.

Nikura umwanda mu nzara, ndikomeza ngo amaso yanjye atarekura amarira akantemba ku matama, maze nsohoka muri iyo nzu, nsubira kwa Mama I Gahanga.

Ngezeyo, Mama ati, "Ntugire ikibazo. Nzamuganiriza. Ntushobora gushyingirwa udahawe umugisha na so wanyu."

Nti, "Kubera iki? Data wacu ahuriye he n'ubukwe bwanjye? Ni iki gituma ukomeza kwihoma kuri bariya bantu batagufata nk'umukazana, cyangwa umugore wabo?"

Mama ati, "Kamanzi ntabwo ari so wanyu gusa.

Yakwitayeho igihe ntari mpari. Afite uburenganzira bwo gusangira nawe ibyishimo, ku munsi w'ubukwe bwawe. Ntabwo nabumwambura. Ibyo urabyumva?"

Nti, "Oya, nta byo numva."

Nari naratandukanye na Shema kuko yari Umutusi wamfataga nk'Umututsikazi, ariko wari ubabajwe n'uko nari mfite n'amaraso y'Abahutu. None nari ngiye no gutandukana na Sugira, Umuhutu wankundaga, atitaye ku cyo nari cyo, kubera ko nubwo nari mfite amaraso y'Abahutu, nagombaga kumenya ko umuryango wanjye, w'Abatutsi, utashoboraga guhana abageni n'umuryango w'Abahutu. Ubanza nari narandikiwe guhora nikoreye umusaraba w'indangabwoko.

Bucyeye bw'aho, mpamagara Gatarina, nyina wa Sugira. Nagombaga kumuvugisha nta wundi utwumva, nkamubwira ibyo nari naganiriye na Data wacu Kamanzi ndetse n'icyo Mama yari yabivuzeho.

Gatarina ati, "Ndemeranya na Mama wawe."

Ndamubaza nti, "Namwe koko? Kubera iki?"

Ati, "So wanyu Kamanzi aragukunda cyane, kandi nawe ugomba kumukunda no kumwubaha. Hari byinshi atazi ku muryango wacu. Nzamuganiriza, niba nta cyo bigutwaye."

Mfata icyemezo cyo kurekera Mama wanjye w'Umuhutukazi, ndetse na Mama wa Sugira w'Umututsikazi, uwo mukoro wo kuzaganiriza Data wacu Kamanzi. Abo babyeyi bombi basaga nk'abatari bakamenya ko igihugu cyacu cyari cyaratewe n'amadayimoni y'urwango.

Amezi yarihuse, maze muri Nzeri 2007, twimukira mu nzu yacu. Kongera kuba mu Biryogo byanyibukije ibihe by'ubwana bwanjye. Nibukaga uko twari tubayeho mbere y'itsembabwoko ryakorewe Abatutsi. Nubwo Mama yari yarasirimuye inzu yacu kurushaho, agashyiramo igikoni ndetse n'ubwiyuhagiriro by'imbere, ntiyari yarahinduye cyane imiterere y'inzu impirimbanyi z'Abahutu zari zarashenye mu 1994. Icyumba cyanjye cyari kimeze nk'icyo nahoranye. Cyari giteganye n'icyahoze ari icya Fifi na Dudu, cyarimo ibitanda bibiri nka kera. Barumuna banjye bashya, Sana na Gwiza baryamaga ku gitanda kimwe muri byo, hanyuma musaza wabo Mucyo akaryama ku kindi. Icyumba cyanjye cyari gitatsemo amafoto yanjye yo mu bwana, kandi n'ikindi cyumba na cyo cyarimo amafoto ya Fifi na Dudu, ndetse n'ayabo bana bandi ba Mama. Hagati y'ayo mafoto, harimo igishushanyo cy'uruhinja, bishatse kuvuga musaza wanjye muto, wishwe na Marume Rwasibo, mu gihe cy'itsembabwoko ryakorewe Abatutsi. Mu ruganiriro, hari ifoto ya Papa na Mama ku munsi w'ubukwe bwabo. Indi bisa yari mu cyumba cyabo, hamwe n'andi mafoto ya Papa.

Mbaza Mama nti, "Aya mafoto wayakuye he?"

Ati, "Kwa Fideli, wahoze ari inshuti ya so. Namusabye ko ayanshakira mu bantu bose bashoboraga kuba bayafite. Nashimishijwe n'uko hari abantu bari bagifite amafoto yacu."

Nari nejejwe no kongera kuba mu nzu y'iwacu nakuriyemo. Abaturanyi bacu, baba Abahutu cyangwa Abatutsi, bazaga kudusuhuza. Bamwe muri bo bazaga gusaba imbabazi kubera ibyo bari barakoreye umuryango wacu, abandi bakaza kuzimura ku bijyanye na politiki. Mama yari afite uburyo bwe bwo kubereka ko atari yarahindutse; ko yari akiri Musanabera washoboraga kubanira bose, abarebare n'abagufi, ndetse n'abirabura n'ab'inzobe.

Mu Ukuboza 2007, ubukwe bwanjye ntibwabaye. Gukura Data wacu kw'izima byari byaragoranye. Mama, kandi na we, ntiyashakaga kwemeza itariki y'ubukwe bwanjye, igihe cyose nari ntarahabwa umugisha na Data wacu Kamanzi.

Muri Werurwe 2008, Data wacu Kamanzi arampamagara ansaba kujya iwe.

Ngezeyo ati, "Karabo, kuki utari warambwiye ko Gatarina, nyina wa Sugira, akomoka I Nyanza?"

Nti, "Ibyo se biba byarahinduye ko Sugira ari Umuhutu?"

Ati, "Oya. Ariko noneho ubu nzi ko ababyeyi be ari abantu beza."

Nti, "Nyamara Papa we ni Umuhutu."

Data wacu ati, "Nibyo koko Kamana ni Umuhutu. Gusa, abantu bambwiye ko umugore we yamushyize ku murongo. Ntagifite umutima wa kinyamaswa."

Nti, "Mubyeyi, rwose mumbabarire. Nta cyo muratoramo. Kuvuga ko umugore we yamushyize ku murongo bisobanuye ko Abahutu bose mu busanzwe ari abagome. Ese koko niko mubafata?"

Ati, "Oya, ibyo sibyo nashatse kuvuga. Ariko benshi muri bo ni abagome kandi ni n'abanyamusozi. Ibyo ugomba kubimenya. Uko biri kose, icyo si cyo naguhamagariye. Nagiraga ngo nkumenyeshe ko nemeye ko uzashakana n'umuhungu wabo. Ariko rero ubukwe ntibugomba kuba mbere ya Nyakanga. Ibyo uzi impamvu yabyo."

Nti, "Ndayizi. Ntabwo twakora ubukwe mu minsi ijana y'icyunamo."

Data wacu yaribeshyaga kuba yaratekerezaga ko abantu bashobora kuba babi bitewe n'indangabwoko zabo. Ariko, naramuretse ngo azahindurwe na Mama ndetse na Mama wa Sugira. Nuko mpamagara Mama kuri telefoni mubwira ayo makuru meza. Maze mpita njya no kubimenyesha Sugira.

Sugira ati, "Iyo ni inkuru nziza. Ariko nkubwiye ukuri, sinishimiye ko dukomeza kwigizayo itariki y'ubukwe bwacu. Karabo, mbwira, ubu koko ni ryari tuzabana nk'umugabo n'umugore? Ubwa mbere, Mama wawe yagombaga kubanza kubaka inzu. Ubukurikiyeho, so wanyu yari yaranze ko ushakana n'Umuhutu. None ubu, ubwo maze kubabarirwa icyaha cy'inkomoko, ngo tugomba gutegereza kuzagera muri Nyakanga nyuma y'icyunamo. Reka nizere ko ubukwe bwacu buzaba muri Nyakanga 2008."

Ndamusubiza nti, "Sugira, ntugire ikibazo. Ubu ni ubwa nyuma mbatega amatwi. Nibongera kuzana izindi mpamvu, tuzafata icyemezo cyo kwigira ku murenge gusezerana mu mategeko. Ndizera ko nta kibazo bizagutera."

Ati, "Oya. Ahubwo kuri njye iyaba wakwemeraga, n'ejo twashyingiranwa."

Mata 2008 yarageze, maze kuwa 07 Mata, Mama ahuriza abantu bose hamwe, ngo bamuherekeze gushyira indabyo ku gituro cya Papa, ku rwibutso rw'itsembabwoko rwa Kigali. Nuko umunsi ukurikiyeho, aherekeza Data wacu Kamanzi n'abandi bo mu muryango w'Abatsobe i Nyanza, kwibuka abo mu muryango wa Papa bazize itsembabwoko ryakorewe Abatutsi. Ntabwo najyanye nabo.

Saa tanu z'amanywa zigeze, Shema arampamagara. Ijwi rye ryari ryanizwe n'agahinda. Yari yarwaye umutwe. Nacyetse ko yari yabitewe n'ibihe by'icyunamo twarimo. Ndanyaruka njya kwirirwana na we. Nagombaga kumuba iruhande, ngo ataza kuba ariho kuvugana gusa n'abazimu b'umuryango we. Namufashije guteka, kandi mutega amatwi, ubwo yambwiraga inkuru z'umuryango we, ndetse n'uburyo ibihe by'icyunamo byatumaga yibuka byinshi. Igihe cyose yajyaga avuga kuri nyina, sinashoboraga kwihangana. Nasukaga amarira, maze tukarira twembi.

Nari nzi neza ko iyo nyina wa Shema aba akiriho, urukundo rwacu rwari kuba rwarafashe undi murongo mwiza.

Uwo munsi, nubwo twacishagamo tugasomana, twirinze gukora urukundo. Ariko ntibyambuza kumubwira nti, "Shema, buri gihe iyo nje hano, mba narahiye ko ntakiba hagati yanjye nawe. Ariko nyuma, nkaza kwisanga nkuryamye mu gituza. Sinzagaruka."

Anshyira ibiganza ku minwa, arasubiza ati, "Oya se ntuvuge utyo."

Nti, "Hari ubwo numva nsa nk'umunyabyaha wanduye, udakwiye gusenga Imana."

Arambaza ati, "Wanduye? None se uwo mwanda uba wawukuye kuri njye?"

Nti, "Shema, mbabarira. Ibyo dukora byitwa icyaha. Nditegura kurushinga n'undi musore. Urabyumva?"

Ati, "Oya, dukora urukundo, ntidukora ibyaha," abivuga amwenyura, kandi anyiyegereza ngo twongere duhoberane. Aranyitegereza cyane, maze ati, "Ntiwambwiye se ko mutigeze mugerana ku ngingo? Ntumbwire ko—"

Nti, "Oya, nta byo twigeze dukora. Ariko ugomba kumenya ko mu mezi atatu ari imbere, nzaba mbana na we nk'umugabo wanjye."

Ati, "Nta cyo. Gusa uzambwire igihe uzaba waramweguriye umubiri wawe. Ubu icyo nzi ni uko igihe cyose utaratandariza amaguru yawe undi musore, uri uwanjye, kandi njye njyenyine."

Nti, "Ariko Shema …. Ndakwinginze, sigaho."

Arongera aransoma, maze ati, "Ubukwe bwawe buzaba ryari?"

Nti "Muri Nyakanga."

Ati, "Na nde se? Sindagura kositimu y'ubukwe. Ni nde uzatinyuka kukwambika impeta y'isezerano ryo gushyingirwa? Uzamubwire akomeze ashimishwe n'iyo yo kukurambagiza. Ubukwe bwo rwose, yibagirwe. Sinzamwemerera." Amaze kubivuga, aba arapfukamye ati, "Ndakwinginze mbabarira. Mubwire ko mutakibanye. Ndakwinginze."

Nti, "Shema, nakubwiye ko bidashoboka. Reka tureke iki kiganiro."

Nubwo atajyaga yumva, yagombaga kumva ko imyiteguro yo kurushinga na Sugira yari igeze kure.

Ijwi rya telefoni rirandogaya. Nitaba uwari uhamagaye nti, "Karame."

Sugira ati, "Wiriwe mukunzi wanjye. Umeze ute? Nashakaga kukubwira ngo ukomere. Ukwiye kumenya ko nkuzirikana mu isengesho."

Nti, "Sugira, sha, umbabarire. Nibagiwe kukubwira ko ntagiye I Nyanza. Ndumva ntameze neza."

Arambaza ati, "Wabaye iki?" Igihe ntaramusubiza, ati, "Ndaje. Ndakugeraho mu munota umwe."

Nti, "Oya, oya ntuze nonaha... Nta ... Nta muntu nshaka kuvugisha."

Ati, "Kubera iki? Na njye se? Ndaje."

Nti, "Mbabarira ntuze. Ntabwo ndi—"

Shema aba anshikuje telefoni, maze arayizimya. Ndamwinginga ngo anjyane imuhira, Sugira adasanga ntahari. Arabyanga ambwira ko anjyana saa kumi n'ebyiri z'umugoroba. Naramuhakaniye, ariko aranganza. Yahoranaga uburyo bwo gutuma ntuza. Nuko ajya mu gikoni, akata ipome, maze aranzanira ngo ndyeho. Atangira kumbwira iby'imideli yahangaga, ndetse afata igitabo, anyereka amakanzu yari yaranshushanyirije. Bigeze nimugoroba, nk'uko yari yabinsezeranyije, arancyura.

Tugeze mu Biryogo, hafi y'iwacu, ahagarika imodoka, maze aransoma byo kunsezera.

Numva umuntu akubise ku idirishya ry'imodoka. Ubwoba bunshwanyaguza amaguru, bundya no mu gifu, kandi bumbabaza mu bwonko.

Shema asohoka mu mudoka. Nari mfite ubwoba bwo kubabona barwana.

Mvugira hejuru nti, "Shema, Shema."

Yigira nk'aho atanyumvise, ahubwo arakomeza yegera Sugira. Ntungurwa n'uko, amugezeho, yamuhereje akaboko. Ariko Sugira yanga kumusuhuza. Shema abwira Sugira amagambo ntabashije kumva. Manura ikirahuri cy'idirishya ngo numve ibyo bavuganaga.

Shema ati, "Nyumva, kandi unyumve neza. Muri iyi si nakunze abantugore babiri gusa; uwa mbere yari Mama wambyaye, uwa kabiri ni Karabo. Mama wanjye ntakiri kuri iyi si. Nsigaranye Karabo wenyine. Ucuruza ko ngo uri... Nako simbizi. Tega amatwi. Umunsi uzatinyuka gukoza ibyo bitoki byawe, byanduye, kuri Karabo, uzahite ushaka undi mubumbe ujya kubamo... Ntabwo uzankira."

Sugira ati, "Ntugire ikibazo. Ntabwo ndi umunyamusozi nkawe ukubita abakobwa. Ntabwo nasaritswe n'ibiyobyabwenge." Maze arampindukirira ati, "Karabo, nari nahangayitse, ariko ndabona nta cyo ubaye. Ijoro ryiza."

Sugira yinjira mu modoka ye, arayatsa, maze aba aragiye. Nsohoka mu modoka ya Shema, ngo niruke kuri Sugira. Shema amfata ukuboko. Ndamwishikuza.

Nti, "Sugira, mbabarira unyumve. Ibyo ucyeka si byo."

Ahagarika imodoka isegonda rimwe, arampindukirira ati, "Wenda ibyo ncyeka si byo, ariko sinshidikanya ibyo nabonye." Akubita ikirenge ku cyuma cy'imodoka, mubona arenga mu ivumbi.

Nsubira kuri Shema nti, "Ndakwinginze nawe atsa imodoka yawe. Nkeneye kuba ndi njyenyine."

Aransubiza ati, "Ntaho ngiye."

Nti, "Shema, niba unkunda nk'uko ubivuga, mbabarira ugende."

Ati, "Ndagukunda, ariko singenda utarinjira mu nzu y'iwanyu."

Maze kwinjira mu nzu, ndamwinginga ngo agende. Nirukira mu cyumba cyanjye, mfata umusego wanjye utukura, ndawupfumbata ndawukomeza. Numvaga maze kuba nka ba bakobwa bakina abahungu nk'abakina amakarita ya jokeri. Nari nambaye impeta yo kundambagiza, nambitswe na Sugira, ariko umutima wanjye wari ugitegereje impeta ya zahabu ya Shema. Kubenga Sugira byo sinari kubitinyuka. Byari kubabaza abandi bantu benshi, kandi bari bamfitiye akamaro mu buzima.

Umuntu arandogoya akomanga ku rugi. Nihuta gukingura ngira ngo ni Shema. Nari ngiye kumubwira ko akwiye kunyibagirwa burundu. Ibyanjye na we byari byararangiye. Ntitwashoboraga gusubiza ibihe inyuma. Amahirwe yacu yo kubana twari twarayitesheje.

Sugira ati, "Ninjire?" Ni we wari ukomanze.

Nti, "Yego."

Amaze kwinjira, ati, "Karabo, mbabarira uburyo nitwaye. Si byiza ko nahise ngenda, ntafashe umwanya wo kugutega amatwi."

Nti, "Hmm… Ni njye ukwiye kugusaba imbabazi."

Ati, "Ngaho mbwira, uriya si wa musore mwahoze mukundana? Ntumbwire ko mujya muncana inyuma. Mbwira ko zari inzozi mbi."

Nti, "Yego, ni we, ariko nk'uko nakubwiye, ntabwo ari ibyo ucyeka."

Ati, "Ese ibyo ncyeka urabizi? Mbwira ibyo ari byo noneho niba atari ibyo ncyeka."

Nti, "Sugira, umubano wanjye na Shema wararangiye. Uri umukunzi wanjye, kandi vuba bidatinze, uzambera umugabo."

Arambaza ati, "Hanyuma se uwo mwasomanaga mu kanya kashize? We muhujwe ni iki?"

Nti, "Nta cyo. Yansomye. Ntabwo ari njye wamusomye."

Ati, "Ngo iki? Ibyo simbisobanukiwe. Mbabarira, unsobanurire."

Ndamubeshya nti, "Nababaraga umutwe, maze ngiye kugura ibinini by'ububabare, mpurira na Shema ku iguriro ry'imiti. Ansaba ko yangeza mu rugo. Tuhageze rero, ansoma byo kunsezera. Niko byagenze."

Ati, "Ubanza gusomwa na we ari wo muti w'ububabare wari ukeneye." Ibyo abivuga aseka byo kunkwena, maze yongeraho ati, "Ibyo ari byo byose niba ucyeka ko ari njye ubeshya, uribeshya ari wowe. Ngaho ngwino, hari aho nshaka ko tujyana."

Ndamubaza nti, "Aya masaha? Ndananiwe. Twazagiyeyo ejo?"

Ati, "Oya, wimpakanira niba ushaka ko twiyunga. Karabo, nshobora kumva ko utarampa umutima wawe, ariko niba unca inyuma, ugakundana n'undi musore, bizankomeretsa umutima cyane. Reka tugende."

Naremeye turagenda, ariko musaba ko tudatinda. Yantwaye ku biro bye, mu mujyi. Ambwira ko agiye kunyereka igishushanyo cy'inzu yashakaga kubaka, ngo tuzayituremo.

Tugezeyo, ati, "Karabo, mfite ikibanza i Kibagabaga. Ndashaka kuhubaka iyi nzu. Iki gishushanyo cyayo uracyibona ute?"

Maze ubwo nibazaga niba ari iyo mpamvu yonyine yari yatumye anzana aho, ndamusubiza nti, "Ni nziza."

Yicara ku ntebe itambitse yari iraho, nuko ansaba kumwicara iruhande, ngo akomeze ansobanurire icyo gishushanyo.

Maze kumwegera, arankurura anyicaza ku bibero bye. Atangira kunkorakora intoki n'ibiganza. Ati, "Karabo, ni burozi bwoko ki wampaye? Kuki ngukunda cyane?"

Nti, "Hmm? Gute se?"

Ati, "Ndeba. Ubu koko urabona meze nk'umuntu wabonye umukunzi we asomana n'undi musore? Ndashaka kuvuga uwo mwahoze mukundana, kandi wemereye guha ku rubuto utajya unyemerera ko nkoraho. Umfata ute koko?"

Mwigizayo, nti, "Sugira, sigaho. Uri mu biki?"

Arambaza ati, "Kuki koko umbabaza umutima? Mbabarira umbwire ko utabikora n'undi musore, kandi njye utajya unanyemerera ko ngushyira ibiganza ku bibero."

Nti, "Nakubwiye ko nta cyo nigeze nkorana na Shema. Ndakwinginze, ndeka nsohoke."

Amaso ya Sugira yari yatukuye. Urugingo rwo mu ipantalo ye rwabyimbye. Amaboko ye yabaye inkwi. Ubwoba bwaranyishe.

Ati, "Karabo, nsoma. Ndagushaka."

Yegera iminwa yanjye ngo ansome, ukuboko kumwe akuzamuza ijipo yanjye, ukundi nako kujya gushaka imoko. N'ingufu nyinshi ndamusunika. Ariko, kubera intege z'amaboko ye, ntibyagira icyo bitanga. Mbonye akuye mu ipantalo urugingo rwe rwari rwareze, umutima wanjye usimbukira mu mutwe, maze mvuza induru. Arandekura, ahita asubiza iyo ntinti ye mu ipantalo.

N'ijwi nk'iry'intare, arambaza ati, "Karabo, kuki umbabaza bigeze aha?"

Nti, "Sugira, ndeka ntahe."

Mfunga ibipesu by'ishati yanjye, ntunganya ijipo, maze

nirukira ku rugi rw'ibiro bye. Ndafungura, nuko nirukira mu kumba k'icyuma kimanura abantu hasi.

Ngeze hanze, numva ijwi rya Sugira rimpamagara riti, "Karabo, injira mu modoka. Ntugire ikibazo. Ndakugeza iwanyu."

Ninjira mu modoka. Twagiye tutavugana.

Tugeze mu Biryogo, nti, "Ndakwinginze, umbabarire."

Sugira arambaza ati, "Kubera iki?"

Nti, "Kubera ibyabereye byose mu biro byawe."

Arongera arambaza ati, "Hanyuma se nongereho no kukubabarira ko wanga ko dukora ibyo ukorana n'uwahoze ari umukunzi wawe? Jya mu rugo. Tuzavugana undi munsi. Umbabarire ko nashatse kugushyiraho ingufu."

Nsohoka vuba mu modoka.

Mu rugo, Mama yari yicaye mu ruganiriro. Ndamusuhuza, maze nirukira mu cyumba cyanjye.

Arambaza ati, "Karabo, byakugendekeye bite?"

Nti, "Nta kibazo."

Ati, "Garuka hano."

Nti, "Mama, ndananiwe. Tuzavugana ejo."

Ninjira mu cyumba, mfata umusego wanjye utukura, maze ntangira kuwubaza ibisobanuro by'ibyarimo kumbaho. Iryo joro ryacyeye nafashe icyemezo. Niyemeje kwibagirwa Shema. Niyemeje gusaba Sugira imbabazi, maze ngasenga Nyagasani Imana ngo anshyiremo imisemburo yo mu mubiri yari kuntera kwemera ko Sugira ankoraho. Nibwiraga ko wenda nyuma yo kubana, nazabikoreshwa n'amasezerano y'ishyingirwa niteguraga kuzasinyira imbere y'Imana na Leta.

Hashize iminsi mike, mbasha kuvugana na Sugira, twiyemeza gutangira imyiteguro nyayo y'ubukwe bwacu. Shema yarampamagaraga simwitabe.

Amezi ya Mata, Gicurasi ndetse na Kamena yabaye

amezi meza y'umubano wanjye na Sugira. Twari tumeze rwose nk'abakunzi nyabo, duhorana iminsi yose, tujya gusura inshuti n'abavandimwe, ari na ko tubaha ubutumire mu bukwe bwacu, bwagombaga kuzaba kuwa 15 Nyakanga 2008.

———

Umunezero wanjye ntiwatinze. Ibyumweru bibiri mbere y'umunsi w'ubukwe, Mama yinjiye mu cyumba cyanjye yikoreye amaboko, ati, "Tugomba guhagarika imyiteguro y'ubukwe."

Nti, "Kubera iki? Habaye iki?"

Ati, "Sobukwe bamufunze."

Nti, "Hmm? Kubera iki? Yakoze iki?"

Ati, "Arashinjwa kuba yaragize uruhare mu itsembabwoko ryakorewe Abatutsi. Yaciriwe urubanza n'inkiko za Gacaca."

Nti, "Ooo, Mana yanjye. Ntabwo bishoboka."

Numvaga ari inkuru y'incamugongo.

Mama ati, "Nanjye byanshobeye. Umugore we aravuga ko umugabo we arengana. Yiteguye kujurira."

Mbwira Mama nti, "Ngomba guhamagara Sugira."

Mfashe telefoni, nsanga Sugira yari yampamagaye inshuro eshanu, ambura.

Nyarukira iwabo. Musanga yicaye mu busitani.

Ati, "Karabo, Papa nta muntu yigeze yica. Ararengana."

Ndamubaza nti, "Baramushinja se iki?"

Ati, "Arashinjwa urupfu rwa mubyara wa Mama, wabanaga na twe mu gihe cy'itsembabwoko ryakorewe Abatutsi. Ubwicanyi butangiye, yavuye hano ajyanye n'umusore w'Umuhutu bakundanaga, wari wamwijeje kumurinda. Inyangamugayo za Gacaca zemeje ko Papa yamushumurije umwicanyi w'Umuhutu. Karabo, ntabwo ari byo. Papa yaramwinginze ngo ntagende, ariko ntiyemeye kuko yizeraga cyane uwo musore bakundanaga."

Nti, "Ihangane, Sugira. Papa wawe azafungurwa vuba."

Ati, "Simbyizeye. Mu rubanza rwa Gacaca, babajije Papa kuvuga izina ry'umuntu wishe mubyara wa Mama, niba atari we. Twese icyo twashoboraga kwibuka ni uko uwo musore yitwaga Emmanuel. Ntawari uzi izina rye ry'i Kinyarwanda."

Nti, "Icyangombwa kandi cyihutirwa ni ukubonera Papa wawe umwunganizi mu mategeko, usobanukiwe, kandi w'umuntu mwiza."

Sugira aransubiza ati, "Inkiko za Gacaca zamaze kumukatira imyaka cumi n'icyenda y'igifungo. Mama yabonye umwunganizi mu mategeko, kandi twamaze kujurira."

Nagumanye na Sugira. Ntitwiyumvishaga ibyari birimo kutubaho. Ubwo byabaye ngombwa ko twongera gusubika ubukwe bwacu. Nari mfite icyizere ko niba se wa Sugira yararenganaga koko, nyina yagombaga gukora uko ashoboye umugabo we agufungurwa. Mama yashatse kuba ari we ujya kumenyesha ibyabaye Data wacu kamanzi, ariko ndabyanga. Ni njye wagombaga kujya kumwirebera.

Ngeze iwe, Data wacu anyakira yishimye ati, "Nguyu umugeni araje. Imyiteguro y'ubukwe uyigeze he?"

Nti, "Mwiriwe. Hari icyo nashakaga kubabwira."

Ati, "Ko mbona washobewe byagenze bite?"

Nti, "Kamana bamufunze."

Ati, "Kubera iki?"

Nti, "Arashinjwa ko yakoze itsembabwoko ryakorewe Abatutsi. Yakatiwe n'inkiko Gacaca zo ku Kicukiro."

Data wacu ati, "Narabivuze." Yishima mu mutwe, maze arambaza ati, "Karabo, ibi bintu wabinshyizemo ute koko? Mbwira, ubu se ni gute nzahamagara inshuti zanjye nkababwira ko ubukwe butakibaye? Nzababwira ngo iki? Ko bamwana wanjye ari umwicanyi wakoze itsembabwoko?"

Ndamusubiza nti, "Icyangombwa ubu ni ukureba uko yafungurwa."

Ati, "Kuki bagomba gufungura umwicanyi watsembye abantu? Kugira ngo ushakane n'umuhungu we?"

Nti, "Mubyeyi, Kamana nta muntu yishe."

Arambaza ati, "Karabo, mwana wanjye, ubizi ute? Hagomba kuba hari impamvu abaturanyi be bamushinjije muri Gacaca. Benshi muri aba Bahutu wiyegereza bakoze itsembabwoko."

Nahise mpaguruka ndamusezera. Koko nta cyo nari mbiziho, ariko nibura umutwaro wari kunyorohera mu mutima wari uwo gutekereza ko se wa Sugira nta ruhare yagize mu itsembabwoko ryakorwe Abatutsi. Sinashoboraga kwiyumvisha ukuntu ntari ngiye gusa gushakana n'Umuhutu, ahubwo byongeye nari ngiye gushakana n'ufite se wakoze itsembabwoko ryakorewe Abatutsi. Naribazaga nti, *Naba naribeshye ku babyeyi ba Sugira iki gihe cyose?* Nabafataga nk'umuryango w'intangarugero. Nta kundi nagombaga kubigenza, uretse gucukumbura nkamenya neza ukuri. Nagombaga kumenya niba Kamana yararenganaga koko, nk'uko umuhungu we yabyemezaga, cyangwa niba na we yari umwicanyi nk'impirimbanyi z'Abahutu zanyiciye Papa na barumuna banjye. Marume Gasana yari inshuti ya Kamana. Nibazaga ko ubwo yari minisitiri yashoboraga kudufasha gukurikirana iyo dosiye. Mfata tagisi njya Nyarutarama.

Ngezeyo nsanga amakuru arayafite. Yari abizi ko Kamana ari muri gereza.

Arambaza ati, "Ni nde wababwiye ko nkora mu bucamanza?" Yongeraho ati, "Njye ndi minisitiri w'amazi n'amashyamba, ntabwo ndi uw'inkiko n'amagereza."

Nti, "Ariko Kamana ni inshuti yanyu—"

Anca mu ijambo ati, "Nyoko na we yampamagaye, ndetse n'umugore wa Kamana arimo kumbuza amahoro. Ugende ubabwire bose ko iriya dosiye itandeba. Ntabwo ari we Muhutu wa mbere, cyangwa wa nyuma, ushyizwe mu munyururu."

Ndakomeza ndinginga nti, "Nibura mudufashe gukurikirana dosiye ye mu rukiko rw'ubujurire. Icyemezo urukiko ruzafata, tuzacyemera, ariko nyuma y'ubujurire."

Marume Gasana, n'ijwi ryo hejuru kandi rirakaye, arongera aranyihanangiriza, ati, "Karabo, nyumva, kandi untege amatwi. Ugende unabwire nyoko ko nabihanangirije. Ntimugomba kwivanga muri dosiye ya Kamana. Mwitonde kuko ntimumuzi neza ku buryo mwamurengera."

Avuze atyo, numva ndashobewe. Musaba ko ambwira ibyo yari azi byose kuri iyo dosiye, ariko aranyangira. Mva iwe numva umutima uremereye igituza.

XVII

Mu 2009, se wa Sugira yari akiri muri gereza. Umunsi umwe nicaye mu ruganiriro rw'iwacu na Mama, twumva itangazo kuri radiyo rivuga ko Umukuru w'Igihugu yakuye Marume Gasana ku mwanya yari ariho wa minisitiri ushinzwe Amazi n'Amashyamba.

Nti, "Aka ni akari gatinze kazaza! Perezida yamwirukanye."

Mama arambaza ati, "Karabo, kuki uvuze utyo?"

Nti, "Mama, musaza wawe si umuntu wo kwizerwa."

Ati, "Yego wenda, ariko njye nari nzi ko nibura ari inararibonye mu byo yari ashinzwe nka minisitiri."

Kuwa gatanu, nyuma y'icyumweru cy'akazi, nca kwa Data wacu Kamanzi.

Mpageze, arambaza ati, "Karabo, waba ufite amakuru ya nyokorume Gasana?"

Ndamusubiza nti, "Yego."

Ati, "None se wamenye ko yahunze igihugu?"

Nti, "Mugize ngo iki? Oya, ibyo sinari mbizi. Icyo nari nzi ni uko yirukanywe ku kazi."

Data wacu ati, "Yahunze igihugu rero. Ubu yifatanyije n'abarwanya Leta yakoreye imyaka myinshi."

Nti, "Umva kandi ibyo. Wasanga noneho agiye kugaragaza neza uwo ari we."

Data wacu Kamanzi arambaza ati, "Uwo ari we? Karabo, ni iki uzi kuri Gasana?"

Nti, "Nta cyo urebye. Gusa mbona agira indimi ebyiri. Nta na rimwe yigeze yifatanya na twe igihe cyose twibukaga abazize itsembabwoko ryakorewe Abatutsi. Ariko akagaragara kuri televiziyo, atanga ibiganiro ku itsembabwoko, asa nk'uryarya. "

Maze Data wacu nk'aho yari mu iperereza arongera arambaza ati, "Ni iki kindi umuziho? Ese yaba na we yaragize uruhare mu itsembabwoko ryakorewe Abatutsi?"

Nti, "Oya. Agomba kuba ntarwo yagize. Yari mu Burusiya mu 1994."

⟶

Hashize iminsi mike, igihe nari ndimo ndeba televiziyo, mbona amakuru y'incamugongo. Ibisasu bya gerenade byari byatewe i Kigali, aho bitaga i Remera. Nta muntu n'umwe byari byahitanye, uretse ko hari abo byari byakomerekeje. Abantu bavugaga ko ababiteye bari abo mu mitwe yarwanyaga ubutegetsi, yari yiganjemo Abanyarwanda bahunze igihugu kuva mu 1994. Nagize ngo ndarota nabi. Naribazaga nti, *Aho ntiwasanga ba Marume bombi bari muri iyo mitwe ishaka guteza umutekano muke mu gihugu?*' Nkongera nti, *Aho ntitwaba tugiye gusubira mu byo twaciyemo mu 1994?* Umuntu umwe wenyine ni we nari nizeye ko yashoboraga kunsobanurira ibyariho biba ku Rwanda. Mama yari yicaye mu ntebe yegamirwa mu nguni yo mu ruganiriro, yifubitse igitenge. Mubwira ko hari aho nyarukiye. Maze ndasohoka, mfata tagisi injyana mu Kiyovu.

313

Ngezeyo, nsaba Data wacu Kamanzi kunsobanurira ibyo nari nabonye kuri televiziyo. Ambwira ko abapolisi bari bagikora iperereza kuri icyo gitero cya gerenade. Mubaza niba izo gerenade zari zatewe n'imitwe irwanya ubutegetsi yabagamo ba Marume Rwasibo na Gasana.

Ati, "Yego, byashoboka, ariko ntawamenya."

Nti, "Murumva se ari nde wundi watera umutekano muke mu Gihugu, niba atari impirimbanyi z'Abahutu zagiye hanze?"

Ati, "Karabo, hari ibintu udashobora gusobanukirwa. Reka dutegereze ikizava mu iperereza." Asa nk'uwishima ku gahanga, maze yongeraho ati, "Ikindi kandi, ni uko noneho bitaba ari ba nyokorume gusa, ahubwo … na so wanyu."

Nti, "Data wacu? Ubwo mushatse kuvuga nde?" Numvaga umutima unsimbutse igituza. Nti, "Na mwe se—?"

Anca mu ijambo ati," Oya, ntabwo ari njye. Ndavuga Rutayisire, mukuru wanjye."

Nti, "Nde? None se se we ahuriye he n'impirimbanyi z'Abahutu?"

Data wacu Kamanzi ati, "Ntabwo bacyitwa impirimbanyi z'Abahutu. Ubu n'Abanyarwanda b'indangabwoko zitandukanye. Bavuga ko ngo baharanira kubohora u Rwanda."

Ndongera ndamubaza nti, "Ubwo rero se murashaka kuvuga ko Data wacu Rutayisire asigaye yarifatanyije n'imitwe y'Abahutu?"

Ati, "Yego, kandi ntabwo ari we wenyine. Hari n'abandi Batutsi bake bavuga ko barwanya ubutegetsi buriho. Rutayisire ubu yavuye muri Kenya. Asigaye aba muri Leta Zunze Ubumwe z'Amerika. Ahari umunsi umwe, uzamwumva avugira kuri zimwe muri radiyo mpuzamahanga, cyangwa se uzasoma ibyo yandika kuri murandasi."

Siniyumvishaga ukuntu imyaka cumi n'itanu nyuma y'itsembabwoko ryakorewe Abatutsi, abafatwaga nk'abacunguzi b'abayirokotse bari bagiye kwifatanya n'abashinjwaga kuba barayigizemo uruhare, bagashinga imitwe ya politiki yarwanyaga ubutegetsi bwariho. Umutima n'ubwenge byanjye byari bitewe inkeke no kuba abo mu muryango wanjye barabaga buri gihe bari muri ako kajagari ka politiki. Hejuru yo kuba mu muryango w'Abahutu Mama yavukagamo, harimo n'abari baragize iruhare mu itsembabwoko ryakorewe Abatutsi, noneho hari hiyongereyeho n'uko nari mfite Data wacu w'Umututsi warwanyaga ubutegetsi bwariho.

Nuko mbwira Data wacu Kamanzi nti, "Mubyeyi, ngire icyo mbibariza?"

Ati, "Yeee."

Nti, "Papa, mbere y'uko bamwica, yafashe umwanya ambwira ko ubupfura n'ineza nta cyo bipfana n'indangabwoko y'umuntu? Ibyo yambwiye namwe niko mubibona?"

Data wacu ati, "Kubera iki ubimbajije?"

Nti, "None se ubu bibaye ari ukuri ko Data wacu Rutayisire ari mu bateye za gerenade, si Umututsi? Twavuga se ko Abatutsi nabo ari babi?"

Ati, "Oya. Nawe urabyumva ko tutavuga dutyo. Kandi, nakubwiye ko nta we uzi uwateye za gerenade uwo ari we." Yongera kwishima mu mutwe, asobekeranya amaguru, aceceka akanya gato, maze ati, "Uzambabarire ntuzagire uwo ubwira ko Rutayisire ari so wanyu. Ntukamuvugeho. Uranyumva neza?"

Ndikiriza nti, "Yego."

Sinzi niba Data wacu Kamanzi yari asobanukiwe icyo nari nshatse kumubwira. Nibyo koko sinari nzi byinshi ku mikino n'intambara za politiki, ku buryo nashoboraga kwemeza abari bateye izo gerenade abo ari bo. Icyo gusa nashakaga kumwumvisha ni uko nk'uko abantu b'indangabwoko zitandukanye bashoboraga gufatanya kugira neza, banashoboraga no gufatanya kugira nabi. Byose biterwa n'amahitamo. Ntabwo biterwa n'indangabwoko.

Ibitero bya gerenade byakomeje kubaho. Kuwa 09 Nzeri 2009, radiyo itangaza ko hongeye guterwa ibisasu mu gice cy'ubucuruzi cyo rwagati mu mujyi wa Kigali. Umunyamakuru avuga ko icyo gitero cyari cyahitanye umuntu witwa Shema. Numvise umugongo wanjye ucitsemo gatandatu. Maze n'ibiganza bititira, ndihangana, mfata telefoni mpamagara Shema. Nimero ye yari yavuye ku murongo. Hashize amasegonda, ndongera ndahamagara. Yari itarajya ku murongo. Mpamagara Muhire. Ambwira ko ataherukanaga na Shema.

Mu gihe umuhogo wanjye wanigaga, ukambuza kuvuza induru, radiyo yongera gusubiramo ayo makuru, maze umunyamakuru ati, "Shema, umuhanzi w'imideli uzwi cyane inaha, yakomerekejwe bikabije n'igitero cya gerenade. Ntabwo yapfuye, nk'uko twari twabitangaje mbere. Yajyanywe mu nzu y'indembe ku bitaro bikuru bya Kigali."

Nirukira kwa muganga. Nsanga bamaze kumujyana aho babagiraga ingingo.

Umuforomokazi arambaza ati, "Waba uri mushiki we?"

Nti, "Yego, ndi inshuti ye … Oya, mubyara we… Mumbabarire mumbwire, ari he?"

Ati, "Abandi bo mu muryango we barihe?"

Nti, "Nta n'umwe agira. Bose barabishe. Ndabinginze, mundeke njye kumureba."

Ati, "Yooo, ese yacitse ku icumu ry'itsembabwoko?

Mana yanjye! Ntumbwire ko yarokotse itsembabwoko kugira ngo azicwe n'ibi bitero bya gerenade, nyuma y'imyaka cumi n'itanu... Birababaje."

Ndiyamira nti, "Mugize ngo agiye gupfa?"

Nari maze gushesha urumeza umubiri wose, amaguru yanjye atitira, no mu nda havuza induru nk'iz'uwagobwe n'amara.

Ati, "Oya, ibyo sinabimenya. Dukwiye gusenga Imana. Ameze nabi cyane."

Ubwonko ntibwari gukwirwamo igitekerezo cy'uko Shema yari agiye gupfa. Nari naracecetse ku byambabayeho byose mu gihe cy'itsembabwoko ryakorewe Abatutsi, ariko sinashoboraga kuzababarira abicanyi ba Shema, baba ba marume, data wacu, cyangwa undi uwo ari we wese. Numvaga nakwiruka, ngahagarara ku mpinga y'umusozi, ngatera ijwi hejuru, ngahamagara Abanyarwanda bose, nkabakangura, maze nkababwira ko bakamutsemo umunyu w'ubuzima. Nategerereje hanze y'icyo cyumba cy'ibagiro, mfite umutima wuje intimba, ndetse n'umutwe uremerejwe n'umujinya.

Hashize amasaha atatu, wa muforomokazi aragaruka, ati, "Imana ihabwe ikuzo! Igikorwa cyo kumubaga cyagenze neza."

Ndamubaza nti, "Ari he? Nshobora kujya kumureba?"

Ati, "Oya, ntabwo ushobora kwinjira. Wamurebera gusa mu kirahuri cy'idirishya. Nyura hano."

Nuko mfata telefoni, mpamagara Mama.

Ati, "Karabo, bite byawe ? Uri he? Njye na Sugira twahangayitse."

Nti, "Mama nyumva. Kandi ntugire undi ubwira. Fata tagisi unsange ku bitaro bikuru bya Kigali."

Ati, "Ugize ngo iki? Karabo, mbwira, byakugendekeye bite?"

Nti, "Nta cyo. Mbabarira uze wenyine kwa muganga."

Sinashoboraga gukura amaso kuri Shema. Umutwe we wari upfukishijwe ibitambaro byera. Ntibari kunkundira kunyura muri icyo kirahuri cy'idirishya, ngo njye kumusoma, maze murambikeho ibiganza ku matama. Amarira yanze kumva mu gihanga. Iyo nza kuyasunika cyane, ahari amaraso yari kuzana na yo.

Hashize iminota mike, Mama aba arahageze. Akinkubita amaso, ahita asobanukirwa n'uburemere bw'ibyo nari ndimo. Umusatsi wanjye wari wahagaze nk'uw'abacuranzi ba roke bo mu myaka ya za mirongo inani. Mu maso yanjye hari habaye nk'aha nyogokuru mbere y'umunsi apfa.

Mama ati, "Karabo, habaye iki?"

Ntunga intoki Shema, nti, "Mama reba."

Ati, "Uriya ni nde?"

Ndeba Mama mu maso, nti, "Impirimbanyi z'Abahutu zamwiciye nyina. Ni wowe mubyeyi wenyine afite..."

Ati, "Njyewe?"

Nti, "Yego. Guhera uyu munsi umubere nyina. Ntumbaze ibibazo. Bambwiye ko ashobora gupfa... Oya weee, ndakwinginze. Mureke yumve impumuro y'umubyeyi. Nzi neza ko byamurokora."

Mama arongera arambaza ati, "Karabo, uriya ni nde?"

Nti, "Ni musaza wanjye ntigeze. Yambaye iruhande igihe nari njyenyine. Ndakwinginze, umwiteho nk'uko wakabikoreye umuhungu wawe. Nzaba ndi kumwe nawe, keretse igihe nzajya ngusiga nkajya ku kazi."

Ati, "Ubwo se nzavuga iki abaforomo nibambaza icyo dupfana?"

Nti, "Uzababwire ko uri nyina wabo."

Nahonaga Mama asa nk'aho atumva ibyo mubwira. Ariko ishavu yasomaga mu maso yanjye, ndetse n'uruhu rwanjye rwari rwahindutse ibara ry'urwirungu, byamubwiraga uwo Shema yari we kuri njye. Amatama yanjye yari yazanye ibiheri ntahoranye. Nirirwanye na Mama, twembi duhanze amaso Shema. Nimugoroba, musaba gutaha ngo agaruke mu gitondo kunsimbura, ngo njye ku kazi.

Bucyeye bw'aho, ndi ku kazi, telefoni irajwigira.

Sugira arambaza ati, "Karabo, uri he?"

Nti, "Mbabarira, ejo warampamagaye, urambura."

Ati, "Byakugendekeye bite?"

Nti, "Eeee… Nta cyo."

Ati, "Wimbeshya. Uratuma mfuha."

Ndamubaza nti, "Ufuha? Mbabarira, sigaho."

Ati, "Reka, byari ukuganira."

Yambajije niba twarashoboraga guhura nimugoroba, ndamuhakanira.

Sugira ati, "Karabo, nizere ko utaba watangiye gushidikanya kuri Papa. Nta ruhare yagize mu itsembabwoko ryakorewe Abatutsi."

Ndamusubiza nti, "Reka dutegereze icyemezo cy'urukiko rw'ubujurire."

Ati, "Ndakwinginze, ntukore ikosa ryo gutekereza ko Papa ari umwicanyi. Ntabwo ari byo."

Nti, "Nta cyo. Sugira, mfite akazi. Turaza kongera."

Nubwo ntari nshimishijwe n'uko se wa Sugira yari muri gereza, nibazaga ko ahari nari kubikoresha nk'impamvu yo kugabanya igihe cyo kuba ndi kumwe na we, maze nkabona umwanya uhagije wo kwita kuri Shema.

Shema yamaze iminsi myinshi muri koma. Mama yirirwaga kwa muganga, na njye nkaharara. Abaganga n'abaforomo bari baratubwiye ko bitari ngombwa ko tuhaguma, ariko ntitwashoboraga gusiga Shema wenyine. Nari naramaze kubwira Mama ukuri, ariko kutuzuye. Yari azi ko Shema yahoze ari umukunzi wanjye, wanyanze amaze kumenya ko Mama yari Umuhutukazi wabaga mu nkambi z'impunzi. Ariko sinari naramubwiye ko Shema yari yarigeze kunywa ibiyobyabwenge, cyangwa se ko yari yarankubise akankomeretsa. Nibanze gusa ku kumubwira ko Shema yari afite agahinda gakabije kubera ibyari byarabaye mu myaka ya za mirongo icyenda, ubwo umuryango we wose watsembwaga mu itsembabwoko ryakorewe Abatutsi.

Mama ati, "Ntugire ikibazo. Ndabyumva ko ankeneye. Nzamusogongeza ku rukundo rw'umubyeyi."

Ndatangara nti, "Mama, uzamuba iruhande?"

Ati, "Yego, tugomba kongera kubaka icyizere mu mitima y'abantu nka Shema. Ubwo Imana izamufungura amaso, nzaba nicaye hafi aho ku gitanda arwariyeho, nk'uko nyina yari kubigenza, iyo impirimbanyi z'Abahutu zitamwica. Nzamuha amata, mupfumbate, maze mureke arambike umusaya mu gituza cyanjye."

Nti " Mbega byiza! Musengere Imana imuhe imbaraga zo kuva muri koma."

Mama ati, "Bikira Mariya ntajya antenguha. Iteka ryose iyo muhamagaye, aranyumva." Yari afite ishapure ye mu biganza, arimo kuvuga rosari mu mutima.

Nti, "Urakoze cyane kumusengera."

Sinari nzi uko nari gushimira uwo mumalayika nitaga Mama. Nubwo njye ntizeraga Bikira Mariya, nari nzi neza ko nta sengesho rifite imbaraga kurusha urukundo n'ineza by'umubyeyi.

Shema yamaze ibyumweru bitatu muri koma.

Umunsi yakangukiyeho, Mama yampamagaye kuri telefoni, ati, "Karabo, ariko kuki utajya ugumana telefoni yawe hafi? Nagerageje kuguhamagara inshuro nyinshi utitaba."

Nti, "Mbabarira, nari ndi mu nama."

Mama ati, "Shema yafunguye amaso."

Nti, "Ngo? Ooo, Mana yanjye, ndagushimiye. Ameze ate? Yavuze iki?" Sinari nzi icyo namubaza. Ibishashi by'umunezero byari binyuzuye umutima.

Ati, "Nari muri iruhande. Ntiyabashije kumenya aho yari ari. Yambajije uwo ndiwe, mubwira ko ndi nyina wabo."

Nti, "Hanyuma…?"

Ati, "Nta kindi yavuze. Yasaga nk'unaniwe cyane, maze ahita asinzira."

Ndamubwira nti, "Mama, mbwira byose. Yakubajije ibihe bibazo? None se ubu aracyasinziriye?"

Ati, "Tuza. Nsubiye imbere, ariko hari icyo ngira ngo ngusabe. Iri joro ntugere kwa muganga. Haracyari kare ko yamenya ukuri."

Nti, "Nta cyo, gusa ndaza kwicwa n'irungu. Koko ni byo, haracyari kare ko yamenya uwo uri we."

Umutima wanjye wari wuzuye urukundo nari mfitiye Mama. Sinari narabonye mu buzima umubyeyi w'umunyampuhwe nka we. Yari akirangwa n'imyitwarire myiza yatwigishaga tukiri abana, mu mwanya w'isengesho rya nimugoraba, mbere y'uko tujya kuryama.

Bucyeye bwaho, njya kwa muganga, ariko Mama ntiyanyemerera kuvugisha Shema. Ansanga mu kindi cyumba nuko ambwira uko byari byagenze Shema amaze gukanguka. Mama yari yakomeje kumubeshya ko ari nyina wabo, atari azi. Shema yari yanejejwe no kumva ko hari mwene wabo na nyina wari ukiriho. Ariko kandi akabona isura ya Mama hari aho yari yarayibonye. Shema yari yabwiye Mama ko yasaga n'umukobwa yakundaga. Mama yari afite impungenge ko Shema yaza kuvumbura ko atari nyina wabo nk'uko yiyitaga. Gusa izo mpungenge yaje kuzimarwa n'uko Shema yongeyeho ko nyina wa Karabo, ku ifoto yari yarabonye, yari akiri muto, kandi afite inzobe icyeye. Shema, nubwo yari afite gushidikanya, yahisemo kwibwira ko yari afite nyina wabo wendaga gusa na Mama wanjye.

Nyuma y'ikindi cyumweru mu bitaro, baje kumusezerera. Uwo munsi, nagiye kumurindirira iwe. We na Mama bageze ku Kacyiru, Shema akinkubita amaso, ijuru riba riraguye. Mwemerera ko ibyo yacyekaga byari byo; ko uwo yitaga nyina wabo yari Mama wanjye. Areba ibumoso, areba hirya, ngo ampishe amaso. Nari mfite ubwoba ko yashoboraga kunsimbukira akaniga.

Nuko ati, "Mwese mumvire mu rugo, cyangwa mpamagare polisi."

Nti, "Shema, ndakwinginze, mbabarira unyumve."

Arambaza ati, "Karabo, ariko utekereza ko imbabazi zanjye ziva mu iriba ridakama? Watinyutse ute kongera kumbeshya koko? Nyoko yambwiye ko ari Mama wacu. Njyewe? Shema? Muri iyi si? Ni iki koko cyatumye mumbwira ikinyoma nk'icyo? Mwembi nta mitima mugira."

Mbere y'uko nsubiza Shema, Mama aba afashe agakapu ke agaterera ku mugongo, maze ati, "Karabo, ndagiye." Ahindukirira Shema, ati, "Warakoze kumpa umugisha wo kwifatanya nawe mu bubabare. Ntabwo ndi nyoko, cyangwa nyoko wanyu, ariko ndi umubyeyi. Karabo yambwiye ibyo yari azi ku gahinda kawe, ariko siyo mpamvu nemeye kukuguma iruhande. Ababyeyi bawe bombi bansabye kukwitaho; nyoko wakonkeje, ndetse n'umubyeyi Bikira Mariya, ukwitaho yicaye mu ijuru. Bari kumwe nanjye kwa muganga. Ntiwashoboraga kubabona, ariko bari bandi iruhande." Yegera Shema, amushushanyaho ikimenyetso cy'umusaraba ku gahanga, maze ati, "Imana iguhe umugisha, kandi urware ubukira vuba." Agenda, ari njye, ari Shema, tutamusubije, kuko twari tugitekereza ku byo yari amaze kuvuga.

Nabonaga Shema asa nk'ukozweho, ariko akomeza

kwihagararaho bya kigabo, ati, "Karabo, na we mvira aha. Ndashaka kuguma njyenyine."

Ndamusubiza nti, "Ntaho ngiye. Ngusabye imbabazi z'uko nasabye Mama kukubeshya. Byose ni wowe twabikoreye."

Atera hejuru ati, "Ni njye mwabikoreye?"

Nti, "Yego. Iyo aza kuba yarakubwiye ko ari Mama, ntuba waremeye ko akuguma iruhande kwa muganga."

Shema ahita asimbukira ku gitanda, ahindukiza umutwe, asa nk'uhumirije amaso. Nanjye njya mu gikoni kumutegurira umufa. Nuko ncana mudasobwa yanjye, maze mucurangira indirimbo z'igifaransa, yakundaga.

Abyutse saa kumi n'ebyiri, ati, "Karabo, uracyari aha? Sinshobora kukumva. Buriya koko ni iki cyaguteye gusaba mama wawe kundwaza mu bitaro?"

Nti, "Mbabarira."

Ati, "Wowe sinshobora kukubabarira. Ariko mama wawe, nibura, yatumye niyumva nk'aho mama wanjye yari yazutse mu bapfuye. Sinigeze ncyeka ko yaba ari mama wawe. Ndakwinginze ntuzongere kumbeshya. Urabinsezeranyije?"

Nti, "Yego, ndabigusezeranyije." Ku mutima ndibwira nti, *Njye na Mama intego yacu twayigezeho.*

Shema ati, "Ikindi kandi… Ntuzongere na rimwe kuvuga ko mama wawe ari Umuhutukazi. Sindabona Umuhutukazi mwiza kandi ufite umutima mwiza kuriya."

Nti, "Ngo iki, Shema? None se Abahutukazi basa bate?"

Aramwenyura, ntiyasubiza ikibazo cyanjye. Nshyushya umufa, maze mugaburira n'ikiyiko, nk'ugaburira umwana. Ndangije ndamusoma, ndamusezera.

Sinari nkibonana na Sugira cyane. Natinyaga ko yasoma mu maso yanjye ko hari icyo nari mukinze. Igihe cyose twahuraga, yanyibutsaga ko se yarenganaga. Nari ntangiye gushidikanya, maze kugira ngo atabibona, nkirinda kumuvugisha. Nubwo Sugira na nyina nta ko batari baragize, ngo bafunguze Kamana, umwaka wose wari ushize akiri mu munyururu. Ubundi imanza z'ubujurire zagiraga vuba mu Rwanda, ariko muri icyo gihe, guhuza imanza z'inkiko zisanzwe n'iza Gacaca byasaga nk'ibigoranye. Buri mugoroba, najyaga kwa Shema. Uretse ibikomere bike byari byaratinze gukira, yarimo koroherwa.

Kuwa gatanu, tumaze gusangira icyayi, Shema arambaza ati, "Mama wacu araho?"

Nti, "Mama wacu? Araho."

Ati, "Kubera iki ataza gusura umuhungu we? Ugomba kumubwira ko umukobwa we atamfata neza."

Nti "Eee, ni ibyo uvuze?"

Ati "Reka se kubyimbya iminwa. Nanjye nkeneye kwitabwaho n'umubyeyi."

Ndamubwira nti, "Shema, mu muco wacu, abana nibo bajya gusura ababyeyi. Azanezezwa no kukwakira, akaguha amata, maze akanagucira imigani."

Ati, "Nibyo, nzajya vuba gusura mama wanjye mushya niboneye."

Nti, "Uzaba wisanga."

Mbona aretse gukomeza gushushanya imideli, maze arambaza ati, "Ariko mbwira, iby'ubukwe bwawe byahereye he?"

Maze n'ikiniga mu muhogo, nti, "Hmm? Byajemo kidobya. Se wa Sugira ari muri gereza."

Ati, "Muri gereza?"

Nti, "Yego. A… Arashinjwa ko yagize uruhare mu itsembabwoko ryakorewe Abatutsi."

Ati, "Ihanagure amarira." Maze arankurura andyamisha mu gituza, atangira kunkorakora mu misatsi, ati, "Umbabarire mbivuge. Njye nari nzi ko n'ubundi Sugira hari icyo ahishe."

Uko umutwe wanjye wari mu gituza cya Shema, namwemereye ko ampanagura amarira. Yakomeje kunkorakora mu misatsi, ku ijosi, ndetse no mu gituza. Nk'umugabo wasazwe n'ubushake bwo kuba yagira icyo ahekenya, aba ankuruye amatama, ashakisha iminwa, maze ayinyungutana umururumba. Intoki ze zijya gushakisha imoko, ndetse zimanuka no ku mukondo. Igihe ngiye kumwakira hagati y'amaguru, aba arancenze, yisubirira ku moko. Hashize iminota mike, mwumva yageze hagati y'amaguru arimo kunyunguta ku buryo byandyoheraga nk'isukari ivanze n'akunyu. Nk'inkumi y'umunyafrika, ndamusunika, musaba ko abikora nk'iby'umuco wacu. Na we rero nk'umusore w'umunyafrika w'icyusa cyinshi, asunika urugingo rwe mu rwanjye, maze aracumita cyane. Shema yari inararibonye mu mukino w'urukundo. Twakoze urukundo ijoro ryose.

Bucyeye, antegurira imbuto ziriho cya kivuguto cya kizungu bita yawuruti. Nibukaga ko nari nkifitanye na Sugira amasezerano yo kuzarushinga, maze ngahisha amaso.

Hashize akanya, nk'aho yasomaga ibitekerezo byanjye, Shema ati, "Uhangayikishijwe ni iki? Va kuri Sugira washobewe. Sinshobora kugutegeka icyo ukwiye gukora, ariko ndakwinginze ufate umwanya wo kubitekerezaho. Mama wawe naramubonye, kandi ubu noneho nzi ko atari Umuhutukazi nk'uko wari warabimbwiye. Azashimishwa no gushyingira umukobwa we umuhungu mushya yungutse. Ndakwinginze, mpa ayo mahirwe."

Ndamusubiza nti, "Shema, nejejwe n'uko wamenye ko Mama ari imfura. Ariko ibyo ntibimugira Umututsikazi. Ubupfura buboneka no mu Bahutu."

Ati, "Hanyuma uriya Muhutu ushaka kuzabana na we? Na we se ni imfura? Kuki atari yarakubwiye ko se yagize uruhare mu itsembabwoko ryakorewe Abatutsi?"

Nti, "Ngiye kurushinga na Sugira, ntabwo ngiye kurushinga na se?"

Shema ati, "Umwana wa Samusure avukana isunzu."

Koko na njye nari ntangiye gushidikanya ku kurengana kwa Kamana. Ariko sinashidikanyaga ku bupfura umuhungu we yari yarangaragarije kuva tukiri mu mashuri yisumbuye. Shema ntiyari afite uburenganzira na bucye bwo kunsaba gutandukana na Sugira.

Nti, "Shema, ibyo utekereza si byo. Se wa Sugira ashobora kuba arengana. Icya kabiri, nzi neza ko Sugira atari umuntu mubi, nk'uko ubitekereza. Ntugomba gutekereza ko Abahutu bose ari abagome."

Ati, "Ndagukunda cyane, ariko kandi nkugirira n'impuhwe. Ntushaka kumva ko ugiye gukora ikosa rikomeye mu buzima. Ntabwo ukunda Sugira..."

Nti, "Ni iki kikwemeza ko ntamukunda?"

Ati, "Iyo uza kuba umukunda, ntiwari kuba uryamye mu gitanda cyanjye. Ariko icyo si cyo kibazo cyonyine mfite. Ugiye gushaka Umuhutu nyuma y'ibyo bakoreye imiryango yacu? Ese watekereje no ku byo barimo gukora ubu? Ni nde urimo kujugunya ziriya gerenade zari zigiye kumpitana?"

Nti, "Tureke kuvuga ku bya gerenade kuko ntituzi urimo kuzitera. Gusa icyo nakumenyesha ni uko numvise ko abari kuzitera barimo Abahutu n'Abatutsi."

Shema arabihakana ati, "Ibyo ntabwo ari ukuri. Kandi niba hari Umututsi umwe cyangwa babiri bifatanyije n'abo Bahutu, ubwo nabo ni abayobye nkawe."

Nahise mbaduka muri icyo gitanda, nambara imyenda yanjye. Nsiga iryo funguro rya mu gitondo yari yanteguriye, niruka njya gutega tagisi. Shema aterera ijwi hejuru arampamagara, ariko nanga kugaruka. Nagombaga kujya mu cyumba cyanjye, ngafata umwanya wo gutekereza. Ni byo koko ibyo yavugaga ku Bahutu n'Abatutsi ntibyari ukuri. Ariko, ntiyibeshyaga ku kuba ntarakundaga Sugira ku buryo yari kumbera umugabo. Umutima wa Shema wari ugisaritswe n'urwango yari afitiye Abahutu. Ni nk'aho ku nkuta z'ubwonko bwe hari handitseho ko Abahutu ari abagome. Nari narizeye ko Mama yazamuhindura, ariko aho kugira ngo ahindure ibitekerezo bye, Shema yari yarahisemo guhindura indangabwoko ya Mama, amukura ku Buhutukazi, amugira Umututsikazi. Kuri we, sinari nkiri ba bandi bitaga imvange, ahubwo nari Umututsikazi ijana ku ijana. Icyo ni cyo ntashakaga. Shema yagombaga kwemera uwo nari we, aho kumpindura uwo we yashakaga ko mba.

Ngeze mu rugo, nsanga Mama yicaye mu muryango.

Mbere y'uko ambwira mwaramutse, ati, "Sugira yabashije kukuvugisha kuri telefoni?"

Nti, "Oya, Oooo, Mana yanjye! Telefoni yanjye irihe?" Yari mu ndiba y'isakoshi yanjye.

Mama ati, "Gira umuhamagare. Kamana yafunguwe."

Nti, "Ngo yafunguwe?" Maze kubaza ntyo, ndimyoza.

Mama ati, "Yego, ni umwere. Ntabwo unejejwe se n'uko uzaba sobukwe yafunguwe? Uko kwimyoza gusobanura iki?"

Gufungurwa kwa se wa Sugira numvaga kumvangiye. Natitijwe n'ubwoba bw'uko nta yindi mpamvu yari kubaho yo gutinza ubukwe bwacu.

Sugira aba araturogoye akomanga ku muryango.

Akinjira, yahise anterura anshyira mu kirere maze ambyinisha aririmba ati, "Imana ni nziza ibihe byose." Arongera ati, "Mama, ubukwe bwacu buzaba ejo."

Mbere y'uko Mama asubiza, ndabaza nti, "Ejo?"

Sugira ati, "Yego, mukunzi. Hari ikibazo se biguteye?

Papa ni umwere. Humura ntugiye gushakana n'umuhungu w'uwagize uruhare mu itsembabwoko." Nuko aramwenyura cyane.

Nti, "Uriganirira. Ejo ntibyashoboka."

Ati, "Kubera iki se? Ejo se ni umunsi w'ikiruhuko ku bapadiri?"

Bigeze aho, areka iby'urwenya, maze atubwira ko ababyeyi be bifuzaga ko ubukwe bwazaba kuwa 17 Ugushyingo 2009. Mama amubwira ko twagombaga kubibwira Data wacu Kamanzi, mbere y'uko twemeza iyo tariki.

Nimugoroba, Mama anyohereza kubwira ayo makuru Data wacu. Na we ntiyazuyaje guha umugisha ubukwe bwanjye na Sugira.

Iminsi yakurikiyeho, njye na Sugira twari mu myiteguro y'ubukwe. Ntiyamvaga iruhande n'isegonda na rimwe. Igihe cyose intoki ze zankoragaho, namusabaga kwitonda akazategereza umunsi w'ubukwe.

Igitondo kimwe mbyutse, mfata ishapure Mama yari yarashyize mu cyumba cyanjye, maze niyambaza Bikira Mariya, nti "Malayika Gaburiyeri yaba yarahinduye imikorere? Ni iki cyatumye yemeza Sugira ko ari njye tuzabana? Kuki atanyivugishirije? Yemeye ko umutima wanjye ukunda Shema. Ni gute nashakana na Sugira kandi umutima wibereye kwa Shema? Ndakwinginze, nsubiza, Bikira Mariya. Nashobewe."

Ntabwo yanshubije. Nibura, we yari yaragumanye ubusugi. Ariko njye, ubwanjye nari narabwihereye Shema, tutarahabwa umugisha n'ijuru.

Ndeka ubwo bupfayongo nari ndimo, ndahaguruka nigera ikanzu y'ubukwe, maze nireba mu ndorerwamo. Ku mutima nti, *Ahari wenda iyo iza kuba ibara ry'ikijuju, ntibe umweru dede.* Ntaho ubukwe bwanjye na Sugira bwari buhuriye n'ibara ry'umweru. Nakuyemo iyo kanzu y'ubukwe, njya kureba abakobwa barimo biteguririra kuzanyambarira, ngo twitoze uko tuzatambuka. Bose bandebaga nk'aho nari umunyamahirwe kubarusha. Nari ngiye gushakana n'umusore w'umunyabwenge, kandi uva mu muryango ukize.

XVIII

Hasigaye iminsi ibiri ngo tugere ku munsi w'ubukwe, Shema ampamagara kuri telefoni. Ngononwa kumwitaba, ariko nanirwa kumwirengagiza.

Ati, "Nagiraga ngo nkwifurize ubukwe bwiza."

Nti, "Eee? Ni nde wabikubwiye?"

Ati, "Amakuru aragenda nshuti. Ariko iyo si yo mpamvu yonyine itumye nguhamagara. Nashakaga kugusezera. Ejo nzajya mu Bufaransa."

Ndamubaza nti, "Ngo uzajya he? Kubera iki?"

Shema ati, "Natumiwe i Parisi n'inzu y'imideli yitwa *LaBelle*. Nzamarayo amezi umunani."

Nti, "Kuki utari warabimbwiye? Shema, uri he? Nshobora kuza kukureba?"

Ati, "Oya. Ntuze kundeba. Nkwifurije urugo ruhire na Sugira. Urabeho."

Byari birangiye. Shema yari amaze kunsezera. Naririye urukundo rwacu. Nagombaga kurushyingura. Umutima wanjye warajanjaguritse. Umutwe wanjye urasandara. Numvaga nkeneye ibinini by'ububabare. Mfata icyemezo cyo kujya kubigura ku iguriro ry'imiti.

Ngezeyo, mfata za paracetamolo zari ku tugege, tutari

kure cyane ya kontwari, maze njya kwishyura. Inyuma ya kontwari naho hari utundi tugege, twariho agapfunyika kari kanditseho mu Gifaransa ngo '*teste de grossesse*' bishatse kuvuga ko abagore bashoboraga kugakoresha basuzuma ko batwite. Ubwo umuyaga w'ibitekerezo wahise unyahuranya mu bwonko. Ndibaza nti, *Harya ni ryari mperuka kubonana na Shema? Aho sinaba nari mu minsi y'uburumbuke?* Nti, *Oya*. Nibuka ko ubundi najyaga menya kubara neza iminsi yanjye, ndetse naba nanibeshye, bucyeye bw'aho, ngafata utunini tubuza gusama. Ijwi mu mutima riranyongorera riti, *Ariko rero, nta cyo byaba bitwaye uguze kariya gakoresho gasuzuma. Wenda uragakeneye.'*

Ngeze mu cyumba cyanjye, nitegereza ako gakoresho gasuzuma. Naribwiraga nti, *Wenda byaba ari amahirwe, nsanze ntwite umwana wa Shema*. Ariko, ngatekereza ko byari kubabaza cyane umutima wa Sugira. Numvaga nari kuba mpemukiye abantu benshi, baba abo mu muryango wanjye, ndetse n'abo mu muryango wa Sugira. Nk'uko byari bisanzwe, ubwonko butangira kuncanga, buti, *Ntabwo ari wowe waba ubaye uwa mbere cyangwa uwa nyuma ushyingiranywe n'umugabo, kandi utwite inda y'undi*.

Bucyeye mu gitondo, numva noneho simbabara gusa umutwe, ahubwo no mu nda hatangira kundyagagura. Umubiri wanjye wose waratonekaraga. Inshuti zanjye zangiriye inama yo kunywa amata menshi, ariko nta cyo byatanze. Ubwo mfata icyemezo cyo kujya kureba umuganga. Inshuti zanjye zashatse kumperekeza, ariko ndabyanga.

Ngeze ku muhanda witiriwe Pawulo Mutagatifu wa Gatandatu, ninjira kwa muganga, mubwira ko nacyekaga malariya. Anyohereza aho batangiraga ibizami, ngo bamfate amaraso.

Mu gihe ushinzwe gusuzuma ibizami yari akitegura gufata amaraso yo mu rutoki, ndamubaza nti, "Ese mwandebera niba… Niba ntwite?"

Aransubiza ati, "Ntabwo twabibonera mu maraso yo mu rutoki. Dukeneye gufata inkari." Igihe nagiraga ngo mubwire abyihorere, aba ampereje agacupa ka pulasitiki ati, "Ubwiherero buri ibumoso bwawe."

Maze gusoba muri ako gacupa gato, ngahereza uwo mugabo wari ushinzwe gusuzuma. Ansaba gusubira kwicara ngategereza ibisubizo. Nari naje ndwaye umutwe no mu nda, ariko maze kumuhereza ako gacupa, nahise ntangira no gutitira. Ku mutima nti, *Ubanza malariya imaze kungera mu magufa.*

Ntabwo byatinze, wa mugabo aba arampamagaye.

Maze kwinjira, arambwira ati, "Mfite inkuru nziza gusa. Ntabwo ufite malariya. Icya kabiri, uratwite."

Nti, "Ndatwite?"

Arambaza ati, "Ni inda yawe ya mbere?"

Nti, "Yego.

Numvaga ibicu bimeze nk'amabuye binguye ku mutwe. Nasohotse niruka, ngana ku marembo y'ibitaro. Mpageze, mpita nurira ipikipiki.

Mbwira uwari utwaye iyo pikipiki nti, "Atsa vuba, kandi wihute cyane. Niba udashoboye guca ku mudoka, ureke zitugonge. Tugiye Kacyiru."

Mu minota icumi gusa, twari tugeze kwa Shema. Urugi rwari rukinze. Nagerageje gukomanga, ariko ntihagira unyitaba. Mpamagaye telefoni ye, numva ntiri ku murongo.

Mbwira umumotari nti, "Tuge ku kibuga cy'indege cya Kanombe. Kandi wihute."

Ngeze ku kibuga cy'indege, ndeba hirya, ndeba hino, ariko sinabona Shema. Ngerageza kwinjira muri iyo nzu.

Umupolisi ati, "Twereke tike yawe ndetse n'ibyangombwa by'inzira."

Nti, "Njye ntaho ngiye. Hari uwo nifuzaga kuvugisha. Arajyana n'indege yitwa *Air Belgolaise*."

Ati, "Air Belgolaise? Uwo muntu ntaragera hano. Urugendo rwabo ruri saa mbili z'umugoroba."

Nongeye guhamagara Shema, nsanga telefoni ntirasubira ku murongo.

Nsubira ku Kacyiru, ariko nsanga ntawe uhari. Sugira na Mama bari bakomeje kumpamagara ariko bambuze. Ntabwo nashakaga kubavugisha.

Nsubira ku kibuga cy'indege, maze nicara aho nari nitegeye abinjiraga bose.

Bigeze saa kumi n'ebyiri, numva umuntu ankubise ku bitugu, ati, "Karabo, uraho, amakuru?"

Nti, "Ndaho. Wowe se? Hashize imyaka myinshi."

Ati, "Ariko di, sinibagirwe kukwifuriza urugo ruhire. Harya ejo si bwo ufite ubukwe? Urakora iki hano? Ntabwo se ufite ibirori byo gusezera k'ubukobwa?"

Nti, "Yego, ndagenda mu kanya."

Ati, "Nibe nawe sha wagize amahirwe. Ntumeze nka twe tutarabona abasore baduhitamo. Nshuti yanjye, reka ngende. Uzagire ubukwe bwiza."

Ndamushimira nti, "Urakoze."

Kayigirwa amaze kugenda, mpita ndabukwa Shema hakurya. Yari yamaze kugera imbere mu nzu yo ku kibuga cy'indege, ari kumwe n'abandi bantu benshi, bari bafite urugendo. Nahise niruka, ngo atancika. Ariko, ngeze ku muryango, umupolisi arampagarika.

Nti, "Nta tike y'indege mfite. Ndabinginze mumpamagarire uriya musore wambaye agakoti k'umukara gakoze mu ruhu. Uriya urimo gutanga ibikapu bye."

Aho kugira ngo ahite ajya kumuhamagara, uwo mupolisi yikomereje gusuzuma impapuro z'abandi bari bafite urugendo, kugeza igihe nongeye kumwegerera, nti, "Ese muraza kujya kumumbwirira."

Ati, "Nohereje mugenzi wanjye. Araza mu kanya."

Narategereje amaso ahera mu kirere. Umutwe warushijeho kundya.

Hashize nk'isaha, wa mupolisi arandembuza, ati, "Utubabarire. Mugenzi wanjye yanyuranwe na we. Ntiyabashije kumuvugisha. Aragenda n'iyihe ndege?"

Nti, "Arajyana na Air Belgolaise"

Ati, "Yooo, bamaze kwinjira mu ndege. Mumbabarire, ubu ntimugishoboye kuvugana."

Nabasabye guhagarika iyo ndege, ariko baranga.

Bwari bumaze kwira. Ubwonko bwanjye ntibwashoboraga kungira inama y'icyo nagombaga gukora. Ubukwe bwari busigaje amasaha cumi n'atanu, ngo butangire. Nashatse kurara ku kibuga cy'indege, ariko nsanga bitari kugarura Shema. Nta pikipiki yari hafi aho.

Ninjira muri imwe muri za tagisi zari aho, maze mbwira umushoferi nti, "Mungeze mu Biryogo."

Ati, "Mu Biryogo? Muranyishyura ibihumbi icumi."

Nti, "Atsa imodoka. Ndakwishyura ayo ushaka yose."

Nasanze Mama yicaye mu ruganiriro, amaboko yayafubitse igitenge. Yari afite igikombe cy'icyayi mu ntoki.

Ati, "Karabo, wari uri he kuva mu gitondo? Sugira avuye aha mu kanya. Inshuti zawe na zo zagutegereje, zigeze aho zirarambirwa. Iby'ubu bukwe bwawe byanshobeye."

Nti, "Mumbabarire. Nari nagiye kwa muganga."

Arambaza ati, "Kuva mu gitondo kugeza muri iki gicuku? Hanyuma se ayo maso atukura? Karabo, byakugendekeye bite?"

Ndamubwira nti, "Ngiye kuryama. Tuzavugana ejo mu gitondo."

Mama aranangira ngo tuvugane, ariko mpita nihutira kujya mu cyumba cyanjye. Arankurikira akomeza kumbaza icyari cyambabaje. Sinari kubona amagambo yo kumubwira. Ndikomeza, ngo ntasuka amarira.

Ati, "Karabo, mbwiza ukuri. Urashaka ko ubu bukwe butaha?"

Nti, "Yego, Mama. Ntugire impungenge."

Ati, "Yewe, ntabwo mbyizeye... Ariko gira uryame. Umuryango wa Kamana bavuze ko bazagera hano saa tatu za mu gitondo. Biyemeje kutazakererwa, kuko mugomba kuzagera ku murenge, gusezerana imbere y'amategeko, mbere ya saa saba."

Nti, "Mama, uramuke."

Ati, "Urare aharyana."

Amaze gusohoka mu cyumba, nicara ku gitanda, ntangira gutekereza uko mbigenza. Igihe cyari kigeze, ngo mfate icyemezo gikomeye cy'ubuzima bwanjye. Ubukwe bwo gusaba no gukwa bwo ntibwari ndakuka, ariko kuba twari guhita dusezerana imbere y'amategeko uwo munsi byo byari bimbereye ihurizo, kuko byari kuzakurwaho gusa na gatanya mu rukiko. Shema yari yamaze kwigendera, kandi mu bajyaga i Burayi, abagarukaga muri Afrika babaga mbarwa. Nta muntu nagombaga kurambirizaho umunezero wanjye. Ni njye jyenyine wari ukwiye kugena icyo gukora. Ubwo nafashe impapuro n'ikaramu, nandika inzandiko ebyiri, nzishyira ku kameza, ndangije mpumiriza amaso, nsa nk'usinzira.

Saa kumi n'imwe n'igice za mu gitondo zuzuye namaze kubyuka. Nambaye ijinisi y'ubururu bwijimye ndetse n'agapira k'umukara, maze ndenzaho ikoti ry'uruhu.

Nambara inkweto za siporo z'umukara. Mfata ibikapu byanjye, mbisohora mu cyumba. Naranyonyombaga, ngo ntakangura Mama. Maze kurambika ku meza urwandiko nari namwandikiye, mfungura urugi nsohoka mu nzu.

Ngeze hanze, mbwira umushoferi wa tagisi nti, "Ngeza mu mujyi rwagati, hafi y'iposita."

Tugeze ku igorofa ry'ibiro bya Sugira, mva mu mudoka, maze ngana ku muryango w'ibiro bye. Mpageze, nsunikira mu nsi y'urugi urwandiko nari namwandikiye. Mwoherereza ubutumwa bugufi kuri telefoni, bwagiraga buti, "Ubanze uce ku biro byawe mbere y'uko ujya gusaba no gukwa iwacu. Hari urwandiko nacishije mu nsi y'urugi rw'ibiro byawe. Ndizera ko umutima wawe uza kugira ubutwari bwo kumbabarira. Ndagukunda cyane, kandi ndakubaha."

Nzimya telefoni, maze mbwira umushoferi wa tagisi ngo angeze aho bategeraga bisi. Ngeze Nyabugogo, ninjira muri bisi yaganaga i Butare.

→

Mu mujyi wa Astrida, nishyuye icyumba cyo mu macumbi yitwaga *Tekana Holiday Quarters*. Isaha yari ku rukuta yavugaga ko bibaye saa tatu n'igice za mu gitondo. Umutima wanjye wansimbukaga igituza, igihe cyose natekerezaga uko Mama yari yitwaye amaze gusoma urwandiko nari nasize ku meza. Naribwiraga nti, *Ahari wenda yarize*. Ubundi nti, *Cyangwa se ntiyabonye n'amarira*. Sinari kuzibabarira kuba nari namutereranye, ngo atukwe na Data wacu Kamanzi.

Mfungura mudasobwa yanjye maze nandikira Shema urwandiko rurerure. Namushimiye ko yampaye amahirwe yo kuryoherwa n'isindarukundo mu buzima bwanjye, kandi ko yabishoje ampa ka Shema gato, karimo gakurira mu nda yanjye. Ndangije nkanda kuri 'ohereza' maze nzimya mudasobwa. Sinahamagaye Mama, Sugira cyangwa undi uwo ari we wese mu b'i Kigali, bashoboraga kuba bibaza aho nari mperereye. Nagombaga kubaha umwanya uhagije wo kunyibagirwa. Nagombaga guhanagura amarira yose yari yarakomeje kuntemba ku matama, igihe cy'imyaka cumi n'itanu.

Nagombaga gusobanura ihurizo ry'ubuzima bwanjye. Nagombaga guhuza utudomo twose twari twararanze imibereho yanjye. Agakayi kari gatoya, ntibyari gukwirwamo. Ndongera ncana mudasobwa, maze ntangira kwandika inkuru y'ubuzima bwanjye. Nanditse ku muryango wanjye, kandi nandika ku bwana bwanjye, bwari bwararanzwe n'urukundo ndetse n'ibyiza byinshi. Nanditse ku kiganiro nari naragiranye na Papa mbere y'uko impirimbanyi z'Abahutu zimwivugana, kandi nandika ku maraso ye ndetse n'aya barumuna banjye yamenwe ku ya 07 Mata 1994. Nuko, nongeraho n'igihe nari narabaye njyenyine Mama adahari, ngo mbe narambika umutwe mu gituza cye cyanyonkeje amashereka n'urukundo. Nanditse ku kaga Mama yaciyemo. Nanditse kuri Devota. Nandika kuri Shema. Nanditse uko nari naratewe gushoberwa n'imyitwarire ya Data wacu Kamanzi, ndetse n'iya Marume Gasana, bombi basaga nk'abafite imitima yasabitswe n'urwango bari bafitiye abataritirirwaga indangabwoko zabo. Nasobanuye neza ibyanteraga impungenge, ibyanshoberaga, ibyo nakundaga, ndetse n'ibyo nangaga. Naribajije nti, *Kuki ngomba guhora iteka mu masanganiro y'ibyago byagwiririye u Rwanda? Kuki ari njye ukwiye kwikorera umutwaro w'indangabwoko? Kubera iki?'* Nanditse mu bika, nandika mu mapaji, ndetse nuzuza igitabo.

Hashize iminsi itanu, nsezera umujyi wa Astrida, nsubira i Kigali. Urugendo rwamaze amasaha abiri.

Nkirabukwa Nyabugogo numvise ibyo mu nda bicubanganye. Imisozi n'amazu maremare ya Kigali byandebaga nk'ibigira ngo binsingire binige nkanuye. Nari mfite ubwoba bwo kurebana na Mama mu maso. Natekerezaga ko Data wacu Kamanzi we yari kunkuramo umwuka, anziza kuba nari naramusabye guha umugisha ubukwe nanjye ubwanjye naje guhunga, ku munota wa nyuma. Nibo nafataga nk'intandaro y'ibyari byarabaye byose. Nari naratereranywe na Mama, wari waremereye bene wabo b'Abahutu kumugira imbohe yabo. Nari naratereranywe na Data wacu Kamanzi, wari waragizwe impumyi n'umutima we wakomeretse, ndetse n'urwango yari afitiye Abahutu. Naribwiraga nti, *Bibeshye bamvugishe. Ndahita mbatura umujinya wanjye wose.*

—➤

Ngeze ku irembo ry'iwacu mu Biryogo, ndahagarara. Numvaga nta mbaraga mfite zo gukomanga, ariko nta kundi nari kubigira. Nagombaga gukomanga mbere y'uko abaturanyi bo mu Biryogo bambona bagatangira kuzimura ko nagarutse.

Murumuna wanjye Sana aza kumfungurira. Ankubise amaso, ahita yirukira mu nzu kubwira Mama ko nagarutse. Mama ntiyasohoka. Yari andindiriye ngo tuvuganire mu nzu.

Ndinjira, maze nti, "Mama…" Amagambo yanga gusohoka mu kanwa kubera agahinda kari kanigaguye umutima.

Ansaba kumwegera nkamuhobera. Turira twembi.

Ati, "Mwana wa, mbwira byose, Ndi nyoko. Byakugendekeye bite?"

Nti, "Mama, kuki wansize njyenyine muri iyi si? Kuki wandetse ngo ndumagurwe n'amenyo atyaye y'iyi si?"

Arampobera cyane, anyiyegereza mu gituza, maze ati, "Kibondo cyanjye, ihanagure amarira."

Nti, "Mama, ndagukunda. Byose byatewe n'uko ngukunda. Ubwonko bwanjye bwagerageje kwemeza umutima wanjye kukwanga, ariko byarananiye, kuko sinashoboraga kwibagirwa ibyiza byose nakwibukiragaho mu bwana bwanjye. Nashakaga kukwibagirwa, ariko buri joro n'amanywa nkisanga ndota kongera kurambika umusaya mu gituza cyawe. Nakumburaga inseko yawe ndetse n'impumuro yawe. Ndakwinginze umbabarire."

Mama ati, "Karabo, ibyo twarabiganiriye. Nicuza umunsi nabasize, wowe, barumuna bawe ndetse na so ubabyara." Acececa akanya gato maze yongeraho ati, "Ngaho mbwira. Ni iki cyatumye uhunga ku munsi w'ubukwe bwawe? Sugira yakugize ate? Ndakumva. Mbwira nk'uko umukobwa akwiye kwisanga kuri nyina."

Ndamusubiza nti, "Sugira nta kibi yakoze... Ni njye wahemukiye urukundo rwe."

Ati, "Ndabyumvise. Tuza, ugende unywe igikombe cy'amata. Turaza kuba tuganira."

Nti, "Humm? Amata?"

Mama ati, "Yego. Ndi umubyeyi, kandi ijosi ryawe rirambwira ibiruta ibyo wowe wanyibwirira. Uraza kumbwira uwaguteye inda."

Ntangira kumubwira nti, "Ni... Mama... Uzi..."

Anca mu ijambo ati, "Mbabarira tuze kuba tubiganiraho. Fata umwanya ubanze uruhuke. Reka nkuzanire amata."

Ajya mu gikoni kuyanzanira.

Maze kunywa amata, sinzi niba ari uko nta kindi kintu nari nigeze nkoza ku munwa, isesemi iba iragarutse, maze nirukira mu bwiherero. Ntacyansohotse mu muhogo. Nsubira mu ruganiriro.

Nti, "Mama, ni byo koko ndatwite. Nipimishije bucya ndibukore ubukwe na Sugira."

Arambaza ati, "Ni iyande?"

Nti, "Shema."

Ati, "Wababaje Sugira cyane. Yabwiye ababyeyi be ngo ntibaze gusaba no gukwa, ngo kuko wari wajyanye n'umusore witwa Shema. Gatarina yarampamagaye, amburira ko uwo Shema yiyahuza ibiyobyabwenge. Sinamubwiye ko nari nzi Shema yavugaga. Ni wowe wari unteye impungenge. Nahoraga Nsenga ijoro n'amanywa ngo ugaruke. Naratutswe. Niswe amazina mabi. Ari wowe nzira…"

Nti, "Yooo, Mama, mbabarira. Ni nde wagututse? Yaguhoye iki?"

Ati, "Nta cyo. Nahanirwaga icyaha cyanjye. Ni umusaraba ngomba kwikorera. Izi ni zimwe mu ngaruka z'imyaka cumi n'umwe wari wenyine, udafite nyoko hafi ngo akugire inama, kandi akwereke umurongo mwiza ukwiye gukurikiza. Nubwo ntaha umugisha ibyo wakoze, icyo ukwiye kuzirikana ni uko uri umukobwa wanjye. Nzasangira na we ibyishimo byawe, agahinda kawe, ndetse n'ikimwaro, nibiba ngombwa."

Ndamubwira nti, "Mama, nkunda Shema. Ariko sinshobora kubana na we. Ntabwo nzigera nshaka."

Arambaza ati, "Niba ukunda Shema, ni iki cyatumye wemera kuzarushinga na Sugira?"

Nti, "Mama, byose ni wowe nabikoreraga. Nagombaga guhitamo wowe cyangwa Shema. Ryari ihurizo rinkomereye. Ariko ubu noneho byose byararangiye. Mfite Shema mu nda, na Mama iruhande rwanjye. Uzita kuri uyu mwana ntwite nk'uko witaye kuri Shema kwa muganga."

Mama arambaza ati, "Shema ari he?"

Nti, "Yagiye I Burayi. Ntazagaruka. Urukundo rwacu ntirushoboka."

Nabwiye Mama uburyo Shema yangaga Abahutu. Mubwira kandi ko yari yarankubise akanankomeretsa, umunsi yamenye ko Mama wanjye yari Umuhutukazi, kandi ko wari ukiriho. Nongeyeho ko nari ngifite impungenge ko nubwo Shema yankundaga, yari akibangamiwe n'uko hari icyo napfanaga n'Abahutu, ndetse akaba yari yarahisemo kubeshya ubwonko bwe ko ntari umwe mu bo bitaga imvange, ahubwo ko nari Umututsikazi ijana ku ijana.

Mama ati, "Ibyo ntubigireho ikibazo. Igihe kizamwigisha ko ubupfura nta cyo bupfana n'indangabwoko." Ahita ahindura ikiganiro, ati, "Karabo, tugomba gufata gahunda yo kujya kureba muganga w'abagore. Ikindi kandi, ugomba no kujya gusaba imbabazi so wanyu Kamanzi."

Nti, "Yego. Ni byo koko ngomba kuzajya kureba muganga. Hanyuma rero ku byo kureba Data wacu Kamanzi byo, numvaga ibyiza ari uko nazahura na we, ari kumwe n'umuryango wa Kamana, ndetse n'izindi nshuti zanjye zitandukanye. Ndashaka kuzabavugisha bose bari hamwe."

Mama ati, "Ugize ngo iki?"

Nti, "Twazabatumira bose kuwa gatandatu. Abatazaza, ubwo nta burenganzira bazaba bagifite bwo kuzambaza ibibazo."

N'igitsure cyinshi, Mama arongera ati, "Ibyo uvuga ni ibiki? Sigaho. Urumva ushobora gutumiza so wanyu hano ngo aze kumva amateshwa ushaka kumubwira?"

Musubiza ko niba Data wacu Kamanzi atarashoboraga kuza aho Mama yari atuye, nta burenganzira yari afite bwo kumbaza impamvu y'ibyo nari narakoze. Mama ntiyava ku izima, antegeka kuzajya kuganira na Data wacu Kamanzi.

Amanywa yose, Mama yiriwe angira inama y'uko nari

nkwiye kwiyitaho, nk'umugore utwite. Yambwiye imirire myiza nagombaga kwihata, kandi yongeraho ko nagombaga kujya nduhuka cyane.

Yacishagamo agaceceka, akimyoza, maze ati, "Uko si ko nari narabisabye Imana. Narotaga kuzabona ubukwe bwawe. Noneho nyuma yabwo, ukazatwita, ukajya umpamagara ngo nguherekeze kwa muganga, ariko rero n'umugabo wawe, na we akaba ari aho hafi, akunanurira amaguru."

Nti, "Mama, mbabarira."

Ati, "Mwana wa, igishimishije ni uko ngiye kubona umwuzukuru. Ndashimira Nyagasani. Ni umugisha utangaje kubona umwuzukuru wa mbere wa Kalisa. So, aho ari, agomba kuba anezerewe cyane."

Nti, "Anezerewe ? Cyangwa arandakariye kubera ko ntwite kandi ntarashyingirwa?"

Mama ati, "Nibyo. Umubyeyi wese biramubabaza, cyane cyane mu muco wacu, umukobwa agomba kurinda ubusugi bwe kugeza ashyingiwe. Ariko ubwo so ari mu ijuru, nzi neza ko aturebana amaso y'impuhwe n'imbabazi."

Nyuma yo gusangira na Mama ifunguro rya nimugoroba, njya mu cyumba cyanjye. Mbere yo guhumiriza, ndabanza ncana mudasobwa, ngo ndebe ko hari inzandiko nshya. Nta gisubizo cya Shema cyarimo. Ndibwira nti, *Ahari ntiyageze mu Bufaransa amahoro? Cyangwa se yirengangije urwandiko rwanjye."*

Bucyeye, Mama amperekeza kwa muganga w'abagore.

Muganga ashyiraho agakoresho kamufasha kureba mu nda, maze ati, "Inda ifite ibyumweru bitandatu. Urabona umutima w'umwana uko utera? Uzaba ugaragara neza ku byumweru munani."

Nabonye akantu kadunda, ariko katagaragara neza, kuri icyo kirorerwamo nareberagamo.

Ndabaza nti, "Ese ni umuhungu, cyangwa ni umukobwa?"

Muganga na Mama bombi basekera icyarimwe.

Muganga ati, "Ubu ntitwabibona. Haracyari kare."

Arangije kureba uko umwana ameze mu nda, angira inama z'uko nari nkwiye kwitwara, ndetse n'ibyo nari nkwiye kurya. Mama yarandebaga, akanyibutsa ko yari yarabimbwiye. Muganga ampa agapapuro ngo njyane aho bafatiraga ibizami byasabwaga abagore batwite. Bamaze gufata amaraso n'inkari, barambwira ngo nzagaruke kureba ibisubizo mu minsi itatu.

➤

Tugeze ku irembo ry'ibitaro, Mama ati, "Ngaho noneho fata bisi ijya mu Kiyovu. Genda uganire na So wanyu, kandi umusabe imbabazi. Ni nka so ukubyara, arakumva."

Nti, "Waje se tukajyana?"

Ati, "Oya, ibyiza ni uko wajya kumureba uri wenyine."

Mama yurira bisi igana mu Biryogo, nanjye mfata ijya mu Kiyovu.

Nasanze Data wacu Kamanzi n'umugore we batarava ku kazi. Mba ninjiye mu cyumba cy'abashyitsi, nirambika ku gitanda.

Nyuma ya saa kumi n'imwe, numva amajwi yabo. Ndabareka gato, ngo babanze basoze ikiganiro barimo, bahindure imyenda, maze bagaruke mu ruganiriro.

Igihe kigeze, ndasohoka.

Data wacu ankubise amaso ati, "Wowe? Urakora iki hano. Mbabarira, unsohokere mu nzu."

Amagambo ye yankubise ingoma z'amatwi, maze abyutsa umujinya wose, wari usinziriye muri njye.

343

Nti, "Ntimugire ikibazo. Ndasohoka, kandi ubutazagaruka. Ariko mbere y'uko nsohoka, ndabinginze, mumpe gusa umunota umwe, mbabwire ijambo rimwe. Ndabinginze."

Ati, "Singikeneye kumva iby'ubugoryi bwawe. Wambitse ubusa ishema ryanjye ryose. Nibyo koko, umaze kuba mukuru, nk'uko wahoraga ubinyibutsa. Nsohokera mu nzu. Inshingano zanjye z'umubyeyi narazishoje."

Nti, "Nta cyo. Niba mudashaka kuntega amatwi, nta mpamvu yo kubinginga. Murabeho." Mpita nihuta ngana ku rugi.

Birungi atera ijwi hejuru ati, "Karabo, garuka hano." Ahindukirira umugabo we, aramubwira ati, "Ndakwinginze, umva nibura icyo ashaka kukubwira."

Naragarutse nicara ku ntebe y'aho bajyaga banywera ikawa, maze nti, "Mumbabarire ko nabasabye kunshyigikira mu bukwe nanjye ubwanjye ntari niteguye. Icyo nifuza ni imbabazi zanyu."

Data wacu Kamanzi ati, "Sinzigera nkubabarira. Ni iki cyatumye utabimbwira mbere y'uko utumuka? Nyoko yari yaraguhishe he?"

Nti, "Mama ntaho ahuriye n'ibyabaye. Icyaha cye ni nk'icyanyu."

Ati, "Ngo iki? Ni njye se wari warakugiriye inama yo gushaka mu Bahutu kugeza ubwo waje gusanga cyari icyemezo kibi? Cyangwa se nyoko yakuboneye undi Muhutu?"

Nitegereje Data wacu n'umujinya mwinshi, ariko uvanze no kumugirira impuhwe. Sinari nkimusobanukirwa.

Nti, "Hanyuma se iyo ntahitamo kubana n'Umuhutu, nari kuzabana na nde? Umututsi nari narakunze, mwari mwaramujugunye hanze, ngo ajye kwicwa n'agahinda, muri iyi si y'abagome. Maze agezeyo, yibuka ko akaga ke kose katangiye umunsi impirimbanyi z'Abahutu zamwiciraga umuryango. Uzi uwabyishyuye? Njyewe. Yarampondaguye. Yandutseho umujinya wose yari afitiye isi, ndetse n'urwango yari afitiye Abahutu."

Data wacu ati, "Ubwo se uravuga Shema? Njye se mpuriye he n'ibibazo bya Shema? Ncuruza se ibiyobyabwenge?"

Nti, "Yego, ndavuga Shema, watsembewe umuryango n'impirimbanyi z'Abahutu. Shema, waje abasanga yizeye kubona urukundo rw'Umututsi yari yizeye. Mwamufashije iki? Aho kumuha icumbi mu nzu yanyu no mu mutima wanyu, mwamunaze mu isi, wenyine, n'agahinda ke. Iyo aza kuba ari umwana wanyu mwibyariye waba yarakosheje, ese muba mwaramwirukanye kariya kageni? Shema se ntiyari Umututsi wajugunywe hanze nk'ibishingwe bidafite akamaro n'abo yitaga bene wabo?"

Birungi ati, "Karabo, ceceka. Ntukwiye na rimwe kuvugisha so wanyu utyo."

Data wacu ati, "Birungi, mwihorere akwereke imico ye mibi. Ubundi se imyiza yaba yarayitojwe na nde?"

Nti "Mubyeyi, mumbabarire, singamije kububahuka. Nagiraga gusa mbabwire ukuri kwanjye nabitse imyaka myinshi."

Data wacu ati, "Nari nzi ko nakureze neza ngo uzavemo umukobwa w'umunyabwenge. Ngaho mbwira ukuntu mu Rwanda rwose, Umututsi wenyine wabonye ari uriya Shema wishwe n'ibiyobyabwenge. Yaba atabaye uriya, ubwo ukaba nta kundi wari kubigira uretse gushaka uvuka mu Bahutu bakwiciye so. Ni ibyo washakaga kumbwira?"

Nti, "Yego. Nashatse hose sinabona uwo nari kubana na we. Bamwe bari Abahutu wanga kubera ibyo bene wabo bakoreye imiryango yacu y'Abatutsi. Abandi bari Abatutsi batashoboraga kunyemera kubera ko nubwo ndi Umututsikazi, mvuka ku Muhutukazi."

Akubita igitwenge cyo kunkwena, maze ati, "None se ko wahisemo Umuhutu, ukanadusaba kugushyigikira, kubera iki mutashakanye?"

"Nti, "Sugira ni imfura. Ahuje na njye umutwaro w'indangabwoko. Ntabwo ari Umuhutu gusa nk'uko mumwita. Akomoka ku Bahutu n'Abatutsi. Kandi n'iyo aza kuba ari Umuhutu, ntibyakuraho ko nubaha umuryango we cyane. Banyeretse ko ubupfura nta cyo bupfana n'indangabwoko. Bambaye iruhande igihe nari nkeneye igituza cyo kurambikaho umusaya, ndetse n'uwampanagura amarira. Watereranye Devota, Umututsi warokotse itsembabwoko, bo baramwuhagira, baramugaburira, kugeza ubwo yasezeraga isi, maze bakamushyingura mu cyubahiro. Iyaba byari kunkundira ngo mbiture iyo neza. Ariko ku mpamvu na njye ntasobanukiwe, umutima wanjye wahisemo Shema, na we wari ufite inyota y'urukundo."

Arongera aranyihanangiriza ati, "Karabo, sinshimishijwe n'uburyo urimo kunshyogoza." Maze arambaza ati, "None se ni iki cyatumye udashakana na ririya bandi ryishwe n'urumogi, numva wakundaga byasaze?"

Ndamusubiza nti, "Nk'uko ibikomere by'umutima wanyu byababujije kwita ku gahinda ka Shema, ni nako na we intimba ye yamuteye kutabona amarira yanshokaga ku matama."

Ati, "Ubwo rero urashaka kuvuga ko byose byatewe na njye. Nibyo ushaka kuvuga?"

Nti, "Oya, mubyeyi. Nashakaga kuvuga ko nubwo nakundaga Shema cyane, we, kubera agahinda ke kenshi, atabashije gusobanukirwa intimba nari mfite ku mutima. Shema, kimwe namwe, aracyashaririwe n'ibyamubayeho, kandi ashinja Abahutu kuba ari bo ntandaro y'ibyago byose yagize mu buzima. Yarankundaga ariko ntiyemeraga uwo ndi we. Namwe murankunda, ibyo simbishidikanya. Ariko urwango mufitiye Abahutu rwatumye mudasobanukirwa ko na njye nakomerekejwe n'ibyago byagwiririye u Rwanda. Ni inshuro zingahe mwahoraga munyibutsa ko ngo mfite amaraso y'Abahutu muri njye? Ese mutekereza ko iyo mutoteza Mama muba muhanagura amarira yakomeje kunshoka ku matama, kuva umunsi Papa na barumuna banjye biciweho?"

Aho kunsubiza, Data wacu yahise ahaguruka arigendera.

Birungi arambaza ati, "Karabo, kuki wamubwiye biriya byose?"

Nti, "Nagombaga kumubwira ukuri."

Ati, "Oya, ntabwo ari kuriya ukwiye kuvugisha so wanyu. Wari waje gusaba imbabazi, ariko icyo wakoze ahubwo ni ukumushinja."

Nti, "Oya, ntabwo nashakaga kumushinja. Nifuzaga ko yakumva ko ibyabaye byose ari ingaruka z'akaga twaciyemo. Twese twarababaye."

Ati, "Yego, ibyo uvuga ni byo. Mbwira, kandi ndakwinginze ntumbeshye. Uratwite?"

Nti, "yego. Ni iya Shema."

Arambaza ati, "Byagenze bite se?"

Nuko mubwira ibyanjye na Shema, ndetse n'ukuntu nari naragerageje kenshi kumwibagirwa, ngo nshakane na Sugira, twari duhuje umutwaro w'indangabwoko y'uruvange.

Maze nti, "Naribeshyaga. Urukundo ntirutegekwa. Shema ni we nkunda, kandi na we arankunda. Ariko ntidushobora kubana nk'umugore n'umugabo, dukikijwe n'Abatutsi n'Abahutu b'uru Rwanda."

Birungi ati, "Ndaza kuganira na Kamanzi. Aragukunda cyane. Agufata nk'umwana we yibyariye. Nk'uko wamubwiye, twese dufite ibikomere bitarakira. Rimwe na rimwe agira intimba y'ibyabaye ku muryango we, ikamuhuma amaso. Na njye, ubwanjye, nakubwira ko ibyo wavuze byampumuye amaso y'umutima. Nababajwe n'ibyo wanyuzemo byose."

Nageze aho nsezera Birungi, maze ndataha.

Ngeze mu rugo, nsanga Mama, nk'uko byari bisanzwe, yiyicariye mu ntebe irambitse yo mu ruganiriro. Ndamusuhuza, maze nihuta ngana mu cyumba cyanjye. Anyibutsa ko umugore utwite adakwiye kuburara. Yari yanteguriye ifi n'isupu ya za epinari. Nsubira inyuma, nicara mu ruriro, ngo nywe iyo supu, maze ndenzeho imvange.

Arambaza ati, "Ese kwa Kamanzi byagenze bite?"

Nti, "Nabi."

Ati, "Wabashije se kumusaba imbabazi?"

"Yego."

"Hanyuma? Yakubabariye?"

Nti, "Oya."

Nuko musubiriramo ikiganiro nari nagiranye na Data wacu Kamanzi, ndetse n'ibyo nari navuganye na Birungi. Ambwira ko yemeranyaga na Birungi ko ntari nkwiye gushira isoni kuri Data wacu.

Nti, "Mama, ntabwo nshaka kuvuga kuri Data wacu Kamanzi. Afite ibibazo bye akwiye gucyemura."

Ati, "Twese dufite ibibazo, kandi nta ntungane itubamo. Ariko mpora nkwibutsa ko ukwiye kubaha Kamanzi. Yabaye mu kimbo cya so, arakurera, igihe wari wenyine muri iki gihugu."

Ndamusubiza nti, "Na njye ni yo mpamvu ntashaka kumuvugaho. Ndamushimira ko yampaye icumbi, imyenda n'ibyo kurya. Ariko, iyo aza kuba yaranampaye igituza cye, ngo ngisukeho amarira, sinari kuba naraguye mu cya Shema."

Mama ati, "Karabo, ntukwiye kwegeka byose kuri so wanyu. Twese dufite uruhare rwacu. Nta mutagatifu uba mu batuye isi." Acececa amasegonda make, yongeraho ati, "Navuganye na Gatarina kuri telefoni."

Nti, "Yavuze ngo iki?"

Ati, "Aracyababajwe n'ibyabaye. Azaza hano kuwa gatandatu."

Nti, "Oya weee, Mama, sinshaka kuzarebana na Mama wa Sugira mu maso. Niba hariho umuntu nubaha kurusha abandi, ni Gatarina. Ni umubyeyi w'impuhwe n'ubuntu bwinshi. Yaranyizeye. Ariko njye nahemukiye ineza ye. Ese azazana na Sugira?"

Ati, "Oya. Sugira ari I Burayi."

Ndiyamira nti, "I Burayi? Hehe? Arakora iki I Burayi?"

Ati, "Ari mu Bufaransa, ni ho yagiye kwiga. Nyina yambwiye ko, umaze kumuhemukira, Sugira yasabye kuva mu gihugu. Yari afite agahinda kenshi."

Mbwira Mama nti, "Wabona rero ahuye na Shema i Parisi, ndakurahiye."

Mama ati, "Oya, France ni nini. Ntabwo bazahura. "

Nti, "Tubyizere."

Dusezeranaho tujya kuryama.

Bucyeye bwaho, mbyukira ku ifunguro rya mu gitondo ryari rigizwe n'imbuto ndetse n'amata. Maze njya ku kazi, nyuma y'amezi abiri nari maze ndi mu kiruhuko. Buri wese ku kazi yaranyitegerezaga, ariko ntawatinyutse kugira icyo ambaza. Nabwiye umuyobozi mukuru ko ubukwe butari bwarabaye kandi ko nari ntwite, ariko sinamubwira byinshi.

➤

Kuwa gatandatu, igihe nari mu cyumba cyanjye, Mama arampamagara, ngo nze ndamutse nyina wa Sugira. Nari nambaye igipira kirekire narengeje ku ijipo itaratse.

Mbasanga mu ruganiriro. Gatarina ankubise amaso, mbona aratunguwe, maze ampereza umukono. Nicara ku ntebe, ntangira kwirya inzara.

Hashize akanya, nca muri kiganiro cyabo cy'imvura n'ibihe, nti, "Nifuzaga... Nashakaga kubasaba imbabazi."

Gatarina ati, "Imbabazi z'iki?"

Icyo kibazo cyasaga nk'icyoroshye, ariko kandi cyari kinkomereye kugisubiza. Naribazaga nti, *Ndasobanura nte uko nahemukiye umuryango wari waranyeretse urukundo igihe nari ndukeneye cyane?*

Ndamusubiza nti, "Ko nagiye umunsi nagombaga gushyingiranwa na Sugira."

Gatarina ati, "None se icyo ni icyaha? Cyangwa icyaha ni icyatumye ugenda? Kuki koko wamuhemukiye kariya kageni?" Igitsure cya Gatarina cyateraga umutima wanjye kugira imbeho.

Nti, "Ndabinginze, mumbabarire. Mwambereye umubyeyi mwiza, igihe Mama yari kure yanjye. Mwampanaguye amarira. Naboneye ubususuruke bw'umuryango mu nzu yanyu. Sinzigera nibabarira kuba naratatiye urwo rukundo mwangaragarije."

Aransubiza ati, "Iyo nza kuba narabaye umubyeyi mwiza, umwana wanjye ntaba yarabenzwe ku munsi w'ubukwe bwe."

Nti, "Oya, mubyeyi, byose ni amakosa yanjye. Natatiye urukundo n'ubupfura bya Sugira." Nuko ndaturika ndarira, nti, "Sinshaka kuvuga ku nyigisho z'urukundo, rimwe na rimwe zitumvikana. Nkunda, kandi nubaha Sugira. Ariko urukundo mukunda rwananiwe kugera ku rugero rw'ibisazi twari dukeneye, ngo tubashe kubana mu nzu imwe, kandi mu cyumba kimwe."

Gatarina avugira hejuru ati, "Karabo, reka kuvuga ay'ubupfapfa. Ni iki cyatumye ubeshya Sugira ko wamukundaga? Kuki watumye akumariramo urukundo rwe? Wamukomerekeje umutima. Sugira yari agiye kwiyahura. Wagenje ute umuhungu wanjye?" Ahindukirira Mama ati, "Musanabera, sobanurira umukobwa wawe."

Mama araceceka.

Ndongera nti, "Mubyeyi, ndabinginze, mumbabarire. Mwambaye hafi igihe cyose nari nkeneye uwanyumva. Sugira yari inshuti yanjye magara, ndetse yari nka musaza wanjye ntigeze. Ariko nyuma yaje kunkunda urundi rukundo. Nari mfite inyota y'urukundo, ku buryo nari nshimishijwe no kuruhabwa n'inshuti yanjye Sugira. Gusa, ku mpamvu ntasobanukiwe, umutima wanjye ntiwamukunze ku rugero rungana n'urukundo yankundaga. Mumbabarire." Mbere y'uko ansubiza, mba mupfukamye imbere.

Ansaba guhaguruka, maze ati, "Singombwa ko upfukama. Ugomba gusa kumenya ko twese waduhemukiye. Ariko ubu byararangiye. Nta cyo twabikoraho."

Ndabaduka nsubira mu cyumba cyanjye, gusuka amarira ku musego wanjye utukura.

Hashize nk'isaha, Mama arampamagara ngo nsezere nyina wa Sugira. Amaso yabo bombi yari yatukuye.

Nyina wa Sugira ansaba kumwegera ngo ampobere, ati, "Nyoko yansobanuriye byose. Ntabwo tunejejwe n'ibyo wakoze. Ariko, nk'ababyeyi bawe, turakumva. Ntuzigere na rimwe wongera kugira icyo uhisha ababyeyi bawe. Iyo uza kuba warambwiye amahurizo warimo, mba narakugiriye inama."

Gatarina amaze gutaha, mbaza Mama ibyo bari baganiriye. Ambwira ko bari baganiriye nk'ababyeyi.

➤

Iminsi, ibyumweru ndetse n'amezi byaratambutse. Nakomeje kohereza Shema inzandiko, nkoresheje murandasi, ariko ntiyasubizaga.

Nuko inda ifite amezi atanu, nsubira kwa muganga w'abagore. Arongera akoresha ka kuma ko kureba uko umwana ameze mu nda.

Arambaza ati, "Urabona ruriya rugingo ruto?"

Nti, "Uruhe?"

Ati, "Kiriya ni igitsina cy'umwana wawe. Ni umuhungu."

Umutima wanjye wasimbukanye ibyishimo. Natangiye gutekereza ku ruhinja rwirabura, kandi rufite n'ishinya yirabura. Nahise muha izina, *Davis Shema Kalisa*.

Mvuye kwa muganga, nakuye amafaranga kuri ATM, maze njya mu mujyi kugura imyenda y'uruhinja kuri *Mother's Smile*.

Ngeze mu rugo, ndongera ncana mudasobwa, nohererza Shema urundi rwandiko nti, "Imana yampaye uwundi Shema. Shema ryawe, shema ryacu. Warakoze kunsigira agace ka we muri njye. Shema ntwite azahora anyibutsa uwo nahaye intebe mu mutima wanjye. Yitwa Davis Shema Kalisa. Niba ushaka kumuha andi mazina, ubwo uzategura ubunnyano, ku munsi wa munani." Urwo rwari urwandiko rwa gatanu nari nandikiye Shema.

Mugihe nazingaga imyenda nari naguriye uruhinja, telefoni yanjye irajwigira. Ni Data wacu Kamanzi wari umpamagaye. Ati, "Karabo, amakuru yawe?"

Nti, "Ni meza."

Ati, "Bwira nyoko ko nza kubasura nimugoroba."

Kuva Mama yagaruka mu Rwanda, Data wacu Kamanzi yari atarakandagiza ikirenge cye na rimwe iwacu. Nuko nirukira mu ruganiriro kumutebukiriza.

Mama ati, "Bikira Mariya yumvise gusenga kwanjye."

Nti, "Ngo iki? None se wajyaga usengera ko Data wacu Kamanzi yazagusura?"

Ati, "Si byo byonyine. Iyi ni intangiriro. Nasenze Imana ngo izampe amahirwe yo kubera umugore mwiza so Kalisa, nkomeza kubera umukazana mwiza umuryango we. Kalisa ntanejejwe n'uko umubano wanjye n'umuryango we utari ntamakemwa."

Mama yatetse ifunguro nari nzi ko Papa yakundaga; agatoki, inkoko, imboga rwatsi, ndetse n'isupu y'ubunyobwa. Yari yanateguye indabyo mu nzu yose. Naramurebaga ngakubita igitwenge. Nkibaza nti, *Ese aratekereza ko Data wacu Kamanzi yamusimburira Papa?* Nari nzi neza ko atari gutinyuka kumusasira. Ariko yamufataga nk'umugabo we.

Saa kumi n'ebyiri z'umugoroba zigeze, imodoka ya Data wacu Kamanzi iba ivugije ihoni. Mama ansaba kujya kumufungurira. Abantu bo mu Biryogo bari mu muhanda bavuga ubujajwa bw'uko umusirikare muremure, w'igihangange, wambaye inyenyeri ku rutugu yadusuye.

Mufungurira ndeba hasi.

Data wacu Kamanzi aranyiyegereza arampobera, maze ati, "Ese ntabwo uzi ko ari wowe ukwiye kundamutsa mbere?"

Nti, "Gute?"

Ati, "Ugomba kugira uti, 'Amashyo', maze nanjye nkagusubiza nti, 'Amashongore'."

Nti, "Hmm? Nari nzi ko umukuru ari we uvuga 'Amashyo'."

Ati, "Yego, ubundi niko bigenda. Umukuru ni we uramutsa umuto. Ariko iyo bigeze ku mugabo n'umugore, umugore niwe ubwira umugabo 'Amashyo' ni yo yaba ari we muto."

Nti, "Amashyo."

Arasubiza ati, "Amashongore."

Yari acyeye mu maso, ariko yanatangaye cyane ubwo yitegerezaga uko inzu yacu yari yubatse, kandi itatse.

Ati, "Musanabera, ibi ni ibiki wakoze? Cyangwa ndarota."

Mama ati, "Urakoze. Mubanze mundamutse ariko." Maze arambura amaboko ngo ahoberane na Data wacu, ati, "Amashyo."

Undi na we ati, "Amashongore. Igihe mperuka aha, nta nzu yari ihari. Hanukaga urupfu. Numvaga gusa amajwi y'umuzimu wa Kalisa n'abazimu b'abana be, binginga Abahutu ngo bareke Kubica. Ariko noneho, harahumura ubuzima bwa Kalisa."

Mama arongera aramushimira, maze ati, "Nkuzanire iki cyo kunywa?"

Data wacu ati, "Igihari cyose?"

Mama ati, "Byose birahari. Mbazanire se akabyeri?"

Undi ati, "Yego, waba ugize neza umpaye Primus ikonje."

Mama amaze kuzanira Data wacu byeri, yicara mu ntebe yakundaga kwicaramo itambitse, nuko batangira kuganira iby'imvura n'ibihe.

Hashize iminota mike, Mama asa nk'utunganyije neza igitenge yari yambaye, ashyira ibiganza mu musatsi awusubiza mu mwanya, maze ati, "Karabo yambwiye ko yaje kubareba mu gihe gishize."

Undi ati, "Yego, yaje imuhira. Nari mufitiye uburakari bwinshi. Ariko nk'ababyeyi be, nta kundi twabigira. Tutamubabariye se ni nde wundi wazamubabarira?" Data wacu Kamanzi arampindukirira, maze ati, "Karabo, mwana wanjye, ugomba kuzirikana ko ngukunda. Ibyo wambwiye ubushize byose narabyumvise. Umwana ameze ate?"

Nti, "Umwana? Ameze neza." Mbivuga nibaza niba,

nubwo nari nambaye igipira kinini, inda yanjye yagaragaraga. Naribazaga nti, 'ni iki cyamubwiye ko ntwite?'

Ati, "Birungi yambwiye ibyo mwaganiriye byose. Nk'umubyeyi wawe, nshimishijwe gusa n'uko ngiye kubona umwuzukuru. Amakuru ya Shema? Ari he?"

Nabwiye Data wacu Kamanzi ko Shema yari yaragiye hanze y'u Rwanda, kandi ko yashoboraga kutazagaruka.

Arambwira ati, "Ibyo ntibigutere ikibazo. Uri kumwe n'umuryango wawe. Nta cyo uzabura. Igihe gikwiye nikigera, uzabona undi musore ukwiye umukobwa w'agaciro nkawe." Yerekeza amaso kuri Mama, maze yongeraho ati, "Nyoko ni umubyeyi w'intwari, kandi w'imfura, azakugira inama."

Nashushe nk'uwikurugutura amatwi, ngo mfungure amaso neza, ndebe ko ntari ndimo kurota. Naribazaga nti, *Byagendekeye bite Data wacu Kamanzi? Ni uwuhe mumalayika wamubonekeye mu nzozi, akamuhindura umutima?'*

Njya mu cyumba ngo mpe umwanya Mama na Data wacu baganire, biherereye. Bari bafite byinshi byo kuvugana. Bamaranye nk'isaha baganira, mbere y'uko Mama yampamagaye ngo dusangire na Data wacu ifunguro rya nimugoroba. Tumaze kurya, Data wacu Kamanzi arasezera.

Amaze kugenda, mbaza Mama nti, "Ngaho mbwira byose. Mwaganiriye iki?"

Mama ati, "Twaganiriye neza uko bikwiye kandi nta cyo dukingana."

Ndamwinginga nti, "Mbwira, mwaganiriye nyine ibiki?"

Mama aramwenyura, maze arambaza ati, "Kubera iki ushaka kumenya amabanga y'umugabo n'umugore we?"

Ndakomeza ndamwinginga, maze bigeze aho, Mama ambwira muri make ibyo bari baganiriye. Bari bavuze kuri Papa, ndetse n'uko yashakanye na Mama. Bari bavuze ku miryango yabo, umuryango w'Abahutu Mama yavukagamo, ndetse n'umuryango w'Abatutsi Papa yavukagamo. Bari baganiriye ku mateka y'u Rwanda, ku itsembabwoko ryakorewe Abatutsi, kandi by'umwihariko, ku ngaruka byagize ku muryango wacu.

Mama arongera aramwenyura ati, "Kamanzi yansabye imbabazi, niba ari icyo ushaka kumenya. Yambwiye ko umutima we wakomerekejwe n'akaga umuryango we wagize, uhereye ku iyicwa rya se mu 1963, ubuzima bubi babayemo mu buhunzi i Bugande, ndetse n'urupfu rwa Kalisa n'abandi bene wabo bishwe n'impirimbanyi z'Abahutu mu itsembabwoko ryakorewe Abatutsi mu 1994."

Nti, "Hanyuma se ibyo bihuriye he n'imbabazi yagusabye?"

Ati, "Intimba ye yamuteye kutumva ko nanjye nari mfite umubabaro wo kuba umugabo wanjye n'abana banjye barishwe mu itsembabwoko ryakorewe Abatutsi."

Nti, "Ibyo ntibihagije. Njye ntabwo binyuze."

Mama ati, "Kubera iki?"

Nti, "Data wacu Kamanzi agomba kumva ko ubupfura n'ineza nta cyo bipfana n'indangabwoko. Ntagomba kugushyira mu gatebo kamwe n'abamwiciye bene wabo."

Mama ati, "Ibyo ni byo. Yambwiye ko yasobanukiwe ko Abahutu bose atari abantu babi, kandi ko hariho n'Abahutu bagezweho n'ingaruka z'itsembabwoko ryakorewe Abatutsi. Yongeyeho ko yumva agahinda natewe n'akaga naciyemo mu Rwanda, ndetse no mu nkambi z'impunzi, muri Congo na Malawi."

XIX

Uko umwana yeteraga akageri mu nda byanyemezaga ko gukubagana kwari nk'ukwa se.

Kuwa 20 Gicurasi 2010, numvise mfite umunaniro, nzengererwa kandi mfite n'isesemi. Guhumeka byarangoraga, ndetse nafungura amaso nkabona ibicyecyezi. Nshyira ibiganza ku nda, maze nicara ku gitanda. Ngerageza guterera ijwi hejuru ngo mpamagare Mama, ariko ijwi ryanga gusohoka. Ndahaguruka ngo musange mu ruganiriro. Nkifungura urugi, mba ndaguye. Mama yahamagaye imbangukiragutabara yo ku bitaro bikuru bya Kigali. Mu minota mike, abakozi bo kwa muganga bari bahageze. Banshyira muri icyo kimodoka, maze banyambika ibintu ku mazuru, ngo byari bigamije kunyongerera umwuka. Babajije Mama niba nari nsanzwe ngira ikibazo cy'umuvuduko w'amaraso, arabahakanira. Nari mfite ubwoba bw'ibyarimo kumbaho.

Tugeze ku bitaro, banyihutisha mu nzu y'indembe.

Muganga abwira Mama ati, "Tugiye gufata ibizami."

Mama ati, "Muga, mbwira, umwana wanjye yabaye iki? Ndakwinginze, mbwira."

Muganga ati, "Ntabwo turabimenya. Gusa ibimenyetso afite biragaragaza ko afite ikibazo gikomeye."

Bamfashe amaraso, banshyira akuma ku nda, ngo barebe uko umwana ameze, maze banjyana mu cyumba cyari cyegereye aho babagiraga.

Hashize akanya muganga ahamagara Mama, aramubwira ati, "Yagize ikibazo gikomeye, cyanamutwara ubuzima. Umugabo we ari he?"

Mama yongera kumubaza ati, "Muga, mbwira, arwaye iki? Ndi nyina."

Muganga ati, "Amazi yo mu nda ibyara yatangiye kwinjira mu mitsi ijyana amaraso. Bishobora gutera umutima we guhagarara, cyangwa akananirwa guhumeka. Tugomba gukiza umwana cyangwa nyina. Nta mahirwe menshi dufite yo kubakiza bombi."

Mbere y'uko Mama agira icyo avuga, mfungura umunwa ngo mvuge, ariko ijwi ryanga gusohoka. Ndembuza muganga, musaba kunyegera. Mvuga n'ijwi ryo hasi nti, "Mukize umwana." Mbonye adashoboye gusoma ku minwa icyo navugaga, mushikuza urupapuro n'ikaramu yari afite mu ntoki, maze nandikaho nti, "Mukize umwana. Mwandikire se Shema. Aboneka kuri shema@lovemates.fic."

Muganga afata urwo rupapuro, maze ajya kureba niba mu cyumba cyo kubagiramo byose byari byamaze kujya ku murongo.

Mpumiriza amaso, maze ntangira kwambaza Nyagasani. Mama yari yamaze kunyambika ishapure mu ijosi. Nyikoraho, maze ninginga Bikira Mariya ngo ankirize umwana.

Nyuma y'iminota mike, sinamenya icyabaye, mba ninjiye mu muyoboro w'ahantu hijimye cyane. Ku mpera zawo, hari urumuri rwiza rw'amabara y'ubururu n'umweru. Nahabonaga Papa, Dudu, Fifi, Devota, nyogokuru, ndetse n'abandi bene wacu bose bari barapfuye. Ngeze ku mpera z'uwo muyoboro, Dudu na Fifi baramwenyurira. Ariko, Papa, Devota na nyogokuru, bo banze kunsuhuza, kuko batari banejejwe no kumbona.

Papa avugira hejuru ati, "Urakora iki hano? Subira mu isi y'abazima."

Nti, "Oya Papa, ndashaka kugumana nawe."

Ati, "Oya, ntushobora kuguma hano. Abantu benshi baragukeneye ku isi."

Nti, "Papa, umurimo wanjye narawusohoje. Mama yagarutse mu Rwanda. Yiyunze na Data wacu Kamanzi."

Arongera ati, "Karabo, uracyafite byinshi byo gukora, ndetse n'imyaka myinshi yo kubikora. Nkurikira. Ngwino nkwereke."

Nuko amfata ukuboko anjyana hejuru y'umusozi, aho nabonaga imisozi yindi myinshi. Ati, "Reba uriya mubyeyi urimo kwenyegeza mu ziko."

Nti, "Ndamubona."

Ati, "Ugomba kujya kumuhanagura amarira. Ni umwe muri ba bandi mwita Abatutsikazi. Abahutu bamwiciye abo mu muryango we bose. Ariko, ibiryo arimo guteka si ibyo kubaterekera. Ni iby'umugabo we, uri muri gereza. Niwe wicishije umuhoro se w'uriya mugore."

Nti, "None se ni iki gituma agemurira uwamwiciye se, nubwo yaba yari umugabo we?"

Papa ati, "Ntabwo ari we abikorera. Abikorera abana batandatu babyaranye, kandi bakunda uriya mugabo bita Papa wabo. Reka nkwereke abandi bantu." Andamburira uwundi musozi wasaga nk'utwegereye, maze ati, "Reba uriya mukobwa wambaye ijipo y'umukara. Urabasha gusoma agahinda mu maso ye?"

Nti, "Yego. We, byamugendekeye bite?"

Ati, "Mu buzima bwe, ntabwo yigeze amenya se wamubyaye. Yamenye uwamubyaye igihe umusore biteguraga kurushinga yamubengaga bucya haba ubukwe bwabo."

Nti, "Kubera iki?"

Papa ati, "Uwo musore yamubenze amaze kumenya ko se w'uriya mukobwa yari agiye gushaka, yagize uruhare mu itsembabwoko. Nyina na se ntibigeze babana nk'umugore n'umugabo. Se wamubyaye ntiyigeze yemera ko ari umwana we. Nyina w'uriya mukobwa, hamwe n'umuryango wose yavukagamo, impirimbanyi z'Abahutu zabishe mu itsembabwoko ryakorewe Abatutsi. Asangiye ikimwaro na se utarigeze amwemera nk'umwana we, kandi umutima we nawo ushenguwe n'agahinda ko kuba nyina yarishwe."

Papa arongera andamburira undi musozi nabonaga utari kure y'ikiyaga cya Muhazi, maze ati, "Reba uriya mubyeyi urimo guhinga. Agahinda kagiye kumuhuhura. Ni umwe muri ba bandi mwita Abahutukazi. Bene wabo benshi bagize uruhare mu itsembabwoko ryakorewe Abatutsi. Abatari muri gereza, bahunze igihugu. Ariko ibyo si byo bimushengura cyane umutima."

Nti, "Ubwo afite ikimwaro cy'amabi umuryango we wakoze."

Papa ati, "Yari yarashakanye n'Umututsi. Umugabo we n'abahungu babo babiri bishwe na se umubyara. Yapfakajwe n'itsembabwoko ryakorewe Abatutsi. Ariko akaga ke karenga aho. Batatu mu bana be barokotse itsembabwoko, umuhungu n'abakobwa babiri, banga nyina urunuka. Ntibajya bamuvugisha. Bibera i Kigali, kandi babwira abatabazi neza ko ababyeyi babo bombi bishwe mu itsembabwoko ryakorewe Abatutsi. Buri gihe, iyo bagiye i Kayonza, baba bagamije gutuka nyina bamuhora amahano yakozwe n'umuryango we w'Abahutu."

Ndavuga nti, "Yooo, ibyo birababaje. Ubanza ari bibi gushakana n'uwo mudahuje indangabwoko."

Papa ati, "Oya, uko si ukuri. Hari benshi baca mu kaga batabitewe n'uko bashatse abo badahuje indangabwoko." Nuko arambura undi musozi, maze anyereka Huye, ati, "Urabona uriya mukecuru ufite icupa mu ntoki? Ririya cupa ririmo amazi we avuga ko ari amazi matagatifu. Nta mwene wabo n'umwe agira muri iyi si. Umuryango we wose, umugabo we, ndetse n'abana babo barindwi, bose bishwe mu itsembabwoko ryakorewe Abatutsi. Ariko ikibabaje ni uko abakamuhojeje aribo bamusonga. Bamwe bavuga ko yasaze. Abandi bakavuga ko yahanzweho. Hariho n'abavuga ko ibyo akora byose aba ashaka kugira ngo abantu bamwiteho, bamuhe ibiryo. Uriya mubyeyi atekereza ko ab'isi bose ari ibisambo n'abagome, akaba ari yo mpamvu abasukaho amazi yita matagatifu." Nuko Papa andambika ibiganza ku ntugu, maze ati, "Karabo, uriya mubyeyi akeneye gukundwa."

Ndamubwira nti, "Mana yanjye, hari abantu benshi bafite imitima ikomeretse, kandi imenetse, muri kiriya gihugu."

Ati, "Yego. Ugomba kujya kubafasha. Icyo bakeneye ni uko ubahobera, kandi ukabaha urukundo." Akora ku wundi musozi, maze arawurambura, ati, "Reba uriya mugabo wicaye mu ntebe ifite amapine. Yakomerekeye ku rugamba rw'intambara yo 1990 kugeza 1994. Yatakaje ubugabo bwe. Leta yamwohereje mu bitaro bitandukanye byo ku isi, ariko ntiyabashije gukira. Abababara ijoro n'amanywa, kandi nta muntu agira wo kumuhanagura amarira, kuko abo mu muryango we bose bishwe mu itsembabwoko ryakorewe Abatutsi."

Ndamubaza nti, "Papa, none se Abahutu batari barashakanye n'Abatutsi? Nabo hari ibyago byababayeho?"

Anyereka umukecuru ati, "Reba uriya mubyeyi urimo gucana mu ziko. Abahungu be n'umugabo we bagize uruhare mu itsembabwoko ryakorewe Abatutsi. Muri icyo gihe, iyo umugabo we yatahaga avuye kwica, uriya mubyeyi yaramuhanaga, akamubwira ko ibyo yakoraga byari ishyano. Umugabo yahitaga amukubita, rimwe na rimwe akoresheje umuhoro, ubundi agakoresha ikibando. N'ubu aracyafite ibikomere yatewe n'umugabo we. Abahungu be batatu bari muri gereza, abandi nabo bahunze igihugu. Abantu benshi ntibazi ibyo uriya mubyeyi atekereza cyangwa ibimuba ku mutima. Birababaje. Njye njya numva ibyo yivugisha, ariko nta cyo namufasha. Ababazwa n'ibyo abo mu muryango we bakoze. Ariko, nta muntu wemera ko ibyo avuga ari ukuri. Abantu benshi bamwita umukecuru w'umwicanyi, wagize uruhare mu itsembabwoko ryakorewe Abatutsi."

Ndasubiza nti, "Ndabyumva. Ariko nibura Abahutu bo ntibapfuye. Ntabwo twagereranya agahinda ke n'akabo mu miryango yazimye mu itsembabwoko ryakorewe Abatutsi."

Papa ati, "Karabo, mwana wanjye, ibyago u Rwanda rwagize byageze no ku miryango myinshi y'Abahutu, mu gihe cy'itsembabwoko ryakorewe Abatutsi, mbere yaryo, ndetse na nyuma yaryo. Tekereza kuri Mugabo, mubyara wawe, wiciwe nyina na mushiki we muri Congo. Hanyuma se abapfiriye I Kibeho, cyangwa no mu bindi bice by'u Rwanda?" Atunga umujyi urutoki, maze arawurambura, mbona ni ku Kacyiru. Ati, "Reba uriya mubyeyi. Yiyita Umuhutukazi. Umugabo we bamwishe mu itsembabwoko ryakorewe Abatutsi. Ntiyari Umututsi, yewe nta nubwo yari umwe muri ba banyapolitiki bibukwa kuwa 13 Mata."

Ndamubaza nti, "Hanyuma se we yiciwe iki? Ahari wenda yasaga nk'abo bitaga Abatutsi."

Ati, "Oya, ntiyasaga nk'uko bajyaga bashushanya Abatutsi. Yari ashyigikiye intambara yarwanwaga n'inyeshyamba nkunda-gihugu. Yavugaga ko inyeshyamba nkunda-gihugu batari abanzi b'u Rwanda, ko ahubwo bari Abanyarwanda bashakaga kugaruka iwabo. Yari inshuti yanjye cyane. Twamwoherezaga aho tutari dushoboye kwigerera, kuko we batari kumucyeka. Ariko ntibyatinze, intagondwa z'Abahutu zitangira kumucyeka amababa. Ku buryo na mbere ya Mata 1994, bari baramaze kumushyira ku rutonde rw'abazicwa. Ari mu ba mbere bazize itsembabwoko ryakorewe Abatutsi. Impirimbanyi z'Abahutu zateye inzu ye kuwa 8 Mata 1994, zirasa umuryango we wose. Yapfanye n'abakobwa be babiri. Ikibabaje uyu munsi ni uko abana be bahogozwa n'Abanyarwanda bamwe babatuka, bakabita interahamwe, ibipinga, n'andi mazina mabi, bagamije kubashyira mu gatebo kamwe n'abagize uruhare mu itsembabwoko, babiciye se na bashiki babo. Bumva batabarwa mu bacitse ku icumu ry'itsembabwoko ryakorewe Abatutsi."

Nti, "Yooo, Papa, ibyo birababaje."

Papa ati, "Karabo, nifuzaga kukwereka n'abandi bantu benshi, ariko ugomba gusubira mu Rwanda, ukomora iriya mitima yose. Reka nkwereke babiri ba nyuma." Yongera kundamburira ikindi gice cy'umujyi, ahasaga nko ku Kicukiro, maze ati, "Reba uriya mukecuru. Yari impunzi i Bugande kuva mu 1963. Abahungu be batatu bose baguye ku rugamba. Ibye ntibitandukanye n'iby'uriya mubyeyi wundi. We yagarutse mu Rwanda avuye i Burundi, aho yari yarabaye nk'impunzi, kuva mu 1959. Na we, kimwe n'uwaje ava i Bugande, abahungu be babiri ntibabashije kurokoka intambara yo muri 1990 kugeza muri 1994. Umukobwa we w'imfura yazize Sida mu 1998. Yemeza ko abitaweho cyane ari abo mu miryango y'abacitse ku icumu ry'itsembabwoko ryakorewe Abatutsi kurusha ababuze ababo mu ntambara yamaze imyaka ine. Iyi miryango yumva yaratereranwe."

Ndongera nti, "Papa, sinshaka gusubira mu Rwanda. Sinshaka kuba muri kiriya gihugu cyuje imiborogo amanywa n'ijoro."

"Karabo, ugomba kugenda. Iyaba byankundiraga ngo nanjye nsubireyo, ariko akagozi kanyungaga n'isi y'abazima karacitse. Reka nkubwire ikindi kintu kimwe, mbere y'uko ugenda. Uzite kuri nyoko, kandi umuvure ibikomere afite byose ku mutima."

Ndamuhamagara n'ijwi riranguruye nti, "Papa, rindira, umva, mfite ibibazo byinshi …. Papa … "

Ikintu kiransunika, mbura aho Papa, Fifi, Dudu, Devota, nyogokuru n'abandi bazimiriye. Nsubira mu mwijima, ariko wo ntiwari nk'umuyoboro. Hari hijimye gusa, ku buryo nta cyo nabashaka kubona, cyangwa ngo numve. Sinari nzi aho ndi, cyangwa n'aho ibihe bigeze, kugeza igihe nagiye kumva numva urusaku mu matwi yanjye. Mfunguye amaso, mbona imibyimba myinshi y'abantu bambaye amataburiya y'umweru.

Umwe ati, "Ni igitangaza. Amasengesho ya nyina aramugaruye."

Mama ararangurura ati, "Karabo!" Maze areba hejuru ati, " Bikira Mariya, mubyeyi w'impuhwe n'imbabazi, wakoze kunyingingira Yezu ngo angarurire umwana, nk'uko yazuye Lazaro."

Muganga abwira abari muri icyo cyumba bose ati,

"Musohoke. Iyo umuntu avuye muri koma aba ananiwe cyane. Akeneye kuruhuka."

Baragenda, bansiga ngerageza guhumiriza.

———

Hashize amasaha make, nkangurwa n'inzozi mbi.

Ndasakuza nti, "Umwana wanjye. Umwana wanjye ari he? Ni nde wababwiye kureka umwana wanjye ngo apfe? Nimundeke abe ari njye upfa. Umwana wanjye ari he?"

Numva ijwi rigira riti, "Karabo, rukundo rwanjye, umuhungu wacu ari hano. Umbabarire ko namuhinduriye amazina. Yitwa Rukundo Shema wa Karabo."

Nti, "Hmm? Shema … Ndarota?"

Anshyira ibiganza ku matama, maze ati, "Rukundo rwanjye, ndakwinginze mbabarira." Apfukama imbere y'igitanda, maze yongeraho ati, "Karabo, ndakwinginze, mpa amahirwe yo kurera uyu mumalayika Imana yatwohererereje, ngo aduhanagura amarira yacu yose. Tuzazamukana imisozi. Tuzagendana ibibaya, kandi nitugera mu masanganiro y'inzira, tuzahagarara, duhe ikaze n'urukundo abazaza batugana bose, tutitaye ku mazina bitwa, cyangwa amatsinda bitirirwa. Niwemera kumbera umugore, nzakubera umugabo. Imana izaduha umugisha wo kubyara abahungu n'abakobwa, bazahindura u Rwanda kutaba gusa igihugu cy'amata n'ubuki, ahubwo byongeye, cy'urukundo n'ubuzima. Wemeye kuzambera umugore?"

Nkura ikiganza mu mashuka, maze mpa Shema urutoki. Anyambika impeta ya zahabu yabengeranaga cyane, yari yaraguriye i Parisi.

Abari muri icyo cyumba baduha impundu n'amashyi.

Numva umuntu agize ati, "Twifatanyije na mwe mu munezero. Imana izahe umugisha urugo rwanyu."

Ndahindukira nti, "Sugira, ni wowe ?"

Ati, "Karabo, nshuti yanjye, ntuzigere na rimwe usaba imbabazi z'urukundo. Uzi neza ko ngukunda, kandi nzagukunda iteka." Arangije kuvuga atyo, ahindukirira Shema, maze aramubwira ati, "Windeba utyo. Nshatse kuvuga ko mukunda nka mushiki wanjye, inshuti yanjye magara. Mwembi mbasabiye umugisha."

Sugira na Shema bambwira ukuntu bahuriye mu Bufaransa. Sugira yari yarakijije Shema, ubwo yari agiye guhohoterwa mu kabari k'Umunyarwanda i Parisi. Ngo akimubona, Sugira yari yaratunguwe no kuba Shema yari mu Bufaransa, kandi yari azi ko twagurukanye. Ku rundi ruhande, Shema na we yatunguwe no kubona Sugira aho. Ni Sugira wabwiye Shema ko ubukwe butari bwarabaye. Shema yasomye inzandiko namwandikiye hasigaye iminsi mike ngo agaruke mu Rwanda.

Shema ati, "Njye mfite umusore uzanyambarira. Wowe se abakobwa bazaguherekeza urabafite?"

Sugira ati, "Hoshi sinzambarira umuntu wantwaye umugeni."

Bombi bahana ibitwenge.

Nitegerezaga abo basore bombi, maze umutima wanjye ugasimbizwa n'urukundo nabakundaga. Mu yindi Nguni y'icyumba hari hahagaze ababyeyi ba Sugira - Kamana na Gatarina, Mama, Data wacu Kamanzi, ndetse n'abandi bantu bari ingenzi mu buzima bwanjye; nka mubyara wanjye Mugabo, Muhire - musaza wa Devota, ndetse na Karega – inshuti ya Muhire.

⟶

Hashize amezi abiri, ubukwe bwanjye, n'umusore umwe wenyine wari uzi kwatsa amashanyarazi mu mubiri wanjye, bwizihirijwe kuri Katedrali yitiriwe Mutagatifu Mikayire. Iruhande rwa Shema, yari aherekejwe na Sugira, inshuti yanjye yabashije kuntega amatwi igihe cyose nari nkeneye unyumva. Data wacu Kamanzi niwe twatambukanye twinjira mu kiliziya. Maze amaze kungeza iruhande rw'umusore muremure, w'ubwiza yisangije, n'inseko y'amenyo yererana maremare, akikijwe n'ishinya yirabura, Data wacu Kamanzi ajya kwicara ku ntebe yari hagati y'iya Mama n'iy'umugore we Birungi.

Ninjoro njye na Shema twakoze urukundo nk'aho bwari ubwa mbere. Umubiri wanjye, umutima wanjye, n'ubwonko bwanjye, byose byari ibye.

Bucyeye, mu gitondo, mbyuka nandika igice cya nyuma cy'iki gitabo. Shema anzanira ifunguro rya mu gitondo mu gitanda, maze aterera akajisho ku byo nandikaga. Mubwira ibyo nari narabonye igihe nasaga nk'uwapfuye, n'inkuru zose Papa yari yarambwiye. Arikiriza, ariko agacishamo akanimyoza.

Bigeze aho, ati, "Ejo, hari icyo baduhishe. Ntibirarangira. Tugomba gusenga ngo inkovu z'Abanyarwanda zitongera gutonekwa."

Ndamubaza nti, "Hmm? Shema, ibyo ni ibiki uvuga? Ni iki baduhishe?"

Ati, "Ejo, ibindi bitero bya gerenede byahitanye abantu babiri mu mujyi rwagati."

Nti, "Byongeye kandi? Shema, hari ikintu ngomba kukubwira. Bene wacu bashobora kuba bari mu bari inyuma y'ibyo bitero. Bifatanyije n'abarwanya ubutegetsi buriho. Noneho kandi harimo Data wacu Rutayisire w'Umututsi, ndetse na Marume Gasana w'Umuhutu."

Shema aransubiza ati, "Sinari nzi ko basigaye bari mu barwanya ubutegetsi buriho. Ariko rero ntiwihutire kugira ibyo wemeza. Ntawamenya abari inyuma y'ibi bitero bya gerenade. Bishobora kuba ari imikino ya politiki, njye nawe tutasobanukirwa."

Nti, "Gute se?"

Ati, "Karabo, i Burayi, nahuriyeyo n'Abanyarwanda batandukanye, yaba Abahutu cyangwa Abatutsi. Abantu benshi bababajwe n'ibyago byagwiririye u Rwanda. Nasanze naribeshyaga gutekereza ko ubugome buba mu maraso y'Abahutu gusa. Indangabwoko nta cyo zipfana n'ubupfura cyangwa ubugome. Iyo nza kumenya ibyo nzi uyu munsi, ubu tuba tubyaye bane."

Nti, "Ni byiza ko wahindutse." Maze ndamubaza nti, "Ariko se ni bande barimo gutera za gerenade?"

Shema ati, "Ntabwo mbizi. Nk'uko ntazi uwishe Fred Rwigema, intwari yatangije urugamba rwo mu 1990. Nta nubwo nzi uwarashe indege yari itwaye Habyarimana wahoze ari Umukuru w'Igihugu mu 1994. Hari ibintu byinshi tutazapfa tumenye."

Ndamukwama nti, "Shema, ntabwo wavuga utyo. Ntumbwire ko usigaye uvuga nka ba bandi bitandukanyije n'ubutegetsi, bashinja—"

Anca mu ijambo ati, "Nta cyo navuze. Nta byo nzi. Mbabarira wirire ifunguro ryawe rya mu gitondo, ubundi usengere u Rwanda. Ntugire ikibazo, nibatera gerenade mu kirere, tuzogana mu mazi y'inyanja. Nibazitera hasi, tuzagurukana mu kirere."

Niba warangije gusoma inkuru y'Imitima y'Abacu,
jya ku rupapuro rukurikira usome
urwandiko Umwanditsi yandikiye Abasomyi.

Urwandiko umwanditsi yandikiye umusomyi

Nshuti Musomyi,

Mwakoze cyane gusoma inkuru y'Imitima y'Abacu. Mbere y'uko nkanda 'ohereza' kuri mudasobwa nandikiragaho, ngo igitabo kijye mu nzu itunganya inyandiko, umutima wanjye warajegeye, amaguru aratitira. Nibazaga uko bizagenda abo duhuje igihugu, barwaye ya ndwara ya 'Twe' na 'Bo', nibasoma icyi gitekerezo nahimbye nkurukije amwe mu mateka y'igihugu cyacu.

Nari mfite impungenge ko igitekerezo cy'*Imitima y'Abacu* cyazashinjwa kutarondora ibyaranze amateka y'igihugu cy'u Rwanda byose mbere, mu gihe, ndetse na nyuma y'ubukoloni.

Nari mfite ubwoba ko igitekerezo cy'*Imitima y'Abacu* cyazashinjwa kwirengagiza amateka ya bamwe mu Banyarwanda, mbere, mu gihe, ndetse na nyuma y'Itsembabwoko ryakorewe Abatutsi.

Nari mfite impungenge ko igitekerezo cy'*Imitima y'Abacu* cyazashinjwa guhuriza ku rupapuro rumwe inkuru z'abari mu nkike z'ibumoso n'iz'abari mu nkike z'iburyo ubwo u Rwanda rwari mu kaga k'intambara n'itsembabwoko ryakorewe Abatutsi.

Nari mfite ubwoba ko igitekerezo cy'*Imitima y'Abacu* cyazashinjwa kudaha amashyi abakwiye kuyakomerwa, no kudaha induru abakwiye kuyivugirizwa.

Nari mfite impungenge ko igitekerezo cy'*Imitima y'Abacu* cyazashinjwa gutunga urutoki abakwiye gushimirwa, no guhanagura amarira abakwiye kuvumwa.

Muri ibi byose, mvuze haruguru, nta na kimwe gihura n'intego nyazo z'igitekerezo cy'*Imitima y'Abacu*.

Ntangira kwandika iki gitekerezo, nifuzaga igitabo kigamije ibi bikurikira:

Kwibanda ku bihe bya nyuma y'Itsembabwoko ryakorewe Abatutsi, hagamijwe gusesengura imibereho n'agahinda by'abacitse ku icumu, ikimwaro cy'abafitanye isano n'abagize uruhare muri ayo mahano, ndetse by'umwihariko ugushoberwa kw'abafitanye isano n'ayo matsinda yombi.

Guha abavugwa muri iyi nkuru, ndetse n'imitima bashushanya, uburenganzira ku bitekerezo, ijambo n'ibikorwa, cyane cyane ko umuco na politiki byo mu Rwanda rwa mbere na nyuma y'Itsembabwoko byasaga nk'ibizitira ubwo burenganzira.

Kubara inkuru igaragaza ko ubupfura n'ineza nta cyo bipfana n'icyo nise indangabwoko.

Gushushanya imibereho y'abantu muri rusange aho nta ntwari ibaho ijana ku ijana, cyangwa inkozi y'ibibi ijana ku ijana. Isi y'abantu basanzwe, irangwa n'ibinyoma, urwango, urukundo, ndetse n'amasanganiro y'urukundo n'urwango.

Kongera kubaka inkike zasenywe n'ibyabaye, nkoresheje urukundo, urwo buri wese yikunda, urwo abakundana barebana akana ko mu jisho, urwa kibyeyi, ndetse n'urwo dusabwa gukunda buri wese.

Ariko rero, uko nakomezaga gukurikira abavugwa mu

nkuru y'*Imitima y'Abacu*, nongeye guca akarongo ku isomo rikomeye twakuye mu byabaye i Rwanda:

Benshi muri twe bigeze kugira agahinda ko gupfusha uwabo cyangwa ababo. Bamwe muri twe twagize ibyago bikomeye ubwo abacu bahotorwaga, kandi nta kintu na kimwe gikwiye kwambika umwenda wera ubwicanyi, ubwo ari bwo bwose. Ariko, abatari benshi muri twe nibo bazi agahinda ko kwicirwa abawe n'abo mwasangiye akabisi n'agahiye, abo mwaturanye, inshuti, cyangwa se bene wanyu.

U Rwanda rwagize ibyago byinshi mbere, mu gihe, ndetse na nyuma y'umwaka w'i 1994, ariko nta na kimwe cyagereranywa n'Itsembabwoko ryakorewe Abatutsi, aho impinja, abana, abagabo n'abagore bato cyangwa bakuze, bishwe bazira gusa ko abo bari bahuje igihugu babitaga Abatutsi.

Itandukaniro nyamukuru riri hagati y'Itsembabwoko ryakorewe Abatutsi n'ibindi byago u Rwanda rwagize, ni uko, nubwo abicanyi bari bahagarikiwe n'abanyapolitiki ndetse n'abasirikare, bari abaturage basanzwe, bazwi amazina n'amasura, kandi bahigaga abandi baturage basanzwe, ngo babice urubozo. Abaturanyi bishe abaturanyi. Hari abishwe n'abo bashakanye. Abana bishe ba nyina. Abana bishwe na ba nyirarume. Nyuma y'Itsembabwoko, abo bantu bagombaga kongera kubana hamwe ku misozi imwe, cyangwa se nk'abo mu muryango umwe.

Igitekerezo cy'*Imitima y'Abacu* gihishurira abasomyi kandi ko nubwo ubwicanyi bwibasiye Abatutsi b'ingeri zose n'ibitsina byombi, byaba ari ikosa rikomeye gushyira Abahutu bose mu gatebo kamwe, bagafatwa nk'abagize uruhare mu itsembabwoko ryakorewe Abatutsi. Iyindi nshoberamahanga isi itazigera isobanukirwa mu gihe ndetse no mu mwanya, ni uburyo Abatutsi bake, harimo n'Uwari Umukuru w'Interahamwe (Umutwe w'impirimbanyi zari zigizwe ahanini n'Abahutu), bagize uruhare mu itsembabwoko ryakorewe Abatutsi, cyangwa se uburyo bamwe mu Bahutu, bitwaga abashyira mu gaciro, bishwe mu itsembabwoko ryakorewe Abatutsi. Ariko, ibyo rero ntibikwiye guha urwaho ba bandi barwaye ya ndwara ya 'Twe' na 'bo' bananirwa kuzirikana ko abahigwaga bukware bari Abatutsi, kugeza no kubari bakiri mu nda za ba nyina.

Igitekerezo cy'*Imitima yacu* gihishurira abasomyi ko imitima ya benshi mu Banyarwanda ikomeretse, kandi ko abo bafata nk'ababo ari bo bakomeza kubatoneka ibikomere, bagatuma byongera kuvirirana.

Bamwe mu Banyarwanda batungwa agatoki ko bananiwe kubabarira no kwibagirwa, nk'aho byoroshye. Bashinjwa kugirira urwango abo bafata ko ari bo babakomerekeje.

Bamwe mu Banyarwanda bananiwe kongera kwegeranya ubuzima bwabo bwashegeshwe n'ibyababayeho, kandi ibikomere byabo byongera gutonekwa n'abatunga intoki uko bariho batariho, bishwe n'agahinda, ibiyobyabwenge, ubusambanyi butizigamye, ubusinzi, cyangwa se gutwarwa n'iby'ijuru batarabona cyangwa iby'isi y'abariho.

Bamwe mu Banyarwanda batungwa agatoki kubera ko bareka amarira agashoka ku matama yabo, kandi bafatwa nk'abahuje izina n'abakoze ibara, kabone n'iyo badasangiye nabo umugayo.

Bamwe mu Banyarwanda bakomeretswa n'uko abo basangiye u Rwanda badashaka kubaha urubuga, ngo nabo bavuge inkuru z'agahinda kabo, kubera ko izo nkuru, nubwo ari interampuhwe, zashyira ahagaragara ayandi mabara y'umwijima yaranze amateka y'u Rwanda, ndetse n'ukuri bamwe bifuza ko kwaguma mu bwihisho, kugira ngo urugendo rukomeze, kabone n'iyo ntawaba azi igihe n'uburyo urwo rugendo ruzarangira.

Bamwe mu Banyarwanda batewe impungenge n'icyo inzagihe ihishiye igihugu cyabo. Bashaka gutera ijwi hejuru, ngo bahamagare abahungu n'abakobwa b'u Rwanda bose, ngo bahurire mu mpinga y'umusozi, bicare mu gacaca, maze babaze abahanuzi n'abanyabwenge niba umuti wo gutsinda ishyano warabonetse, ndetse niba Abanyarwanda bose barawunyoye.

Nzi neza ko igitekerezo cy'*Imitima y'Abacu* cyitari kubara inkuru z'Abanyarwanda bose, cyangwa se ngo gikemure ibibazo by'abavugwa mu nkuru bose.

Ariko ndahamya ko uko twese tuzafata igihe cyo kwandika izi nkuru, tuzabasha guha Abanyarwanda urubuga, wenda rutari urwo kujya impaka ku mpamvu ibyabaye byabaye, cyangwa se n'ababigizemo uruhare, ahubwo rwo kurebera hamwe uko ibyabaye byakomerekeje imitima yacu, kandi bigasenya umuryango-Nyarwanda.

Aho ni ho Abanyarwanda benshi bazahera, bakiyemeza gutega amatwi bagenzi babo, bakabahoza, kandi bagahamagarira abahungu n'abakobwa b'u Rwanda bose kongera kubaka igihugu. Simvuga kubaka amazu n'imihanda, ndavuga gukomeza urufatiro rwacu twese nk'ingingo zigize nyamuntu.

Nongeye kubashimira, Murakoze.

A. Happy Umwagarwa

Umwanditsi w'Iki Gitabo

A. Happy Umwagarwa ni umwanditsi w'ibitabo, inkuru ndende n'ingufi, imivugo ndetse n'ibisigo. Akaba akomoka mu Rwanda.

Mu mwaka w'i 994, Umwagarwa yarokotse Itsembabwoko ryakorewe Abatutsi, ryatwaye ubuzima bwa se umubyara, ndetse n'abandi benshi bo mu muryango mugari we. Ayo mateka yamusigiye amahurizo menshi ku bitekerezo, ibyiyumviro ndetse n'ibikorwa bya muntu.

Ashingiye ku byavuze n'umwanditsi w'Umunyamerika Toni Morrison, "Niba hari igitabo ushaka gusoma, ariko kikaba kitaranditswe, ugomba gufata iya mbere ukacyandika," Umwagarwa avuga ko ibyo yandika aba ashaka ko bimufasha we ubwe, bikazafasha abakobwa yabyaye, Abanyarwanda bahuje umugabane w'igihugu, ndetse n'abatuye isi bose muri rusange. Afite icyizere cy'uko ibyo yandika byazafasha mu kwimakaza umuco w'amahoro no kubaha umwihariko wa buri wese n'ubudasa bw'abatuye u Rwanda n'isi muri rusange.

NubwoUmwagarwayaciyemumahwamenshiy'ubuzima, yabashije kwiga ndetse ageza ku mpamyabumenyi y'icyiciro gihanitse (Master's) mu by'icungamutungo, yakuye muri

Kaminuza ya Greenwich, iri mu mujyi wa London mu Bwongereza. Afatanya kuba umwanditsi n'akazi akora nk'inararibonye mu byerekeye gukoresha neza abakozi.

Umwagarwa arubatse ndetse akaba n'umubyeyi w'abakobwa babiri yita utumalayika twe. Uretse kwandika, akunda kandi no kuririmba ndetse no gusubiramo imivugo n'ibisigo mu majwi.